எக்ஸ்டஸி

சரவணன் சந்திரன்

சரவணக்குமார் என்கிற இயற்பெயரைக் கொண்ட, தொழில்முறை ஹாக்கி விளையாட்டு வீரரான இவர் சென்னை கிறித்துவக் கல்லூரியில் இளங்கலை தமிழ் படித்தவர். மதுரை, தேனி, கோவில்பட்டி எனப் பல ஊர்களைச் சொந்த ஊராகக் கொண்ட இவர் தற்போது சென்னையில் வசிக்கிறார். ஆறாம் திணை, மின்தமிழ், காலச்சுவடு, இந்தியா டுடே போன்ற அச்சு மற்றும் மின் ஊடகங்களில் பணிபுரிந்த இவர் கடந்த பத்தாண்டுகளுக்கும் மேலாக காட்சி ஊடகத்தில் பணிபுரிந்திருக்கிறார்.

விஜய் டீவி, ஜீ தமிழ் போன்ற காட்சி ஊடகங்களில் பல்வேறு நிகழ்ச்சிகளில் பல்வேறு பொறுப்புகளில் இருந்திருக்கிறார். ஜீ தமிழில் ஒளிபரப்பாகி வரும் 'சொல்வதெல்லாம் உண்மை' நிகழ்ச்சியைத் துவக்கியவரும் இவரே. அதன் இயக்குநர் பொறுப்பில் இருந்த இவர், தமிழ் தி ஹிந்து, உயிர்மை, ஆனந்த விகடன், மின்னம்பலம் உள்ளிட்ட பல்வேறு பத்திரிகைகளுக்கு கட்டுரைகளும் எழுதி வருகிறார். அச்சு ஊடகம், மின் ஊடகம், காட்சி ஊடகம் என ஊடகங்களின் பல்வேறு வகைகளிலும் இவரது பங்களிப்பு இருந்திருக்கிறது என்பது குறிப்பிடத்தக்கது.

சென்னையில் நவநாகரிக மீன் அங்காடியகம் ஒன்றையும் கடந்த பத்தாண்டுகளாக நடத்திவருகிறார். வேளாண்மையைத் தொழில் முறையாகச் செய்துகொண்டிருக்கிறார்.

ஆசிரியரின் நூல்கள்

ஐந்து முதலைகளின் கதை
ரோலக்ஸ் வாட்ச்
வெண்ணிற ஆடை
அஜ்வா
மதிகெட்டான் சோலை
பாவத்தின் சம்பளம்
பார்பி
எக்ஸ்டஸி

எக்ஸ்டஸி

சரவணன் சந்திரன்

தொகுப்பு:
இளங்கோவன் முத்தையா

கிழக்கு

எக்ஸ்டஸி
Ecstasy
Saravanan Chandran ©

First Edition: December 2017
264 Pages
Printed in India.

ISBN 978-81-8493-861-6
Kizhakku - 1071

Kizhakku Pathippagam
177/103, First Floor,
Ambal's Building, Lloyds Road,
Royapettah, Chennai 600 014.
Ph: +91-44-4200-9603

Email : support@nhm.in
Website : www.nhm.in

Author's Email: saravanamcc@yahoo.com

Cover Design: Santhosh Narayanan

Cover Photograph: Ganesan

Kizhakku Pathippagam is an imprint of New Horizon Media Private Limited.

This book is sold subject to the condition that it shall not, by way of trade or otherwise, be lent, resold, hired out, or otherwise circulated without the publisher's prior written consent in any form of binding or cover other than that in which it is published and without a similar condition including this the rights under copyright reserved above, no part of this publication may be reproduced, stored in or introduced into a retrieval system, or transmitted in any form or by any means (electronic, mechanical, photocopying, recording or otherwise), without the prior written permission of both the copyright owner and the above-mentioned publisher of this book.

சந்தோஷ் நாராயணனுக்கு...

உள்ளே

	முன்னுரை	 11
1.	ஒரு தலைவன் இருக்கிறான்	 15
2.	வாய்க்கரிசியும் விளக்கு வைத்தபிறகு தராத உப்பும்!	 19
3.	அனிதாவிற்கு மறுக்கப்படும் சில்வர் கிளாஸ்!	 21
4.	உள்ளூர் உழவன் கணக்கு தப்பாது!	 24
5.	வயிற்றில் பால் வார்ப்பார்களா?	 27
6.	வெத்தலையும் வெட்டிப் பேச்சும்!	 31
7.	கருவேலம் பிசின்போல...	 33
8.	வாய்க்காலில் புரளும் கனவுகள்	 35
9.	துப்பாக்கியில் மலர்ந்த மலர்	 39
10.	காக்காதோப்பு கலர்க் கனவு	 41
11.	சர்ச்சின் குரலா, சாத்தனின் குரலா?	 44
12.	நட்சத்திரங்கள் அறியுமா களம்?	 48
13.	எம்.பி.யும் கரிசல் வாழ்வும்	 50
14.	குடும்பம் ஒரு பல்கலைக் கழகம்!	 52
15.	விடாது கருப்பு!	 56
16.	நிறம் மாறும் பச்சை	 60
17.	காயத்தை உருவாக்கியவர்கள்	 66
18.	ஐஸ்க்ரீம் கனவுகள்	 69
19.	விடாமல் தொடரப் போகும் மர்மங்கள்	 71
20.	அல்பிக்களோடு வாழ்தல்	 73
21.	அடிவாரச் சாமிகள் ரெண்டு!	 76
22.	பூவா? தலையா?	 79
23.	இட்லி விற்பவர்கள்	 81
24.	அசியா? அட்டா?	 84
25.	சிரம் தாழ்த்த தலையில்லை இங்கே!	 87
26.	காரும் கருவாட்டு லோடும்	 90
27.	பாலியில் தொடரும் கனகாம்பரங்கள்!	 93
28.	வம்பில்லாத பஜ்ஜி விலை போகும்	 95

29.	கடலும் பச்சையும்	 97
30.	சீனாவுக்குப் போகுமா கோமியம்?	 99
31.	மாசிக் கருவாடு செய்வது எப்படி?	 101
32.	மயிலை விடுங்கள்; மனிதர்களுக்குக் கொடுங்கள் போர்வையை!	 104
33.	மருந்துக் குப்பிகளுக்குள் நம்பிக்கை துரோகங்கள்	 108
34.	இதனை இவனால் இவன் முடிப்பான்...	 111
35.	சிறுதுரும்பும் பல்குத்தும்	 114
36.	மனிதர்களும் சிலந்தி வேட்டையும்	 116
37.	எம்.பி.ஏ படித்த செந்நாய்கள்!	 119
38.	தோளில் சுமக்கும் தகப்பன்கள்	 122
39.	கெட்டாலும் மேன்மக்கள்...	 125
40.	புறாக்கூண்டிற்கு வாடகை பத்தாயிரம்	 127
41.	நம்பிக்கையின் கயிறு!	 129
42.	ஆடத் தெரியாதவருக்குத் தெரு கோணலாம்!	 131
43.	தடை அதை உடை!	 136
44.	கோடாரிக் காம்பினன்கள்	 139
45.	பனிவிழும் மலர்வனத்திற்கு வாடகை?	 141
46.	தலைப்பக்கம் மலையுடையவர்கள்	 144
47.	வழிப்போக்கனின் வாழ்வில்...	 147
48.	எங்கே போனாய் மாமா?	 149
49.	ரேஷன் அரிசியை நிறுத்த வேண்டுமா?	 152
50.	பிக்பாஸும் சேரியும்	 155
51.	கறுப்பும் வெளுப்பும்!	 157
52.	தின்னிப் பண்டாரம்	 159
53.	ஃப்ரைட் ரைஸ் கனவுகள்	 161
54.	பிரியாணியும் ஓர் இல் நெய்தல் கறங்கவும்!	 164
55.	ஜி.ஆர்.பியும் நூறுநாள் வேலைத் திட்டமும்	 167
56.	துண்டை உதறித் தோளில் போட என்ன தயக்கம்?	 170
57.	கறுப்பு டயர்களுக்குள் நம்பிக்கைகள்	 174

58. போதையில் தள்ளாடும் மருந்துச் சீட்டுகள்	 176
59. கலைஞனின் மறுபிரவேசம்	 179
60. தூங்கும்போது பாலியல் பலாத்காரம் செய்துவிட்டார்கள்!	 181
61. கறுப்புக்கு நகை போட்டு...	 184
62. குவார்ட்டர் கொடூரங்கள்	 187
63. பாவியல்லாதவர்கள் முதல் கல்லை எறியட்டும்!	 191
64. மானமும் அவமானமும்	 195
65. சாதியும் புதுச் சட்டையும்	 197
66. துப்பாக்கியை வைத்து கொசுவைச் சுடுங்கள் முதலில்!	 200
67. தக்காளி லோடு அடிக்கிறவர்கள்	 204
68. சமையலறையில் உலவும் போலிகள்	 211
69. சிறைச்சாதிகள்!	 214
70. மோகன்லாலும் தனுஷ்ஃம் ஒண்ணு!	 216
71. திராவிடச் சம்பந்திகள்	 219
72. கொழுப்பு கொஞ்சம் சேர்த்துக் கொடுங்கண்ணே!	 221
73. கடற்கரை முத்தங்கள்	 226
74. தலைமுறையின் கவலை	 229
75. குழம்பிய குட்டையில் திமிங்கலங்கள்	 231
76. டாலருக்கு மாறும் நோட்டுகள்	 235
77. உருப்படாமல் போன மாணவனின் வாக்குமூலம்	 238
78. கடலும் சாக்கடையும்	 242
79. உடையக் காத்திருக்கும் முட்டைகள்	 245
80. ஏட்டையாவும் ஏமாளிகளும்	 248
81. கபாலிக்கு என்ன தெரியும்?	 251
82. முதுகும் மீனும்	 254
83. இறைவன் மகன்	 256
84. காதல் கொலைகளும் கல்விப் புலங்களும்	 261

என்னுரை

வளைத்து வளைத்து எழுதிவிட்டு என்னுரை என்று சொல்லி சில வரிகளாவது எழுதுவது சங்கடமாகதான் இருக்கிறது. ஆனாலும் பொருளைச் சந்தைக்கு அனுப்புவதற்கு முன்பு தயாரிப்பவனாய் அதைப்பற்றி நாலுவரியாவது சொன்னால்தான் திருப்தியாக இருக்கிறது. இந்தத் தொகுப்பில் இருக்கிற கட்டுரைகள் பல்வேறு மனநிலைகளில், பல்வேறு சந்தர்ப்பங்களில், முடிக்கிறவரை உட்கார்ந்த இடத்தை விட்டு எழாமல், உடனடியாக எழுதப்பட்டவைகள். அந்தந்தக் காலகட்டங்களில் மேலெழுந்து வந்த உணர்வுகளைக் கடத்தியவைகள்.

செம்மறியாட்டைப்போல எல்லா இலைகளிலும் வாய்வைப்பது குறித்த ஆழமான வருத்தம் எப்போதும் எனக்குண்டு. ஆனால் இந்தக் கட்டுரைகளையெல்லாம் திருப்பியெடுத்துப் பார்க்கும்போது அப்படி வாய்வைத்த அனுபவங்கள்தான் இவற்றையெல்லாம் எழுத வைத்திருக்கின்றன என்பதை உணர்கிறேன். அந்த வகையில் அந்த அனுபவங்களுக்கு நன்றி சொல்லக் கடமைப்பட்டிருக்கிறேன். அதை வழங்கியவர்களையும் சாத்தியப்படுத்தியவர்களையும் எப்படி மறக்கமுடியும்?

தொடர்ச்சியான பத்திரிகைப் பணிகளில் நிறைய புள்ளி விவரங்களை முன்னிறுத்தியே எழுதிப் பழக்கப்பட்டிருக்கிறேன். ஒரு கட்டத்தில் அயர்ச்சியாகவும் ஆகிவிட்டது அந்தப் பணி. இணையத்தில் தோண்டினால் இரண்டு பக்கம் வருகிற மாதிரி புள்ளி விவரங்கள் கொட்டிக்கிடக்கும். அதற்கு முகமும் வாலும் வரைந்தால் புதிய மனிதன் தயாராகிவிடுவான். ஆனால் அவனுக்கு உயிரூட்டுவது எது என்கிற கேள்விக்கான பதிலை எப்போதும் தேடியிருக்கிறேன். நேரடியாக உணர்ந்த அனுபவங்கள்தான் உயிரூட்டுகின்றன என்பதை இப்போது உணர்கிறேன். அந்தவகையில் உயிரோட்டமான, சிதறல் சிதறலான வாழ்க்கைகளை இந்தக் கட்டுரைகளின் வழி கடத்த முயன்றிருக்கிறேன். இப்போது இவற்றைப் படிக்கும்போது நடந்த, தெரிந்த, பார்த்த சம்பவங்கள்போல தோன்றலாம். ஆனால் இதிலுள்ள

சில கட்டுரைகள் நடப்பதற்கு முந்தியே எழுதியவை என்பதைப் புரிந்து கொள்ளுங்கள். முன்கூட்டியே கணிப்பவற்றில் தவறுபவைகளும் இருக்க தானே செய்யும்?

வணிகம், விவசாயம், தொழில், சமூகம் என பரந்துபட்ட அளவில் எனக்குக் கிடைத்த அனுபவங்களை என்னால் முடிந்தளவிற்குக் கடத்தியிருக்கிறேன். என்னுடைய குலசாமி சிந்துபட்டி பெருமாள் மீது சத்தியமாகச் சொல்ல வேண்டுமெனில், இதைப் புத்தகமாக ஆக்கவேண்டும் என நிறைய பேர் வலியுறுத்தியதாலேயே இந்த முயற்சியில் ஈடுபடுகிறேன். கடந்த ஓராண்டில் எழுதப்பட்ட நூற்றுக்கணக்கான கட்டுரைகளில் இருந்து இவற்றைத் தொகுத் திருக்கிற நண்பர் இளங்கோவன் முத்தையாவிற்கு நன்றி சொல்லக் கடமைப்பட்டிருக்கிறேன். ஒரு இலட்சம் வார்த்தைகளிலிருந்து நாற்பதாயிரம் வார்த்தைகளைக் கவனமாகப் பொறுக்கி எடுத்திருக் கிறார் அவர். கடினமான வேலையை மேற்கொண்ட அவரது பணியை எப்படி ஆற்றுப்படுத்துவது என்றே தெரியவில்லை. ஒரு நல்ல வணிகன் சொற்களை விசிறியடிக்கக்கூடாது. வார்த்தைகளுக்கு வலிமை இருக்கவேண்டும் என்பார்கள். அது இருக்கிறதா என்பதைப் படிப்பவர்கள்தான் சொல்லவேண்டும்.

இந்தக் கட்டுரைகளை எழுதிய காலகட்டங்களில் எனக்கு உதவிய தமிழ்மகன் சார், முத்துராமலிங்கம் சார், நண்பர்கள் யுவ கிருஷ்ணா, அதிஷா, பீனாகானா, வழக்கறிஞர் எம். சரவணன், கிராபியன்ப்ளாக், எட்வர்ட், கார்த்திக் புகழேந்தி, கார்த்திக் வெங்கட்ராமன், கலாநிதி, வேடியப்பன், மினிஷ்குமார், அகரமுதல்வன், ஆன்மன், கடங்க நேரியான் உள்ளிட்டோரை நன்றியோடு நினைத்துக்கொள்கிறேன். இந்தக் கட்டுரைகளை வெளியிட்ட மின்னம்பலம், ஆனந்தவிகடன், ஜன்னல், மனம் இணைய இதழ் ஆகிய பத்திரிகைகளின் ஆசிரியர் களுக்கு சிறப்பு நன்றி. இந்தப் புத்தகத்தை வெளியிடும் கிழக்கு பதிப்பகத்திற்கும் இதைச் சாத்தியப்படுத்திய ஹரன்பிரசன்னா சாருக்கும் நன்றி. என்னுடைய எல்லாப் புத்தகங்களின் அட்டை களையும் வடிவமைத்ததோடு மட்டுமல்லாமல், எல்லாவகைகளிலும் கடந்த இருபதாண்டுகளாக என்னோடு பயணம் செய்த நண்பன், ஓவியர் சந்தோஷ் நாராயணனுக்கு இந்தத் தொகுப்பைச் சமர்ப்பிக் கிறேன். எங்கோ இருப்பவர்களைக்கூட அருகில் இருக்கிற மாதிரி உணரச் செய்கிற வீரியம் எக்ஸ்டஸி என்கிற வினையூக்கிக்கு இருப்பதாகச் சொல்வார்கள். அதனாலேயே இந்தத் தொகுப்பிற்கும் அந்தப் பெயர் வைத்திருக்கிறேன். இனி இந்த மனிதர்கள் உங்களோடு பேசுவார்கள். அவர்களது தோள்களில் சுமந்து வருபவை சமகாலத்தின் சிக்கல்கள்!

சரவணன் சந்திரன்
சென்னை

முன்னுரை

ஒவ்வொரு நாளும் புதிய நிகழ்வுகள் நிகழ்கின்றன, நிகழ்த்தப்படு கின்றன. அதே நிகழ்வுகள்தான் பின்னர் உலகின் வரலாறாக மாறுகிறது. அறிந்தோ, அறியாமலோ ஒவ்வொரு தனிமனிதனும் உலக வரலாற்றில் தானுமொரு பங்கை வகிக்கிறான். வரலாற்றின் பெருவெள்ளத்தில் தன்னையும், தன் பங்கையும் உணர்ந்த, தன்னைச் சுற்றியுள்ள சமூகத்தின் மீது அக்கறை கொண்ட ஒரு மனிதன் அதை வெளிப்படுத்த நினைக்கும் தருணங்களில்தான் கலை வடிவங்கள் உருக்கொள்கின்றன. அத்தகைய கலை சார் வடிவங்களில் கட்டுரைகளுக்கு ஒரு முக்கியமான இடம் உண்டு. ஏனெனில் கட்டுரைகளே சமூகத்தின் அவலங்களின் மீது பாய்ச்சப்படும் ஒளியாகவும், குறிப்பிட்ட காலகட்டத்திற்குப்பின் படிக்கப்படும்போது, சமூகத்தின் அந்தந்த காலகட்டங்களின் உண்மை நிலையை, மாற்றங்களைப் பிரதிபலிக்கும் வரலாற்றுச் சான்றாகவும் ஆகின்றன.

பொதுவாக எந்த ஒரு துறையைப் பற்றியும் அத்துறைசார் வல்லுநர்களின் கட்டுரைகளே நம்பகத்தன்மையைக் கொண்டிருக்கும். அரசியலும், சினிமாவும் இதில் விதிவிலக்கு. இவை இரண்டிலும் இங்கு எல்லோருக்கும் தமக்கென ஒரு கருத்து உண்டு. எனவேதான் இவ்விரண்டும் பொதுவெளியில் அதிகம் விவாதிக்கப்படுபவையாகவும் இருக்கின்றன.

இவை தவிர சாதியம், சமூகத்தில் அது ஏற்படுத்தும் தாக்கம், விவசாயம், வணிகம், அரசின் திட்டங்கள், செயல்பாடுகள் மற்றும் குறைகள், விளையாட்டு, கிராம மக்களின் வாழ்வியல் சார்ந்த பிரச்சினைகள் ஆகியவை குறித்து, இங்கு ஆழமாகவும், விரிவாகவும், நிகழ்வுகளைக் குறுக்குவெட்டாக அலசி, எந்த சார்புகள் இன்றியும் எழுதுபவர்கள் அரிது. இந்த இடத்தில்தான் சரவணன் சந்திரன் தனித்து நிற்கிறார். எது குறித்தும் அறிவுரைத் தோரணையோ அல்லது வெறும்

புள்ளி விவரங்களை மட்டும் அள்ளிவீசும் அறிக்கைகள் போலவோ அல்லாது, தன்னுடைய வாழ்வின் வழியே தான் பெற்றவற்றை, தனது அனுபவங்களின் வழி அலசிப் பார்த்து, அவற்றைத் தேர்ந்த, கச்சிதமான வார்த்தைகளில், வண்ணமயமான மொழிநடையில் கட்டுரைகளாக நெய்யும் கலைஞனாகப் பரிமளிக்கிறார் அவர்.

பத்திரிகை மற்றும் ஊடகத் துறைகளில் அவருக்குக் கிடைத்த பல வருட அனுபவத்தை அவரது கட்டுரைகளின் ஆழத்திலும், அடர்த்தியிலும் காணலாம். தமிழ் படித்த மாணவர் என்பதால் அவரது கட்டுரைகள் தேவையற்ற அலங்காரங்கள் ஏதுமின்றி கன கச்சிதமாக இருக்கின்றன. ஒரு பரபரப்புச் செய்தியை சமூக வலைதளங்களும், தொலைக்காட்சிகளும் மூச்சு முட்டும் அளவுக்கு நம் மீது திணிக்கும் இன்றைய சூழலில், அந்நிகழ்வுகளின் உண்மைத் தன்மை, பிற்காலத்தில் குறிப்பிட்ட நிகழ்வின் தாக்கம் சமூகத்தின் மீது என்னவாக இருக்கும், அந்நிகழ்வு குறித்த வெகுசன மக்களின் எண்ணவோட்டம் என்னவாக இருக்கிறது என்பதையெல்லாம் மிகச் சரியாகப் புரிந்துகொள்ள, அவரது கட்டுரைகள் நமக்குத் துணை செய்யும்.

இந்தக் கட்டுரைகளை நான் தொகுப்பது என இருவரும் முடிவு செய்தபோது, தொழில் நுட்பம் வளர்ந்திருக்கும் இக்காலத்தில் ஏற்கெனவே ஒருவர் எழுதிய கட்டுரைகளைத் தேடி எடுத்து ஒரே இடத்தில் சேர்ப்பது என்பது மிக எளிது என்கிற அளவில்தான் நினைத்திருந்தேன். ஆனால் வேலையை ஆரம்பித்து, பாதி வேலை களை நான் முடிப்பதற்குள் அவர், அவரது பிற மூன்று புத்தகங்களையும் எழுதி முடித்துவிட்டார்.

அவரது ஐம்பது கட்டுரைகளாவது இடம்பெற வேண்டும் என்பதை தான் எனது முதல் இலக்காக வைத்திருந்தேன். ஆனால், தோண்டத் தோண்ட புதையல் வருவதுபோல, நான் தேடத் தேட அவரது கட்டுரைகள் வந்துகொண்டே இருந்தன. எனது தேடலை வலிந்து ஒருநாள் முடித்துக்கொண்டபோது, கிட்டதட்ட முன்னூற்றிச் சொச்சம் கட்டுரைகள் தொகுத்திருந்தேன். பல்வேறு துறைகள் சார்ந்த, தேர்ந்த கட்டுரைகளின் குவியலிலிருந்து, அவரது நாவல்களில், பிற படைப்புகளில் அவர் ஏற்கெனவே எடுத்தாண்டிருப்பவை, அவரது இன்னொரு தொகுப்பில் இடம் பெற்றவை, கூறியது கூறல், எழுதும்போது வீரியமாக இருந்து, பின் முக்கியத்துவம் குறைந்து போன சமூக, அரசியல் நிகழ்வுகள் குறித்தான கட்டுரைகள், ஒரு சில தனி நபர்கள் பற்றியவை, சமூக நிகழ்வுகளின் உடனடி எதிர்வினைகள், அந்தந்த நேரத்து மனநிலையின் பிரதிபலிப்புகள்,

அவரது தனிப்பட்ட வாழ்வைச் சுட்டும் கட்டுரைகள், மேலும் எனது தனிப்பட்ட விருப்பு வெறுப்புகளின் அடிப்படையில் தேர்ந்தெடுக்காதவை என அவற்றை நான் சுருக்கிய பின்பு நூற்றி இருபது கட்டுரைகளுக்கு அருகில் அதன் எண்ணிக்கை இருந்தது. அதன் பிறகு, அவற்றிலிருந்துதான் இந்தத் தொகுப்பில் இடம்பெற்ற கட்டுரைகளைத் தேர்வு செய்திருக்கிறேன்.

எனவே அவரது கட்டுரைகளின் முழுமையான தொகுப்பு இந்த 'எக்ஸ்டஸி' என நான் ஒருபோதும் கூறமாட்டேன். அளவிலும் பொருளடக்கத்திலும் மிகக் கச்சிதமாக இருந்திருந்தும், சேர்க்கப்பட்டவைகளைக் காட்டிலும் ஒதுக்கப்பட்ட கட்டுரைகளே அதிகம் என்பது இந்நூலின் தொகுப்பாளன் என்கிற வகையில் எனக்கு வருத்தம்தான். தலைவாழை இலையில் அனைத்து வகை உணவுகளையும் பரிமாறியபின் மிகவும் பிடித்த இரண்டு மூன்றை மட்டும் சாப்பிட்டுவிட்டு, மற்றவற்றை ஏக்கத்துடன் பார்த்தபடியே எழுந்திருப்பவனின் மனநிலைக்கு ஒப்பானது அது.

அவரது கட்டுரைகளைத் தேடியதைக் காட்டிலும் அதிக சிரமத்தைக் கொடுத்தது கட்டுரைகளின் கடைசிப் பட்டியலை முடிவு செய்ததுதான். கட்டுரைகளுக்கான தலைப்புகளிலிருந்து, உள்ளடக்கம் வரை ஒரு தொகுப்பாளனுக்குக் கிடைக்கவேண்டிய முழுச் சுதந்திரமும் இதில் எனக்கு இருந்தது. ஆகவே அவசியம் இடம்பெற வேண்டும் என்று நான் கருதியவற்றை மட்டுமே இந்த நூலில் இடம்பெறச் செய்திருக்கிறேன்.

அரசியல், சாதி உள்ளிட்ட சமூகப் பிரச்சினைகள், அதிகக் கவனம் பெற்ற நிகழ்வுகள், விவசாயத்துறை, வணிகம், மருத்துவம், உணவு, விளையாட்டு, பிரபலங்கள், சினிமா ஆகியவை குறித்த மாறுபட்ட கோணங்களில் எழுதப்பட்ட, வாசிப்பனுபவத்திற்குச் சற்றும் குறைவைக்காத, ஒவ்வொன்றிலும் வாசகன் புதிதாக அறிந்துகொள்ள ஒரு சேதியைப் பொதிந்து வைத்திருக்கும் கட்டுரைகள் இந்தத் தொகுப்பில் நிறைந்திருக்கின்றன. இந்தத் தொகுப்பில் உள்ள ஒவ்வொரு கட்டுரையும், அதன் அடிநாதமாக மானுட அன்பையும், சூழலின் மேல், சமூகத்தின் மேல், வாழ்வின் மேல் மேலும் அன்பு செய்வதை வலியுறுத்தும், சிறுமைகளைக் கண்டு கோபம் கொள்ளும் பக்குவப்பட்ட ஒருவனின் குரலாகவும், இவற்றையெல்லாம் விட, ஒரு குறிப்பிட்ட காலகட்டத்தில் ஒரு குறிப்பிட்ட சமூகத்தின் ஒட்டு மொத்த மனநிலையைப் பிரதிபலிக்கும் வரலாற்று ஆவணமாகவும் இருக்கும். குறிப்பாக வணிகம், மற்றும் விவசாயம் சார்ந்த கட்டுரைகள் அந்தந்தத் துறை சார்ந்தவர்களுக்குப் புதிய திறப்புகளை

அளிக்கக்கூடும். இந்த நூலைத் தொகுத்து முடிக்க எனக்கு இடம், பொருள் மட்டுமல்லாது எல்லா வகையிலும் உதவியளித்த நண்பர் வல்லபாய் அருணாசலம், அவரது உதவியாளர்கள் பூபதி, திவ்யா ஆகியோருக்கு எனது நன்றியைச் சொல்லக் கடமைப்பட்டிருக்கிறேன்.

எப்போதும் என் உடனிருந்து, எனது பக்க பலமாக இருக்கும் என் மனைவி மஞ்சுளாவுக்கும், மகன் சூர்யாவுக்கும் என்றென்றைக்குமான எனது அன்பு.

இளங்கோவன் முத்தையா
மதுரை

1

ஒரு தலைவன் இருக்கிறான்

தமிழ்நாட்டு இளைஞர்கள் எல்லோரும் ஒரே ரகம். சத்தியத்துக்குக் கட்டுப்பட்டதுபோல, ஒருவர் பிரச்சினையில் மற்றொருவர் தலையிடவே மாட்டார்கள். வழக்கமான நாட்களில் அவர்கள் உண்டு, அவர்களின் வேலை உண்டு என தத்தமது ஏரியாவுக்குள் உலாவுவார்கள். சென்னை பெசன்ட் நகர் கடற்கரையில் கூடும் வர்க்கத்தைச் சேர்ந்த இளைஞர்கள், மெரினா பக்கம் தலையைத் திருப்பிக்கூடப் பார்க்க மாட்டார்கள். மெரினாவை அவர்கள் வெறுப்பதற்குப் பல காரணங்கள் இருக்கின்றன. அப்படிதான் அலங்காநல்லூரும். அந்தப் பிராந்தியத்தைச் சேர்ந்த பலரும்கூட அந்த ஊருக்குப் போயிருக்க மாட்டார்கள். ஆனால், இப்போது அப்படி அல்ல. அலங்காநல்லூரும் மெரினாவும் ஒட்டுமொத்தத் தமிழகத்தின் உணர்ச்சிக்குறியீடுகளாக மாறி இருக்கின்றன. தமிழகம் எங்கும் இருந்து வந்து இளைஞர்கள் அலங்காநல்லூரில் குவிந்தனர். தமிழகத்தின் எல்லா ஊர்களிலும் இதுபோன்ற காட்சிகளைப் பார்க்க முடிந்தது. இரவு பகலாக, பாலின பேதம் இன்றி இளைஞர்கள் கோபத்தோடு கோஷமிட்டு நின்றார்கள். பெண்கள் குழந்தைகளோடு களத்தில் நின்றார்கள். முதியவர்களும் அவர்களுக்கு ஆதரவாக நின்றார்கள். இவர்கள் எல்லோருக்கும் ஒரே பொதுக்குரல்... ‘வேண்டும்... வேண்டும்... ஜல்லிக்கட்டு வேண்டும்!’

வழக்கமாகப் பொதுக்காரியங்களில் தலைநுழைக்கும் இளைஞர்களை, அம்மாக்கள்தான், ‘எதற்கு வேண்டாத வேலை?’ என கண்டிப்பார்கள். மதினிமார் நாசூக்காகத் தடுப்பர். ஆனால், இந்தப் போராட்டத்தில் அவர்கள்தான் களத்தில் முன்நின்றனர். உண்மையைச் சொன்னால்,

வீட்டில் எந்த இளைஞனாலும் சும்மா படுத்திருக்க முடியவில்லை. வீட்டில் உள்ளவர்களே போராடச் சொல்லி விரட்டிவிட்ட வித்தியாச மான போராட்டக் களம் இது. ஜெயலலிதா மறைவுக்குப் பிறகு, பெண்கள் மத்தியில் அரசின் மீது ஒருவித வெறுப்பு மண்டிக்கிடக்கிறது. கோபத்தை யார் மீதாவது காட்டிக்கொண்டே இருக்கிறார்கள். இப்போது அவர்களே இந்தப் போராட்டத்துக்குத் தார்மிகமான நேரடி ஆதரவு கொடுத்துவிட்ட பிறகு, இளைஞர்கள் களத்தில் குதித்துவிட்டார்கள்.

ஒரே தடை... படிக்கிற பள்ளி, கல்லூரிகளும் வேலைபார்க்கிற நிறுவனங்களும்தான். இவர்களும்கூட மறைமுகமாகவும் நேரடியாகவும் ஆதரவு தந்ததுதான் இந்தப் போராட்டத்தின் சிறப்பே. இதற்குக் காரணம் கடந்த காலங்களில் அவர்கள் அரசால் பல்வேறு வகைகளில் ஒடுக்கப்பட்டனர். 'ஏதாவது ஒரு போராட்டத்துக்கு ஆதரவு' என மூச்சுவிட்டால்கூட கடுமையாக மிரட்டப்பட்டனர். ஜெயலலிதா மறைவுக்குப் பிறகு அந்தப் பயம் போய்விட்டது. அழுத்தப்பட்டவை எல்லாம் பீறிட்டு வெளியேறுவதே இயற்கை. அதன் அடிப்படையில் அவர்களும் பச்சைக்கொடி காட்டினர்.

எல்லாத் தடைகளும் நீங்கிய பிறகு இளைஞர்கள் சும்மா இருப்பார்களா? களம் தெளிவாக இருந்தது. செயல்படாத அரசு, பல் பிடுங்கப்பட்ட அதிகாரம் போன்றவற்றை ஏழைக் குடிமகன் வரை தெரிந்துவைத்திருந்தனர். காவிரிப் பிரச்சினையில் இவர்கள் செயல்பட்ட விதத்தையும் பார்த்தாகிவிட்டது. மீத்தேன் திட்டங்களில் இவர்கள் தடம்புரண்டதையும் பார்த்துவிட்டார்கள். இனியும் ஏமாற ஒன்றும் தெரியாத விடலைப்பையன்கள் இல்லை. நாங்களும் அரசியல் படிக்கிறோம். 'பீட்டா' என்ற வார்த்தையை உச்சரித்து முடிப்பதற்குள், அதன் ஜாதகத்தையே தூக்கி மேடையில் விசிறுகிறோம். எல்லா சட்டத் திருட்டுத்தனங்ளையும் கவனித்துக் கொண்டுதான் இருக்கிறோம். பல வருடங்களாக தமிழ், தமிழர் நலன்களைப் பின்னுக்குத் தள்ளி மத்திய அரசு நடந்துகொண்டிருக்கும் விதத்தின் மீது எரிச்சலும் கோபமும் எகிறிக்கொண்டிருக்கின்றன. அவற்றை எல்லாம் வலுவாக எதிர்க்கும் திராணியை மாநில அரசுகள் இழந்துவிட்டன.

ஒவ்வொருவனின் குடுமியும் ஏதோ ஒருவிதத்தில் மத்திய அரசின் கையில் இருக்கிறது. இனி மாநில அரசை நம்பிப் பயன் இல்லை. 'எங்களுக்குத் தேவை சிறுபொறி' என்ற இளைஞர்கள், அலங்காநல்லூரில் தடியடி வாங்கி, அந்த அக்கினிக்குஞ்சை ஜல்லிக்கட்டு என்ற உணர்வு பூர்வமான ஒரு விஷயத்தில் பொதிந்து வைத்தார்கள். அதுதான் மெரினாவில் போர்க்குரலாக வெளிப்பட்டது.

கையேந்தி பவனில் தவம்கிடந்தவர்களும், கே.எஃப்.சி.யே கதி என இருந்தவர்களும் மெரினாவில் உணர்ச்சிப்பிழம்பாக நின்றார்கள். சாதி, இன, மத உணர்வுகள் கடந்து தமிழர்கள் என்ற ஒற்றைச் சொல்லை முழங்கியபடி களத்தில் இருந்தார்கள்... அதுவும் கட்டுக்கோப்பான ராணுவம்போல. 'ஓர் அசம்பாவிதமும் நடக்கவில்லை' என தமிழ்நாடு காவல் துறையே ஆச்சரியம் கொண்டது.

இந்தப் போராட்டக்காரர்களின் கண்ணியத்தைப் பார்த்த பிறகு, வட இந்தியர்களின் ஆச்சர்யப் பார்வையும் தமிழகம் நோக்கித் திரும்பியது. பொதுவாக சில வட இந்தியர்கள் அரசியல் தளத்தில் தமிழர்களை காட்டுமிராண்டிகள்போலவே பார்த்துவந்தனர். சில நாட்களுக்கு முன்னர் வரை அவர்கள் 'காலில் விழும்' தமிழக அரசியல் காட்சிகளைப் பார்த்துவிட்டு மட்டம் தட்டிக்கொண்டிருந்தனர். ஆனால், உணர்வு எழுச்சியுடன் தொடர்ந்த இந்த கண்ணியமான போராட்டத்தை மரியாதையோடு பார்க்கத் தொடங்கினர்.

கண்ணியமான இந்தப் போராட்டம்தான் மென்மேலும் ஆட்களை அதை நோக்கி ஈர்த்தது. கைக்குழந்தையைத் தூக்கிக்கொண்டு, பெண்கள் போராட்டக் களத்துக்கு வந்தார்கள். முதியவர்கள்கூட ஓர் ஓரமாக அமைதியாக நின்று பங்கேற்றார்கள். யாருக்கும் எந்தப் பாதகமும் வராமல் பார்த்துக்கொண்டனர். சென்னையில் நிலைமை கட்டுக்குள் இருந்தது. ஆனால், வெளியூர்களில் இளைஞர்கள் ரயிலை மறித்தார்கள். பயணிகள் சிரமங்களை அனுபவித்தபடி பேருந்தில் ஏறிப்போனார்கள். ஆனாலும், மக்களின் நியாயமான போராட்டத்தைப் பொறுத்துக் கொண்டார்கள். மிகப்பெரிய போராட்டத்தில் சில ஆர்வக்கோளாறுகள் தவிர்க்க முடியாதவைதான்.

இளைஞர்கள் ஆரம்பித்த இந்தப் போராட்டத்துக்குப் பின்னால் தமிழகமே அணி திரண்டு நின்றது. அவர்கள் தங்களுக்கு எதிரானவற்றை ஒற்றை எதிரியாக முன்னிறுத்திப் போராடத் தொடங்கிவிட்டனர். ஜல்லிக்கட்டு அதற்கான ஆரம்பப்புள்ளி. 'இதற்குப் பிறகு இதே மாதிரியான மற்ற விஷயங்களுக்கும் இளைஞர்கள் கூடுவார்களா?' என கேள்விகள் பலமுனைகளில் இருந்தும் வந்து விழுகின்றன. இந்த 'அணி திரள்வது' என்பது ஒரேநாளில் நடந்துவிடாது. அது சிறுகச் சிறுகச் சேரும் செல்வம் போன்றது. ஒரு பெரிய ஆழிப் பேரலை மாதிரி பிரமாண்டமான தொடக்கம் அமைய வேண்டும். குதித்தவுடன் விரிகிற பாராசூட் மாதிரி, ஒரு விஷயம் அமைய வேண்டும். ஜல்லிக்கட்டு என்பது அப்படி அமைந்த குட்டி நெருப்பு. ஆயிரம் விமர்சனங்கள் இருந்தாலும், கடல்கடந்தாலும் இளைஞர்கள் பாரம்பரியத்தின் பின்னால்தான் அணி வகுத்திருக்கின்றனர். உலகின்

பழைய இனங்களில் சீனர்கள், தங்கள் பாரம்பரியத்தை விட்டுக் கொடுப்பது இல்லை. தமிழர்கள் தடம்மாறுகிறார்களோ என்ற ஐயம் இருந்தது. அந்த ஐயத்தைப் பொடிப்பொடியாக்கிப் பாரம்பரியத்தின் சிவப்புக் கொம்புகளை மெரினாவிலும் அலங்காநல்லூரிலும் இளைஞர்கள் தலையில் ஏந்தியிருந்தார்கள். தங்கள் வீட்டுப் பெண்களுக்கு அணிவித்தார்கள். குழந்தைகளுக்கு அணிவித்தார்கள். தோழியருக்கு, தோழர்களுக்கு அணிவித்தார்கள். தோழமையோடு ஒரு கூர்மையான அரசியல் போராட்டத்தை நடத்தினார்கள். மெரினாவில் சீருடையில் இருந்த காவலர் ஒருவர் இந்த இளைஞர் போராட்டத்துக்கு ஆதரவாக குரல்கொடுக்கிறார். அவர் சார்ந்திருக்கும் துறை மீது அவருக்கு ஏன் பயம் வரவில்லை? ஏனெனில், அவர் இந்தப் போராட்டக் களத்தை நம்புகிறார்.

"இளைஞர்கள் ஒற்றைத் தலைமையின் கீழ் இல்லை. உண்மைதான்; தலைவன் என்று யாரும் இல்லாமல், ஒரு மிகப்பெரிய தலைமையை எதிர்த்த இந்தப் போராட்டம்தான் இப்போது வெற்றியில் முடிந்திருக்கிறது" என்கிறார் காவல் துறை அதிகாரி ஒருவர்.

முதல் நாள் தொடங்கி 'அரசியல்வாதிகள் உள்ளே வரக் கூடாது' என அரசியலை ஒதுக்கியதன் வழியாக, அவர்கள் வேறு ஒரு விஷயத்தை மறைமுகமாகச் சொல்லியிருக்கிறார்கள். அது, ஜல்லிக்கட்டு மட்டும் அல்ல. தமிழகத்தைப் பாதிக்கும் அத்தனைப் பிரச்சினைகளுக்கும் இனி நாங்கள் களத்தில் இறங்குவோம் என்பதுதான்.

கத்தி கூர் தீட்டப்பட்டுவிட்டது. இது, 'மரப்பாச்சி பொம்மையேதான் வேண்டும்' என நடந்த குழந்தைப் போராட்டம் அல்ல. கூர்மையான அரசியல் போராட்டம். தமிழ் இளைஞர்கள் பிற மாநில, தேச இளைஞர்களுக்கு முன்மாதிரிப் போராட்டத்தை நடத்திக் காண்பித்திருக்கிறார்கள். தமிழக அரசியல்வாதிகளின் பாடுதான் இனி சிக்கல். தலைமையே இல்லாமல் ஒரு போராட்டம் எப்படிச் சாத்தியம்? நிச்சயம் இந்தப் போராட்டத்தில் ஒரு தலைவர் இருக்கிறார். அவர் பெயர்... திருவாளர் காளை.

தமிழக மாணவர்களும் இளைஞர்களும் இப்போதும் அரசியல் பேசுகிறார்கள். ஆனால், வடிவங்கள் மாறியிருக்கின்றன; வார்த்தைகள் மாறவில்லை; களங்கள் மாறவில்லை; போர்க் குணம் மறையவில்லை. அதை உலகுக்குப் பறைசாற்றிவிட்டார்கள். நோஞ்சான் தலைமுறை என இனியும் யாரும் இந்தத் தலைமுறை இளைஞர்களைக் கிண்டலடிக்க முடியாது.

2

வாய்க்கரிசியும் விளக்கு வைத்தபிறகு தராத உப்பும்!

கந்துவட்டியில் மாட்டிக்கொண்டவன் என்கிற முறையில் சில விஷயங்களைச் சொல்ல வேண்டியிருக்கிறது. உங்களை யார் போய் வாங்கச் சொன்னார்கள் என்று எழுப்பப்படுகிற கேள்வியிலும் நியாயம் இல்லாமலில்லை. கையில் வந்து திணித்தார்களா என்றுகூட அவர்கள் கேள்வி எழுப்பலாம். நாங்கள் மீன் கடை திறந்தபோது, முதல் ஒருவருடத்திற்கு அன்றாடச் செலவுகளுக்கே திணறிக் கொண்டிருந் தோம். ஒரு இலட்ச ரூபாய் வட்டிக்கு வாங்கினால், அதில் பதினான்காயிரம் ரூபாயை எடுத்துக்கொண்டு எண்பத்து ஆறாயிரம் ரூபாய் தருவார்கள். தினமும் ஆயிரம் ரூபாய் கட்ட வேண்டும்.

நாங்கள் ஆரம்பித்த காலத்திலேயே இன்னொரு நண்பரும் தொழில் ஆரம்பித்தார். அவர் தொடர்ச்சியாக ஒரு இலட்சத்தில் துவங்கி ஐந்து இலட்சம் வரை வாங்கிவிட்டார். தினமும் ஐயாயிரம் ரூபாய் அதற்கு எடுத்து வைக்கவேண்டும். அது குட்டி போட்டுவிட்டதால், தனியாக ஐந்து சதவிகித வட்டிக்கு இன்னொரு இலட்சம் வாங்கினார். அதைக் கட்ட பத்து சதவிகித வட்டிக்கு இன்னொரு ஒரு இலட்சம் வாங்கினார். இப்படியே நீண்டு ஒருநாள் அதில் மூழ்கித் தப்பித்தும் ஓடிப் போனார். அவரை யார் வாங்கச் சொன்னது என எளிதாகக் கேட்டுவிடலாம். அப்படியானால் பணம் வைத்திருக்கிறவர்கள் மட்டும்தான் எந்தத் தொழிலையும் ஆரம்பிக்க முடியுமா?

வங்கிகளில் போய்க் கேட்டால் மூன்று வருட ஐ.டி ரிட்டன்ஸ் இருக்கிறதா என்று கேட்டு அதிர வைப்பார்கள். இப்போதுதான்

தொழில் துவங்கப் போகிறார்கள். அவர்களிடம் எப்படி மூன்று வருட ஐ.டி ரிட்டன்ஸ் இருக்கும் என்கிற அடிப்படை சுரணையே இல்லாமல் கேட்பார்கள். ஆனால் மல்லையாக்களை தப்பிக்க வைத்து விடுவார்கள். இந்த நிலையில் தொழில் துவங்குபவர்களும் என்னதான் செய்வது? மனைவி இருந்தால் நகை நட்டுகளை விற்கலாம். மனைவியே இல்லாதவர்கள் என்ன செய்வார்கள்? இது ஏதோ கிராமம் சார்ந்த மக்களுக்கான பிரச்சினை என்பதுபோல புரிந்து கொள்ளப் பட்டிருக்கிறது. நகரத்தில் இருப்பவர்களுக்கும் இதுதான் நிலைமை.

ஒருகாலத்தில் மூன்று சதவிகித வட்டிக்கு விட்டுக் கொண்டிருந்தனர். இப்போதெல்லாம் பதினைந்து சதவிகிதத்தைத் தாண்டியும் வட்டி ஆட்டோ மீட்டர் கணக்காய் எகிறிக் கொண்டிருக்கிறது. இது செயல்படும் விதம் எப்படி? உதாரணத்திற்கு கோயம்பேடு மார்க்கெட்டையே எடுத்துக் கொள்ளுங்கள்.

தள்ளுவண்டி காய்கறி வியாபாரம் செய்யும் ஒரு பெண்மணி பத்தாயிரம் ரூபாய் வாங்குவார். அதில் ஆயிரம் ரூபாயை எடுத்துக் கொண்டு ஒன்பதாயிரம் ரூபாய் தருவார்கள். சில இடங்களில் இரண்டாயிரம் ரூபாயை எடுத்துக்கொண்டு எட்டாயிரம் தருவார்கள். மாலைக்குள் விற்றுவிட்டு பத்தாயிரம் ரூபாயைத் திருப்பித் தந்துவிட வேண்டும். அவர் உப்பு விற்கப் போகும்போதும் மழை கொட்டோ கொட்டென்று கொட்டிவிட்டால் வட்டி குட்டி போட்டுவிடும். இதுதான் நிலைமை.

இதில் சூடு வட்டி என்ற ஒன்று இருக்கிறது. உதாரணத்திற்கு ஆயிரம் ரூபாய்க்கு முன்னூறு ரூபாய் எடுத்துக் கொள்வார்கள். மாலை ஆறு மணிக்குள் கொடுத்துவிட்டால், இந்த கணக்கீடு. ஏழு மணிக்குக் கொடுத்தால் இவ்வளவு. மறுநாள் காலை கொடுத்தால் இரட்டிப்பு என நீட்டித்துக்கொண்டே போவார்கள். ஆட்டை விற்று குட்டியில் போட்டு, குட்டியை விட்டு ஆட்டில் போட்டு என இந்த மரணக் கிணற்று விளையாட்டு தொடர்ந்தபடியே இருக்கும்.

எதற்காகவெல்லாம் இப்படி மக்கள் வட்டிக்கு வாங்குகிறார்கள் என்று யோசித்துப் பார்த்திருக்கிறீர்களா? மனைவிக்கு ரெட்டை வடச் சங்கிலி வாங்குவதற்காக வட்டிக்கு வாங்குகிறவர்களா இருக்கிறார்கள் இங்கே? விவசாயத்தையும் உள்ளடக்கிய தொழில்கள் நிமித்தமாய் வாங்குகிறார்கள். அதைதான் முன்பே விளக்கியிருக்கிறேன். மருத்துவச் செலவுகளுக்காக வாங்குவார்கள். இப்போது கலைஞர் காப்பீட்டுத் திட்டத்தின் தயவில் ஓரளவிற்கு பிழைப்பு ஓடுகிறது. அந்தத் திட்டத்திற்குள்ளும் அடங்காத நோய்கள் வந்தால் வட்டிக்கு தான் ஓடவேண்டும்.

3

அனிதாவிற்கு மறுக்கப்படும் சில்வர் கிளாஸ்!

அனிதா தற்கொலை செய்துகொண்ட துர்சம்பவத்தில் இரண்டு விதமான எதிர்வினைகள் மேலெழுந்து வந்தன. நீட் தகுதித் தேர்வு எவ்வளவு பாரதூரமானது என்கிற ஆழமான விளக்கங்கள் கல்வியாளர்கள் பலரால் முன்வைக்கப்பட்டன. இன்னொரு தளத்தில் கடுமையான சாதிச் சண்டை நடந்தது. பிராமணர்களும் அவர்களுக்கு எதிராக ஒன்று திரண்ட பெருங்கூட்டமும் கடுமையான வசைகளில் இறங்கினர். யாருக்கும் யாரும் சளைத்தவர்களில்லை என்பதைப் போல இருந்தது அந்த வார்த்தைப் போர். ஒரு தரப்பில் இருந்து பேச வேண்டுமென்றால், ''எங்கள் வீட்டில் இழவு விழுந்திருக்கிறது. கோப தாபங்கள் மெல்ல மேலெழுந்து வரத்தான் செய்யும். எழவு நேரத்தில்கூட உங்களால் பொறுமை காக்க முடியாதா? முன்னேறிய சமூகம் பெற்ற கல்வி வாய்ப்பு இதைதான் கற்றுத் தந்ததா?'' என்றுதான் சொல்ல வேண்டியிருக்கிறது.

இன்னொரு கோணத்தில் கடுமையான சாதி ஏற்றத் தாழ்வுகள் பற்றிய விவாதம் முன்னெழுந்ததை ஆரோக்கியமாகவே பார்க்க வேண்டியிருக்கிறது. உண்மையில் பிராமண ஆதிக்கம் இருக்கிறதா என்று கேட்டால், ஆமாம் இருக்கிறது. அது முன்பைப்போல வெளிப்படையாக இல்லாவிட்டாலும் நுணுக்கமான அளவில் இருக்கதான் செய்கிறது. முன்னேறிய சமூகம் ஒன்று மேலே போகப் போக நிதானமானதாக மாறவேண்டும். மாறாக அதில் ஒரு பிரிவினர் மிக மோசமான வசைச் சொற்களை இழவு வீட்டில் நின்று உதிர்த்துக் கொண்டிருக்கின்றனர். அவர்களை விடுங்கள் என்று சொல்லிக் கடந்துவிட முடியாது. ஏனெனில் அவர்கள்தான் அதிகாரத்திற்குப்

பக்கத்தில் இப்போது இருக்கிறார்கள். அதிகாரம் என்றால் லத்திகளையும் கம்புகளையும் மட்டும் சொல்லவில்லை. வெடிக்கும் சட்டவிரோத தோட்டாக்களையும் சேர்த்துதான் சொல்கிறேன். இந்தியா முழுவதும் எழுந்து வரும் அலை அது. வளர்ச்சி அரசியல் என்கிற கோஷத்தோடு சேர்ந்து இதுவும் வளர்ந்து வருவதை மறுக்கவே முடியாது.

வளர நினைக்கிறவர்கள் வெறுப்பு அரசியலை முன்னெடுக்க மாட்டார்கள் என்பது எளிமையான புரிதல். ஆனால் இங்கே எல்லாமும் நேரெதிராக நடந்து கொண்டிருக்கிறது. இந்தியா முழுமைக்கும் இதுதான் நிலைமை. தமிழகத்தில் அது வேறுமாதிரியான வடிவங்களில் செயல்படுகிறது. முக்கியமாய் அது ஆரிய திராவிடப் போராகத் தன்னை வடிவமைத்துக் கொண்டிருக்கிறது. சாதிய சொல்லாடல்கள் முதன்மையான இடத்திற்குத் தன்னை நிதானமிழந்த நிலையில் நகர்த்திக் கொண்டிருக்கின்றன. இதுவும் ஒருவகையில் நல்லதற்குதான். எத்தனை நாட்களுக்குதான் எதையும் பொத்திப் பொத்தி நறுவிசாக வைத்துக்கொண்டிருக்கப் போகிறோம்.

அதை வெளிப்படையாகப் பேசுவது தவறொன்றும் இல்லையே? பிராமண ஆதிக்கம் என்று சொல்லும்போது வேறொன்றைப் பற்றியும் பேசியே ஆக வேண்டியிருக்கிறது. எழவு வீட்டில் சண்டைதான் போடக் கூடாது. வருத்தங்களை முன்வைக்கலாம் தப்பில்லை. கடந்த ஒரு வருடமாக நான் விவசாயம் சார்ந்த வேலைகளில் கிராமப் புறங்களில் அலைகிறேன். நான் இருக்கும் இடங்களில் தலித்துகள் தோட்ட வேலைக்கு வருகிறார்கள். தோட்டத்தில் பாதுகாவலராக இருக்கும் மற்றும் தோட்டத்தின் உரிமையாளர்கள் வேற்று சாதியைச் சேர்ந்தவர்களாக இருக்கிறார்கள். இதில் எல்லா மேல்சாதிகளும் இருக்கிறார்கள். நான் கண்ணால் கண்ட விஷயங்களைப் பதிவு செய்கிறேன்.

தலித்துகளின் கடைக்கு மற்றவர்கள் மறந்தும் டீ குடிக்கப் போவதில்லை. மேல்சாதியினர் நடத்தும் கடைகளுக்கு அவர்கள் வருவதில்லை. தோட்ட வேலைகளில் என்னை தாஜா செய்து, 'தினமும் இருபது ரூபாயாவது தாருங்கள்' என்று கேட்டுவாங்கிப் போகும் மேல்சாதி முதியவர் ஒருத்தர் கோடி ரூபாய் கொடுத்தால்கூட அந்தக் கடைகளுக்கு வரமாட்டேன் என வெளிப்படையாகவே சொல்லி விட்டார். 'வேகமாகப் போய் அந்த மோட்டர் சுவிட்சை போடுப்பா' என்று சொன்னால் போகவே மாட்டார்கள். ஏனெனில் சுவிட்ச் வீட்டிற்குள் இருக்கிறது. நாங்கள் வளர்க்கும் நாய் தெரியாமல் ஒருநாள் வீட்டிற்குள் நுழைந்தபோது அந்தப் பெரியவர் போட்டு அடித்தது எனக்கு ஞாபகத்திற்கு வந்தது.

‘ஊருக்கு போறேன், என்ன வாங்கிட்டு வரட்டும்?’ என அந்தப் பெரியம்மாவிடம் கேட்டேன். நாலு சில்வர் கிளாஸ் வாங்கிக் கொண்டு வரச் சொன்னது. வேறொன்றுமில்லை விஷயம். வேலைக்கு வரும் பையன்களுக்கு தனி கிளாஸ் வைக்க வேண்டுமாம். தண்ணீர் நிரப்பி வைக்கவென்று தனி போணி இருக்கிறது. அந்தப் போணியைத் தூக்கி ஒரு ஓரத்தில் வைத்து விடுகிறார்கள். அதற்கு அறுபது டிகிரி கோணத்தில் கொஞ்சம் தள்ளி நாய்க்குப் போடும் சோற்றுத் தட்டு கிடக்கிறது. டீக்கடைகளில் புது ஆட்களுக்கு ப்ளாஸ்டிக் க்ளாஸில் தான் டீ தருகிறார்கள். பிராமணர்களைப் போலவே மற்ற விஷயங்களில் எல்லோரும் ஓரளவு புழங்கிக் கொள்கிறார்கள். அதை மறுக்கவே முடியாது. ஆனால் உள்வட்டத்திற்குள் அனுமதிப்பதில்லை. திருமண உறவுகள் இப்போதுதான் அரும்பத் துவங்கியிருக்கின்றன. பொருளாதார வளர்ச்சிதான் இதைக்கூட சாத்தியப்படுத்தியிருக்கிறது.

பொருளாதாரம் எட்டிப் பார்க்காத இடத்தில் இருப்பவர்களுக்கு இவற்றையெல்லாம் செய்வதற்கு தைரியம் கைகூடி வரவில்லை. யோசித்துப் பாருங்கள். இதைதானே பிராமணர்களும் செய்து கொண்டிருக்கின்றனர். ‘‘நீங்க அந்தப் பையன்களுக்கு தனி க்ளாஸ் குடுக்கறீங்க. உங்க பையன் கோயம்புத்தூர்ல பிராமண வீட்டுக்கு போனால் என்ன நடக்கும்?’’ என்று அந்தப் பெரியம்மாவிடம் கேட்டேன். ‘‘அதெப்படி தருவாங்க? நம்ம பய்யனுக்கும் தனி கிளாஸ்தான்’’ என்றார். ‘அப்ப நீங்க செய்றது தப்பில்லையா?’ என்கிற கேள்வியை அந்தம்மாவை நோக்கி கேட்டுவிடவே முடியாது. அந்தம்மாவை பிரதிநிதித்துவப்படுத்தும் அந்தப் பெருங்கூட்டத்தை நோக்கிக் கேட்டுவிடவும் முடியாது.

சாதிய ஏற்றத் தாழ்வுகள் பற்றியெல்லாம் பேச வேண்டுமெனில் இதையும் பேசிதான் ஆகவேண்டும். எல்லாவற்றில் இருந்தும் பரிபூரண விடுதலை என்பதுதான் ஆரோக்கியமானது. அனிதா எங்கள் பிள்ளை என்கிற உணர்வுபூர்வமான உண்மையான அறைகூவல்கள் பலவற்றைப் பார்க்க முடிந்தது. எப்போதாவது நம்முடைய அறவுணர்வு மெய்சிலிர்க்கும்படி விழித்துக் கொள்ளும். அது இயற்கையானதுதான். ஆனால் அந்த உணர்வு அடங்கிய பிறகு அது மீண்டும் பழைய உறைநிலைக்குச் சென்றுவிடும். உண்மையைச் சொல்ல வேண்டுமெனில், இதே அனிதா உயிரோடு இருந்து நான் சொன்ன இடங்களில் வந்து நின்றிருந்தால், யாருக்கும் சளைக்காத திறமையுடைய அந்த இளம்பெண்ணிற்கு சில்வர் க்ளாஸ் இங்கேயும் மறுக்கப்பட்டிருக்கும். எல்லா கைகளுமே சில்வர் க்ளாஸை உருட்டி விளையாடிக் கொண்டிருக்கின்றன.

4

உள்ளூர் உழவன் கணக்கு தப்பாது!

வெளியில் பாஸிட்டிவாகக் காட்டிக் கொண்டாலும் உள்ளுக்குள் உதறலுடனும் கடுமையான மன அழுத்தங்களுடனும்தான் கடந்த கோடை காலத்தில் சென்னையில் இருந்து கிளம்பினேன். நமக்கு ஆயிரம் துயரங்கள் இருக்கலாம். அதையெல்லாம் பிறரிடம் கொட்டி விடக்கூடாது என நான் தனிப்பட்ட முறையில் புரிந்து வைத்திருக்கிறேன்.

என்னுடைய நண்பர் பீனா கானாவும் என்னோடு பயணத்தில் இணைந்தார். இது எங்களுடைய கதை மட்டுமல்ல. திண்டுக்கல்லைச் சுற்றியிருக்கிற பழனி, ஆயக்குடி, கோம்பட்டி என பல நூறு கிராமங்களைச் சேர்ந்த 30 இலட்சம் கொய்யா மரங்களின் கதை. தனிப்பட்ட ஒருத்தனின் அனுபவங்களின் வழியாக, ஒரு மிகப்பெரிய கொய்யா விவசாயத்தைப் புரிந்துகொள்கிற முயற்சி.

நாங்கள் வந்தபோது இங்கு வறட்சி தலைவிரித்தாடியது. பல தோப்புகளைப் போய் நேரடியாகவே பார்த்தோம். ஒரு இடத்தில் நீரில்லாமல் நான்காயிரம் செடிகள் கருகி இருந்தன. ஆண்டொன்றிற்கு செடிக்கு ஆயிரம் ரூபாய் சம்பாதித்துக் கொடுத்துக் கொண்டிருந்த தோப்பு அது. அதன் உரிமையாளர் நெஞ்சில் அடித்துக்கொண்டு அழுதார். எண்ணூறு அடி தோண்டியும் தண்ணீர் இல்லை என்கிற போது நான் என்ன செய்ய என்றார் அவர். இப்போது அவர் துயரங்களைத் தூக்கிக் கடாசிவிட்டு வேறு வெள்ளாமைக்குத் தயாராகிவிட்டார்.

அவரைப் போலவே செடிகளை வறட்சிக்குப் பறிகொடுத்தவர்கள் கையறு நிலையில் இருந்தார்கள். கிட்டதட்ட மூன்று இலட்சத்திற்கும் மேலான செடிகள் கருகிவிட்டதாக விவசாயத் துறையைச் சேர்ந்த அதிகாரி ஒருவர் சொன்னார். தண்ணீர் கொஞ்சமாகவேணும் இருந்தவர்களுக்கு வேறொரு பிரச்சினை. பூத்த பூக்கள் எல்லாமும் காய் ஆகாமல் உதிர்ந்து விழுந்தன. காய் பிடித்த தோப்புகளில் சின்ன அளவிலேயே பழமாகி கொய்யாக்கள் உதிர்ந்து விழுந்தன. மார்க்கெட்டில் வியாபாரிகள் அவற்றைச் சீந்தக்கூட இல்லை. ஆயிரம் கிலோ பறித்தால் அதில் நானூறு கிலோ இப்படி வீணானது. வேறு வழியில்லாமல் மாட்டுக்கு எடுத்துப் போகச் சொல்லி ஆட்களைத் தேடிக் கொண்டிருந்தார்கள். அதையும்கூட சீந்தவில்லை நிறைய பேர். மற்ற பழங்களைத் தாக்கி விடக்கூடாது என்பதால், வீணானவற்றைக் குழி தோண்டிப் புதைத்தார்கள்.

ஊருக்கே பிரச்சினை என்னும்போது எங்களுக்கு இல்லாமலா? இரண்டாயிரம் செடிகளைப் பிடுங்கிக் கடாசிவிட்டு இருப்பதையாவது இருக்கிற தண்ணீரை வைத்துக் காப்பாற்றிக் கொள்ளுங்கள் என்றார்கள். கேட்டபோது நெஞ்சில் நாலு பேர் ஏறி உட்கார்ந்த மாதிரி வலி வந்தது. 'வீட்டில் ஐந்து குழந்தைகள் இருக்கும்போது வறுமை என்று சொல்லி மூன்றைக் கொல்வீர்களா? பிழைத்தால் எல்லாம் பிழைக்கட்டும்' என்று சொன்ன என் நண்பர் பீனாகானா செடிகளைக் கட்டிப் பிடித்துக்கொண்டே படுத்துக் கிடந்தார். எல்லோரையும் போலவே தண்ணீரை விலைக்கு வாங்கிக்கொண்டு வந்து சிறுகச் சிறுக விட்டோம். நேர்மையாகச் சொல்லவேண்டுமெனில் அவருக்குதான் அத்தனையையும் காப்பாற்றிய வெற்றி போய்ச் சேரும்.

எங்களுடைய கதையை விடுங்கள். மற்றவர்களைப் பொறுத்தவரை இந்தமுறை மீண்டு எழுந்திருக்கிறார்கள். நான் தமிழ்நாடு வெதர்மேன் பக்கம் போன்றவற்றைப் படித்துவிட்டு, நாளை மழை வந்துவிடும் என்பேன் அவர்களிடம். அதே மாதிரி ஆவணியில் மழை வந்தது. புரட்டாசியில் மழை வந்தது. 'தம்பி நீங்க வந்த நேரம் ஆவணியில் கூட நல்ல மழை. பேசாம உங்கள ஏழாம் அறிவு படத்தில, ஊர்ல வச்சு அந்த பெரியவர பொதைச்ச மாதிரி பொதைக்கப் போறோம்' என்பார்கள் நக்கலாக. நான் சொல்லலைங்க, இவர் சொன்னார் என வெதர்மேனின் புகைப்படத்தைக் காட்டுவேன். நல்லா இருக்கட்டும் அந்தத் தம்பி என்பார்கள்.

இப்படி ஆவணியிலும் புரட்டாசியிலும் போதும் போதும் என மழைபெய்து ஆண்டுகள் பலவாகி விட்டன என்கிறார்கள். இதனால் இந்த மழைப் பருவம் சிறப்பாக இருக்குமென கணிக்கிறார்கள்.

குளங்கள், வாய்க்கால்களில் தண்ணீர் பெருக்கெடுத்து ஓடும் காட்சிகளை இரவில் போய்ப் பார்ப்பேன். கொய்யா மட்டுமில்லை. கடந்தமுறை சோளம் போட்டவர்களும் நஷ்டத்திற்குதான் அறுத்தார்கள்.

இந்தமுறை முன்கூட்டியே சோளம் நட்டுவிட்டனர். கூடவே பருத்தி நடவும் முடிந்து, எகிறிக்கொண்டு எழுந்து வருகின்றன செடிகள். உளுந்து எழுந்து புரண்டு வளர்வதைப் பெருமிதமாக அழைத்துப் போய்ச் சுட்டிக் காட்டுகிறார்கள். கொய்யா இன்னும் அரும்பு எடுக்க வில்லை. அதற்கும் காரணம் மழைதான். அதிகப்படியான மழையால் செடிகளுக்கு கொழுப்பெடுத்து விட்டன என்றார்கள். இரண்டாவது முறை எல்லோரும் சிம்பு (கவாத்து) உடைத்தார்கள். இப்போது இதை எழுதிக் கொண்டிருக்கும்போதுகூட வெளியே மழை பெய்து கொண்டிருக்கிறது. அரும்பு எடுத்துவிட்டது எல்லா பக்கமும். கொய்யா குத்தகைதாரர்களின் மூக்கெல்லாம் வியர்க்க ஆரம்பித்து விட்டது.

சோளமும், கொய்யாவும் மழையும் இந்த முறை தப்பாது என உள்ளூர் உழவர்கள் நம்பிக்கையாகக் களத்தில் உழல ஆரம்பித்துவிட்டனர். பெரிய கருப்பனுக்கு சேவல் அறுக்கவேண்டும் என்று சொல்லி, கூவுகிற சேவலை இப்போதே வாங்கி வீட்டு வாசலில் கட்டிப் போட்டுவிட்டு, புரட்டாசி முடிய காத்திருக்கிறார்கள். நான் கடைக்குப் போய் கூவாத சேவலை வாங்கிக்கொண்டு வந்து ஏமாந்தேன். ஐப்பசி மழை காடு கரைகளில் தங்குமென வரப்புயர்த்தி விட்டார்கள். மக்கள் கூடும் இடங்களில் நீண்ட நாட்களுக்குப் பிறகு மகிழ்ச்சியைப் பார்க்க முடிகிறது. அந்தச் சேவல் இப்போதெல்லாம் மறக்காமல் விடியற்காலையில் கூவுகிறது. மழை குறித்த நம்பிக்கையின் கூவல் அது!

5

வயிற்றில் பால் வார்ப்பார்களா?

எடப்பாடி கே. பழனிச்சாமி தலைமையிலான அரசு தமிழகக் கிராமப் புறங்களில் நல்ல விஷயம் ஒன்றிற்காகவும் தற்போது அறியப்படுகிறது. விவசாயிகள் அந்த ஒரு விஷயத்திற்காகத் தமிழக அரசைக் கொண்டாடவும் செய்கிறார்கள். சுமார் 30 ஆண்டுகள் கழித்து விவசாயிகளுக்கு உண்மையிலேயே தேவையான திட்டமொன்றை இந்த அரசு செயல்படுத்தி இருக்கிறது. குளங்கள் மற்றும் ஏரிகளில் உள்ள வண்டல் மண்ணை பதிவு செய்தபிறகு விவசாயிகளே அள்ளிக் கொள்ளலாம் என அரசு அறிவித்திருக்கிற திட்டம்தான் அது. இது காலத் தேவை கருதிய அறிவிப்பும்கூட. ஏனென்றால், நிலத்திற்குத் தேவையான சத்துக்களை வழங்குவது மட்டும் வண்டல் மண்ணின் வேலையல்ல.

தண்ணீரின் ஈரத்தைத் தக்கவைப்பதற்கு வண்டல் மண் இயற்கையின் மிகச் சிறந்த கொடை. வெய்யிலாலோ, காற்றாலோ நிலத்தில் விடப்படும் நீர் எளிதில் ஆவியாவதைத் தடுக்கிறது இது. நீர் மேலாண்மையில் வண்டல் மண் இடும் பணி என்பது மிக முக்கியமான வழிமுறை என்று இந்தத் துறை சார்ந்த வல்லுநர்கள் குறிப்பிடுகிறார்கள். இதுவரை குளங்கள் மற்றும் ஏரிகளில் இருந்து திருட்டுத்தனமாக எடுக்கப்பட்ட வண்டல் மண் முதன்முறையாக தமிழ்நாட்டில் விவசாயிகளின் நேரடிக் கட்டுப்பாட்டின் கீழ் வந்திருக்கிறது. இதிலும் தேவைப்பட்ட ஆழத்தைத் தாண்டி அதிகமாகச் சுரண்டும் போக்கும் தென்படுகிறது என்பதையும் மறுக்க முடியாது. ஆனால் நேரடிப் பயன் என்கிற வகையில் விவசாயிகளின் மனம்கவர்ந்த திட்டமாக இது ஆகியிருக்கிறது.

தமிழகத்தின் நீர் மேலாண்மையை மேம்படுத்துவதில் இது ஒரு மிகச் சிறிய முன்னெடுப்பு மட்டுமே. மிகப்பெரிய பாய்ச்சல்களை நிகழ்த்தியே ஆகவேண்டிய கட்டாயம் இருப்பதைதான் நிலவரங்கள் உணர்த்துகின்றன. திண்டுக்கல், மேற்குத் தொடர்ச்சி மலைக்கு அருகே உள்ள பாச்சலூர் அடிவாரத்தில் கடந்த மாதம் இருநூறு ஏக்கர் சுற்றளவில் இருபது ஆழ்துளைக் கிணறுகள் தோண்டப்பட்டன. அதில் பதினான்கு ஆழ்துளைக் கிணற்றில் 800 அடிக்கு மேல் தோண்டியும் நீர்வரத்து சுத்தமாக இல்லை. காய்ந்து போன பாறைத் துண்டுகள்தான் வந்துவிழுந்தன.

மேற்குத் தொடர்ச்சி மலைதான் தமிழகத்தின் நீராதாரத் தேவையைப் பூர்த்தி செய்கிறது என்று நம்பிக் கொண்டிருக்கிறோம். ஆனால் அதன் அடிவாரப் பகுதிகளிலேயே நிலத்தடி நீர்மட்டம் ஆயிரம் அடி தோண்டியும் கிடைக்கவில்லை என இந்தத் துறை சார்ந்தவர்கள் சொல்கிறார்கள். காவிரி-கொள்ளிடம் ஆற்றுப் படுகையில் ஒருகாலத்தில் கைகளால் தோண்டினாலே தண்ணீர் பீய்ச்சிக்கொண்டு வெளிவரும். ஆனால் சமீபத்தில் அங்கு போர்வெல் போட்டபோது இருநூறு அடிக்குக் கீழ்தான் தண்ணீர் தென்பட்டிருக்கிறது. தமிழகத்தின் நீர்வழிகள் இல்லாத பகுதிகள் எல்லாமும் இதைவிட அபாயத்தில் இருக்கின்றன. விவசாயத் தேவைகளைத் தாண்டி குடிநீர்த் தேவைக்குக்கூட நீரில்லாத நிலை உருவாகியிருக்கிறது.

அபரிமிதமான ஆழ்துளைக் கிணற்று நீருக்கென அறியப்பட்ட பொள்ளாச்சி பகுதிகளில் ஆயிரத்து இருநூறு அடி தோண்டியும் தண்ணீர் இல்லை என்று கண்ணீர் வடிக்கிறார்கள் விவசாயிகள். இதில் இன்னொரு சிக்கலும் இருக்கிறது. சமீபத்தில் ஒரு ஆழ்துளைக் கிணறு தோண்டியபோது நான்கு அங்குலத்திற்குத் தண்ணீர் வந்திருக்கிறது ஒரு இடத்தில். ஆனால் அடுத்த ஒரு மாதத்தில் சுத்தமாகத் தண்ணீர் இல்லாமல் வறண்டுவிட்டது. அரை அங்குலம் தண்ணீர் மட்டுமே விட்டு விட்டு வருவதாகச் சொல்லிப் புலம்பினார் அந்தப் பயனாளி. ஆயிரம் தென்னை மரங்கள் நீரில்லாமல் பட்டுப் போய்விட்ட சோகம் தாங்காமல் மாரடைப்பு வந்துவிட்டது விவசாயி ஒருவருக்கு. இன்னொருத்தருக்கு ஒரே நேரத்தில் மூவாயிரம் கொய்யாச் செடிகள் கருகிவிட்டன. இனி விவசாயமே என் வாழ்க்கையில் பார்க்கப் போவதில்லை என்று சொல்லி வேறு வேலைக்கு நகரும் திட்டத்தில் இருக்கிறார் அவர்.

எதிர்பார்த்த மழை தென்மேற்குப் பருவ மழையால் இதுவரை கிடைக்கவில்லை என்பதைப் புள்ளி விவரங்களை எடுத்துப் பார்த்தாலே தெரியும். இனி கிடைக்கும் வடகிழக்குப் பருவமழை

காப்பாற்றிவிடும் என எதிர்நோக்கிக் காத்திருக்கிறார்கள். இந்தச் சூழ்நிலையில்தான் மிக முக்கியமான திட்டம் ஒன்றை உடனடியாக அரசு முன்னெடுக்க வேண்டும்.

தமிழகத்தில் இருக்கிற ஆழ்துளைக் கிணறுகளை ரீசார்ஜ் (Borewell recharge) செய்ய வேண்டும். இது ஒன்றும் புதிதல்ல. கர்நாடகா, ராஜஸ்தான் போன்ற மாநிலங்களில் ஏற்கெனவே முன்னெடுக்கப்பட்ட திட்டம்தான் இது. மூன்று வருடங்களாக தொடர் வறட்சியில் இருக்கும் கர்நாடகா அரசு இந்தத் திட்டத்தை மிகச் சிறப்பாக வழிநடத்துகிறது. அரசு சார்பில் மட்டும் கடந்த சில வருடங்களில் பத்தாயிரத்திற்கும் மேற்பட்ட ஆழ்துளைக் கிணறுகளை ரீசார்ஜ் செய்திருக்கிறார்கள். கர்நாடகா மழை நீர் வாரியத்தின் வழியாக சுத்தமாக நீர் இல்லாத இருபதாயிரம் கிணறுகளைச் செப்பனிட்டு மறுபடியும் நீரை வரவழைத்திருக்கிறார்கள். அந்த மாநில அரசுகள் மட்டுமல்லாமல், தன்னார்வ அமைப்புகள், விவசாய சங்கங்கள் எல்லாமும் இதில் அக்கறை காட்டுகின்றன.

தமிழகத்திலும்கூட ஒரு சில ஆக்கபூர்வமான முயற்சிகள் நடப்பதையும் மறுக்க முடியாது. ஆனால் அவை எல்லாம் அங்கொன்றும் இங்கொன்றுமான முயற்சிகள். முழுவீச்சில் இந்தப் பணியில் இறங்காவிட்டால் அடுத்த கோடை என்பது நமக்கு மிகப் பெரிய வறட்சியைப் பரிசளித்துவிடும் என விவரம் அறிந்தவர்கள் எச்சரிக்கை விடுக்கிறார்கள். ஏற்கெனவே பல்வேறு காரணிகள் நிமித்தமாக விவசாயப் பரப்பு சுருங்கிக் கொண்டிருக்கிறது. இந்நிலையில் ஆழ்துளைக் கிணறுகளில் நீர் இல்லாததும் மிக முக்கிய காரணியாக உருவெடுத்திருக்கிறது. நிலமிருந்தும் நீர் இல்லை என்றால் என்னதான் செய்வது?

இருக்கிற ஆழ்துளைக் கிணறுகளுக்கு ஒட்டிய மாதிரியே நான்கு பக்கமும் சுற்றி பத்துக்குப் பத்து குழி தோண்டி, அதில் ஆற்று மண் அல்லது நிலக்கரி, கிணற்றுச் சரளைக் கற்கள், கருங்கல் ஆகியவற்றைக் கொட்டி அமைக்கப்படும் இந்த ரீசார்ஜ் முறை அதிக பயன்களை அளிப்பதாகச் சொல்கிறார்கள். ஆழத்தில் உள்ள நீரோட்டத்தை இழுத்துப் பிடிப்பதாகவும், மழை கிடைக்கும்போது இந்தக் குழியின் வழியாக இறங்கும் நீர் ஆழ்துளைக் கிணற்று நீர்மட்டத்தை மேம்படுத்துவதாகவும் அறிவியல்பூர்வமான விளக்கத்தைத் தருகிறார்கள். தவிர நிலத்தடி நீரின் உப்புத் தன்மையை இம்முறை குறைப்பதாகவும் கண்டறிந்திருக்கிறார்கள். கர்நாடகாவில் உள்ள சித்திரதுர்க்கா பகுதிக்குச் சென்றபோது இதில் பயனடைந்தவர்கள் பலரைப் பார்த்துப் பேச முடிந்தது. இம்முறையால் ஆழ்துளைக்

கிணற்றின் நீர்மட்டம் 90 சதவிகிதம் மேம்படுவதாகச் சொல்கிறார்கள். ஒருசில இடங்களில் பொய்த்துப் போகிறது என்பதற்காகப் புறக்கணித்து விடக்கூடாது.

இதில் இருபதிற்கும் மேற்பட்ட முறைகள் இருக்கின்றன. கிடைக்கும் பொருட்களைக் கொண்டு செய்யப்படும் முறையில் செய்தாலே சுமார் நாற்பதாயிரம் ரூபாய்க்கும் மேல் ஆகிவிடுகிறது. இந்தத் தொகையைச் செலவழிக்க முடிந்தவர்கள் தப்பித்துக் கொள்வார்கள். முடியாதவர்கள் என்ன செய்வார்கள்? வண்டல் மண் விவகாரத்தில் தொலைநோக்குத் திட்டத்தோடு செயல்பட்ட தமிழக அரசு ரீசார்ஜ் விஷயத்திலும் உடனடியாகக் கவனம் செலுத்தி திட்டங்கள் தீட்டினால் அது உண்மையிலேயே விவசாயிகளுக்கு காலத்தேவை கருதியதாக இருக்கும். வறட்சியின் பிடியில் இருந்து விவசாய நிலங்களை மீட்டெடுக்க முடியும். 'வயிற்றில் பாலை வார்த்தது அரசு' என துணிந்து விவசாயிகள் இந்த அரசிற்குப் பாராட்டுப் பத்திரம் வாசிப்பார்கள்.

௬

வெத்தலையும் வெட்டிப் பேச்சும்!

இந்த நூறு நாள் கட்டாய வேலைத் திட்டம் குறித்துப் பேசுவதெல்லாம் கத்தி மேல் நடப்பதற்குச் சமம். ஆனாலும் இந்த வறட்சி, விவசாயம் என்றெல்லாம் பேசும்போது அதைப் பற்றியும் பேசியாக வேண்டியிருக்கிறது. நூறு நாள் வேலைத் திட்டத்தில் பணி புரியும் அம்மாவின் மகன்தான் ரோலக்ஸ் வாட்ச் நாயகன் என்பது நான் எந்தப் பக்கம் என்பதை உணர்த்தியிருக்கும். அந்த சொற்பப் பணத்தை வைத்து ரேஷன் அரிசி பொங்கி குடும்பம் நடத்தும் மூதாட்டிகளை எனக்குத் தெரியும்.

சும்மா கிடைக்கிறதே என்பதற்காக தலை கணக்கிற்குப் போய்விட்டு வாய்க்கா வரப்பில் உட்கார்ந்து வெட்டி ஞாயம் பேசுபவர்களையும் தெரியும். பெரும்பான்மை ரேஷன் அரிசிதான் என்பதில் கூடுதல் தெளிவிருக்கிறது. அவர்களையும் இந்தத் திட்டத்தின் ஊழல் கூட்டாளி ஆக்கினார்கள். ஊருக்குத் தகுந்த மாதிரி பத்திலிருந்து பதினைந்து ரூபாய் வரை தலை கணக்கில் கமிஷன் அடித்தார்கள். கிராமங்களில் பதவிகளில் இருக்கும் உள்ளூர் உத்தமன்கள்தான் அதைச் செய்தார்கள். மக்கள் கூட்டாளிகள்.

ஏரியைத் தூர்வாரப் போகிறோம் என கிளம்பிப் போவார்கள். வெத்தலைகள் பரிமாறிக் கொள்ளப்படும். சுண்ணாம்புகள் மாறி மாறித் தடவிக் கொள்ளப்படும். பொழுது சாய வீட்டிற்கு வந்து விடலாம். அவர்கள் வறுமைதான் இந்த வேலைக்கே அழைத்து வருகிறது என்பது உண்மைதான். ஆனால் உழைப்பு. உழைக்காமல் உண்ணும் உணவு திருட்டு உணவிற்கு சமம் என்றார் காந்தி. அது

அவர்களின் உரிமைதான் என்றபோதும், ஒரு ஒட்டுமொத்தக் கூட்டமும் திருட்டைச் செய்கிற மாதிரி ஆயிற்று பார்த்தீர்களா?

அங்கொன்றும் இங்கொன்றுமாய் ஒரு சில வேலைகள் நடந்திருக்கலாம். ஆனால் பெரும்பான்மை எந்தப் பக்கம் என்பதை நீங்களே முடிவு செய்து கொள்ளுங்கள். இவர்களின் வேலை என்ன? தமிழகத்தில் ஊடுருவியிருக்கிற ஏரி குளங்களைச் செப்பனிட வேண்டியது. செய்தார்களா? ஆளுக்கு ஒரு பிடி மண்ணை அள்ளிப் போட்டிருந்தால்கூட, பாதி விஷயங்களைச் சரி பண்ணியிருக்கலாம். ஒட்டுமொத்தமாக நேர்மையில்லாமல் செயல்பட்டோம். 'எவன் அப்பத்தா வீட்டுக் காசு, கொடுக்கட்டும்' என்றீர்கள் அல்லவா?

விவசாயத்திற்கான பணியாளர் தட்டுப்பாடு ஏன் வந்தது? விவசாயப் பணியாளர்கள் எல்லா சாதியிலும் இருக்கிறார்கள். பாதி நிலங்களில் பயிர் சாகுபடியை ஏன் குறைத்தீர்கள்? இப்போதுதானே தண்ணீர் பிரச்சினை. அப்போது பணியாளர் தட்டுப்பாடுதானே பெரிய பிரச்சினையாக இருந்தது. அதற்குக் காரணம் என்ன? அந்தத் திட்டத்தால் விவசாயமும் தழைக்கவில்லை. விவசாயத்திற்கு உதவியாக நீர்நிலைகளைப் பாதுகாக்கவும் செய்யவில்லை. மறுபடியும் சொல்கிறேன். சில இடங்களில் நடந்திருக்கலாம்.

இப்போதாவது விழித்துக் கொள்ளவேண்டிய தருணம். நூறு நாள் வேலை வாய்ப்புத் திட்டத்தைத் திறமையாக ஊழல் களைந்து செயல் படுத்த முனையலாம். விடுவார்களா என்று தெரியவில்லை. ஆனால் ஜனநாயகத்தில் மக்கள் மீதான குறைகளையும் பேசியாக வேண்டும். உழைக்காமல் உண்ணும் உணவு திருட்டு உணவு என காந்தி இப்போது இருந்திருந்தால் நிச்சயமாகச் சொல்லியிருப்பார். தெருத் தெருவாக அலைந்து பிரசாரமும் செய்திருப்பார். மக்களையே கண்டிக்கும் தார்மிக வலிமை அவரைப் போன்றவர்களுக்கு இருந்தது. இப்போது யாருக்கு இருக்கிறது?

7

கருவேலம் பிசின்போல...

சின்ன வயதில் பள்ளியில் சேர்க்கும்போது வயதைக் கணிப்பதற்காகக் காதைச் சுற்றி மூக்கைத் தொடச் சொல்லுவார்கள். இடது கையில் தடுப்பூசித் தழும்பிருக்கும் தலைமுறையில் ஒரு சிலர் இதைக் கடக்காமல் வந்திருக்க மாட்டார்கள். அப்படிதான் சீமைக் கருவேல மரங்களை ஒழிக்கும் விஷயத்தில் இப்போது காதைச் சுற்றி மூக்கைத் தொட்டுக் கொண்டிருக்கிறார்கள். தமிழகம் எங்கும் பயணம் செய்து பார்த்தால் நீக்கமற நிறைந்திருக்கும் விஷயங்கள் இரண்டு இருக்கின்றன. சிக்கன் பக்கோடாக் கடைகள் மற்றும் சீமைக் கருவேல மரங்கள்தான் அவை. இரண்டுமே அடியாழம் வரை பாயக்கூடிய சக்தி படைத்தவைகள். முன்னது அடிவயிறு வரை போய் அமிலங்களை இறக்கி வைக்கும். இரண்டாவது 300 அடி வரை வேர்பிடித்து நிலத்தடி நீரை உறிஞ்சித் தள்ளும். முன்னதைத் தடுக்கவே முடியாது. பட்டுத் திருந்தினால்தான் உண்டு. சீமைக் கருவேல மரங்கள் விஷயத்தில் இன்னும் கொஞ்சம் வெளிப்படையாக நடந்துகொண்டால் எளிதாகவே அவற்றை நீக்கிவிட முடியும். ஏனெனில் அவற்றிற்கு தொழில்துறைகள் சிலவற்றில் கடும் தேவை இருக்கிறது. பாய்லர் தொழிற்சாலைகளில் பயன்படுத்தப்படும் நிலக்கரிகளுக்கு சீமைக் கருவேல மரங்களில்தான் கரிமூட்டம் போடுகிறார்கள்.

சமீபத்தில் கோத்தகிரி சென்றிருந்தபோது, தேயிலைத் தொழிற்சாலை ஒன்றின் விருந்தினர் விடுதியில் தங்கியிருந்தேன். நவீன சூடுபடுத்தும் கருவிகள் வந்த பிறகும், இன்னமும் தேயிலைத் தயாரிப்புக்கு விறகு அடுப்புகளையே பயன்படுத்துகின்றனர். தேயிலையின் பதத்தைச் சீராக இருக்கச் செய்வதற்கு விறகு கொண்டு சூடேற்றப்படுவதுதான்

சிறப்பு என்கிறார்கள். அதிலும் குறிப்பாக அங்கே சீமைக் கருவேல மரங்களுக்கு டிமாண்ட் அதிகம். கருவேலந் தூர்கள் நின்று எரியும் என்பது இன்னொரு காரணம். இவ்வளவு தட்டுப்பாடு இருக்கிற சூழலில் ஒருபக்கம் அவற்றை அகற்றுவதற்கு நீதிமன்றங்கள் வழியாக உத்தரவைப் பெறவேண்டிய தேவைதான் இருக்கிறது. என்ன காரணம்? தனியார் நிலங்களில் வளர்க்கப்படும் சீமைக் கருவேல மரங்கள் மீது கையைக்கூட வைக்க முடியாது. ஏனெனில் அவை இப்படியான மூட்டங்கள் போடுவதற்காகத் தெரிந்தே வளர்க்கப் படுபவை. ஆனால் அரசு புறம்போக்கு நிலங்கள் மற்றும் ஏரிப் பகுதிகளில் காடுகள்போல வளர்ந்து நிற்கும் அந்த மரங்களை வெட்ட விட்டால், வெட்டுவதற்கு ஆட்கள் தயாராகவே இருக்கிறார்கள். அரசு இதில் ஒரு பைசா செலவழிக்கத் தேவையில்லை. ஆனால் ஏன் செய்ய முடியவில்லை?

தாசில்தார்கள் மற்றும் கிராம நிர்வாக அதிகாரிகளின் கையில் அதைத் தடுக்கிற அதிகாரம் இருக்கிறது. அவர்களை மீறி அந்த மரங்களின் மீது கையே வைக்க முடியாது. வெட்டுகிற வரை பார்த்துக் கொண்டிருப்பார்கள். வெட்டி முடித்து வண்டியில் ஏற்றும்போது வந்து நிற்பார்கள். விறகின் விலையை விட அதிகமாகக் காசு கேட்பார்கள் என்பதால்தான் யாரும் அந்தப் பக்கமே தலைவைத்துப் படுப்பதில்லை. இப்போது ஒன்றும் கெட்டுப் போய்விடவில்லை. முறையான அனுமதி பெற்று யார் வேண்டுமானாலும் வந்து வெட்டிக் கொள்ளுங்கள் என்று ஒரு வார்த்தை மட்டும் சொல்லிப் பாருங்கள். ஒரே மாதத்தில் அத்தனையும் விறகாகி எரிந்து முடிந்திருக்கும். இங்கே வணிகம்/வியாபாரம் என்று எது வந்தாலும் அதை எதிரியாகப் பாவிக்கும் போக்கு இருப்பதாலேயே இதுமாதிரி யான எளிமையான தீர்வுகள் ஏற்றுக் கொள்ளப்படுவதில்லை. எளிமை யான பொருளாதார விளக்கம் இது. டிமாண்ட் இருக்கிற இடத்தில் சப்ளை பாய வேண்டும். அந்த சப்ளையைத் தடுப்பவர்கள்தான் இப்போது அந்த மரங்களை அழிப்பதற்காகக் களம் இறங்குவதாகச் சொல்லிக் கொண்டிருக்கிறார்கள்.

நீதிமன்ற உத்தரவுகளைப் பெற்று, அதற்கு ஆட்களை நியமித்து, ஆங்காங்கே இருக்கிற கங்காணிகளைச் சமாளித்து இன்னும் ஆறுவருடங்களில் வெட்டி முடித்துவிடுவார்கள் இந்த வேகத்தில் போனால். ஒரே ஒரு வார்த்தையைச் சொல்லிவிட்டால் எதற்காக முள்ளில் விழுந்த சேலையைப்போல மருகிக் கொண்டிருக்க வேண்டும் சொல்லுங்கள்? கட்டிக் கொண்டுபோவென்றால் வெட்டிக் கொண்டு போக ஆட்கள் இருக்கிற சூழலில், வெட்டி வேலை ஒன்றை விவரம் புரியாமல் செய்து கொண்டிருக்கிறோம். அதற்குப் பெயர்தான் சிஸ்டம்!

4

வாய்க்காலில் புரளும் கனவுகள்

எல்லா நேரங்களிலும் புலம்பிக் கொண்டிருக்க முடியாதில்லையா? உண்மை நிலவரத்தையும் சொல்லிதானே ஆகவேண்டும்? ஒரு உதாரணத்திற்காக திண்டுக்கல் மாவட்டத்தை எடுத்துக் கொண்டால், பழனி பகுதியில் மழை வரத்து என்பது பிற பகுதிகளை ஒப்பிடுகையில் குறைவுதான். எல்லா இடங்களில் அடித்துப் பெய்து கொண்டிருந்தாலும் மழை இங்கே மட்டும் வருடம்தோறும் பொய்த்துக் கொண்டுதான் இருக்கிறது. நிலத்தடி நீரை வைத்துதான் எல்லாமும் ஓடிக் கொண்டிருக்கிறது. அங்கிருக்கிற பணம் படைத்த விவசாயிகள் சொட்டு நீர்ப் பாசனம் மூலம் சில அற்புதங்களை நிகழ்த்திக் காட்டிக் கொண்டிருக்கின்றனர்.

நீர் மேலாண்மை விஷயத்தில் மற்ற பகுதிகளை விட இந்தப் பகுதி விவசாயிகள் அதிக சிரத்தை எடுத்துக் கொண்டிருக்கின்றனர். அந்தத் தாலுகாவில் பல இடங்களில் கொய்யா விவசாயம் கொடிகட்டிப் பறக்கிறது. லக்னோ 49 கொய்யாவில் துவங்கி விலை போகும் பன்னீர் கொய்யா வரை பல்வேறு வெரைட்டிகள் இங்கு அதிகமாக விளைவிக்கப்படுகின்றன. பன்னீர் கொய்யா கேள்விப் பட்டிருப்பீர்கள்தானே? செடியொன்று சுமார் 140 ரூபாய் விலை வரும். ஒரு வருடத்தில் விளைச்சலுக்கு வந்துவிடும். விளைகிற இடத்திலேயே பழங்களை எடுத்துக்கொள்ள ஆட்கள் இருக்கிறார்கள். சராசரியாக கிலோ நூறு ரூபாய்க்கு இருக்கிற இடத்திலேயே வந்து எடுத்துக் கொள்வார்கள்.

பழனிக்குப் பக்கத்தில் இருக்கிற ஆயக்குடி கொய்யா மார்க்கெட் பிரசித்தம். இங்கிருந்துதான் கேரளா உள்ளிட்ட பிற மாநிலங்களுக்கு கொய்யா அனுப்பப்படுகிறது. விரைவில் கொய்யா விலை ஆப்பிளுக்கு நிகராக வந்தாலும் ஆச்சரியப்படுவதற்கில்லை என விவரம் அறிந்தவர்கள் சொல்கிறார்கள். எனக்குத் தெரிந்த பேன்ட் சட்டை போட்ட சம்சாரி ஒருவர் தன்னுடைய ஐந்து ஏக்கரில் நான்காயிரம் லக்னோ கொய்யா செடிகளைப் போட்டிருக்கிறார். முதல் வருடத்தில் மட்டும் செலவுகள் போக பதினைந்து இலட்சம் ரூபாய் சம்பாதித்திருக்கிறார். இரண்டாம் வருடத்தில் நாற்பது இலட்ச ரூபாயை எதிர்பார்க்கிறார். முழுக்க முழுக்க சொட்டு நீர்ப் பாசனத்தின் வழியாக இதைச் செய்து கொண்டிருக்கிறார்.

இவர் மட்டுமல்ல, ஏகப்பட்ட பேர் கொய்யா விவசாயத்தில் இதுபோல் அந்தப் பகுதிகளைச் சுற்றிலும் இறங்கியிருக்கிறார்கள். நேரடியாக சந்தைப்படுத்துவதன் வழியாக அதிக லாபத்தைப் பெற முடியும். அதேசமயம் சந்தைப்படுத்துதலை நச்சுப்பிடித்த வேலை யாகக் கருதுபவர்கள் அப்படியே குத்தகைக்கும் விட்டுவிடலாம். ஒரு வருட மரத்திற்கு சுமார் 350 ரூபாய் வரை தருகிறார்கள். இரண்டாம் வருட மரத்திற்கு சுமார் 750 ரூபாயும் மூன்றாம் வருடத்திற்கு ஆயிரம் ரூபாயும் தருகிறார்கள். பாதிக்குப் பாதி விலையில்தான் குத்தகை எடுப்பார்கள் என்பது குறிப்பிடத்தக்கது. குத்தகைக்கு விட்டால் சில பேர் குதறி எடுத்து விடுவார்கள் என்பதையும் சொல்லிவிடுகிறேன். நேரடியாக சந்தைப்படுத்தினால் இரண்டு மடங்கு வரும் என்பது தொழில் புரிதல். அதற்காக மெனக்கெட்டுதான் ஆகவேண்டும். அதைக்கூட செய்யாவிட்டால் எப்படி?

நேரடியாகக் கண்ணால் கண்ட காட்சிகள் இவை. தவிர இந்த விஷயத்தில் நாங்களும் சம்பந்தப்பட்டிருப்பதால் இந்தப் புள்ளி விவரங்களை உறுதியானதாக எடுத்துக்கொள்ளலாம். இதன் அடிப்படையில் விவசாயம் பணம் படைத்தவர்களைப் பொறுத்த வரை லாபகரமான தொழில்தான். கடுமையான வறட்சியைச் சந்தித்தால் ஒழிய இதனால் பெரிய பிரச்சினைகள் எதுவும் ஏற்படுவதற்கு வாய்ப்புகள் இல்லை. இயற்கை முறை மற்றும் கெமிக்கல், பயோ கெமிக்கல் என எல்லா வகையான விவசாய முறைகளும் இருப்பதால் பயப்படாமல் களத்தில் இறங்கிவிடலாம். வாய்க்காலில் கரை புரண்டோடும் தண்ணீர் குறித்த கனவுகளை மட்டும் எடுத்துத் தூர வைத்துவிட்டால், மனமிருந்தால் மார்க்கம் என்கிற மார்க்கத்தில் சேர்ந்துவிடலாம். சொட்டு நீர்ப் பாசனம் என்பதால் குறைவான தண்ணீரே போதுமானதுதான். செடிகளுக்கு

அடியில் தேங்காய் நார் போட்டுவிட்டால் இன்னமும் தண்ணீர் சிக்கனத்தை மேற்கொள்ள முடியும்.

எல்லாமே நன்றாகதானே இருக்கிறது. அப்புறம் ஏன் புலம்பல்கள் என கேள்விகள் வரலாம். பொதுவாகவே நெல் மட்டும் பயிரிடப்படும் கடைமடைப் பகுதிகள்தான் நாம் பேசிக் கொண்டிருக்கும் விவசாயப் பிரச்சினைகளால் அதிகமும் பாதிக்கப்படுகின்றன. நிலத்தடி நீரைக் குறிவைத்து நடக்கும் இதுபோன்ற பிராந்தியங்களையும் கடைமடைப் பகுதிகளையும் போட்டுக் குழப்பிக்கொள்ளக் கூடாது. அந்தப் பகுதிகளில் நெல்லும் கரும்பும் மட்டுமே வைக்க முடியும். அங்கே கொண்டுபோய் கொய்யாவை எல்லாம் வைக்க முடியாது. அதனால் அவர்கள் குறித்த புரிதல்களை இதனோடு போட்டுக் குழப்பிக் கொள்ளக் கூடாது. இந்த பாஸிட்டிவான போக்கில் எங்கே பிரச்சினை வருகிறது? உண்மையில் கையில் பணமிருந்தால் விவசாயத்தை லாபகரமாக நடத்திவிட முடியும். எல்லா தொழில்களில் இருப்பதைப் போலவே இங்கேயும் சிக்கல்கள் பல இருக்கின்றன. ஆட்கள் வேலைக்குக் கிடைப்பதில்லை என்பது பொதுவான சிக்கல். இப்போதைய பெருஞ்சிக்கல் நிலத்தடி நீர் மட்டம் குறைவு என்பதுதான். பரிதாபமாக அதல பாதாளத்திற்குப் போன போர்வெல்களைக்கூட மேம்படுத்த முடியும். எல்லாவற்றிற்கும் பணம் தேவை. அதை உடனடியாகப் புரட்ட முடியவில்லை என்பதுதான் பொதுவான விவசாயிகளின் பிரச்சினை. வட்டிக்கு வாங்குகிறார்கள். அது விரைவிலேயே குட்டி போட்டுவிடுகிறது.

அந்த வகையில் ஏழு சதவிகித வட்டியில் மூன்று இலட்சம் ரூபாய் வரை உடனடிக் கடன்களை அளிக்கப் போவதாக இந்த பட்ஜெட்டில் அறிவித்திருப்பது வரவேற்கத்தக்கதே. தவிர நபார்ட் வங்கிக்கு சுமார் நாற்பதாயிரம் கோடி ரூபாய் ஒதுக்கியிருப்பதும் சந்தோஷத்தை அளிக்கிறது. ஏனெனில் நபார்ட் வழியாக சொட்டு நீர்ப் பாசனம் உள்ளிட்ட சில வேலைகளுக்கு மானியத்துடன் கடனுதவி வாங்க முடியும். இடைத் தரகர்களை இந்த விஷயத்தில் ஒழித்துக் கட்ட முடியாது. ஆனாலும் மற்ற தொழில்களுக்குக் கேட்பதை விட இடைத் தரகர்கள் விவசாய விஷயத்தில் கொஞ்சம் அடக்கியே வாசிக்கிறார்கள்.

அதற்காக அவர்களிடம் சரணடையச் சொல்லவில்லை. நிதர்சனத்தைப் பதிவு செய்கிறேன். வாய்க்கால் பாசன மனநிலையிலிருந்து விவசாயிகள் மெல்ல மேலேறினால் சில அற்புதங்களை நிகழ்த்த முடியும் என்றுதான் தோன்றுகிறது. இந்த மாதிரியான அடிப்படை புரிதல்களை தமிழக அரசு கணக்கில் கொள்ளுமானால், அது உண்மையிலேயே விவசாயிகளுக்கு நல்விளைவுகளை ஏற்படுத்தும்.

எல்லா நேரங்களிலும் கறுப்புக் கண்ணாடியைப் போட்டுக்கொண்டே எல்லா விஷயங்களையும் பார்க்க வேண்டியதில்லை. பச்சைக் கண்ணாடிகூட போட்டுக் கொள்ளலாம். அந்தக் காலத்துத் திருவிழாக்களில் வாங்கிப் போட்டுக்கொள்வோமே?

பணம் இல்லாத விவசாயிகளின் வாழ்க்கையை மேம்படுத்துவது எப்படி என்பது குறித்து சிந்திக்க வேண்டிய தேவையில்தான் இருக்கிறோம். இப்போதைய உடனடிப் பிரச்சினை தமிழகம் முழுக்க நிலத்தடி நீர் குறைந்துவிட்டது என்பதுதான். கடந்த வாரம் பரவலாகப் பெய்த மழை ஒரு வகையில் உபயோகமானதாக இருந்திருக்கிறது. அடுத்த இரண்டு மாதங்களில் என்ன நடக்கப் போகிறது என்கிற அச்சத்தைத் தாண்டி இப்போது அந்தப் பிராந்தியத்தில் இருப்பவர்களுக்குப் பிரச்சினைகள் குறைவுதான். மழையை எதிர்பார்த்து சோளம், சூரிய காந்தி விதைத்தவர்கள் கடுமையான அடி வாங்கியிருக்கிறார்கள் என்பதையும் சொல்லிதான் ஆகவேண்டும். போர் போட வசதியில்லாத விவசாயிகள் அவர்கள்.

குளங்கள் வெட்டப் போகிறோம் என பட்ஜெட்டில் அறிவித்திருக்கிறார்கள். அதைப்போல விவசாயிகள் அனைவருக்கும் தமிழக அரசு சார்பில் இலவசமாக போர்வெல் போட்டுத் தரலாம். உண்மையில் அது அவர்களுக்கு உபயோகமானதாக இருக்கும். எது தேவையோ அதைச் செய்து தராமல் வருடா வருடம் வறட்சி என்று சொல்லி சில ஆயிரங்களைக் கொடுத்து கணக்கை செட்டில் செய்வதை நிறுத்துவது நலம். எல்லா விவசாயிகளும் தங்களுக்கு என்ன தேவை என்பதை வெளிப்படையாகப் பேசினாலும் நலம். முதலீட்டுப் பணம். அதை அவர்களுக்கு என்னென்ன வழிகளில் எல்லாம் கொண்டுபோய்ச் சேர்க்க முடியும் என்பதை உடனடியாக யோசிக்க வேண்டும். மற்றதை அவர்கள் பார்த்துக் கொள்வார்கள்.

೨

துப்பாக்கியில் மலர்ந்த மலர்

தைமூர் என்கிற குட்டி நாடு. பத்தாண்டுகளுக்கு முன்புதான் சுதந்திரம் வாங்கியிருக்கிறார்கள். ஆயுதத்தின் மூலம் சுதந்திரத்தை வென்றவர்கள். நான் அங்கே இருந்தபோது தினமும் காலையில் ஹோட்டல் திமோரை விட்டு வெளியே வந்ததும் சந்திக்கிற நபர் அவர்.

மேற்கத்திய நாடொன்றைச் சேர்ந்தவர். அங்கு தொழில்நடத்தி சிலரிடம் பணத்தை ஏமாந்துவிட்டார். தனக்கு அந்த நாட்டில் அநீதி இழைக்கப்பட்டதாக நம்பி, என்னை ஏமாற்றி விட்டார்கள் என்று அட்டையில் எழுதி, அதைக் கழுத்தில் போட்டுக்கொண்டு நாள் முழுவதும் நிற்பார். அவர் வழக்கு அங்கே நிலுவையில் இருந்தது.

அந்த அரசு நினைத்திருந்தால் அவரை அங்கிருந்து அப்புறப்படுத்தி இருக்க முடியும். இத்தனைக்கும் முதலீட்டாளர்கள் ஹோட்டல் திமோரில்தான் தங்குவார்கள். ஆனால் அந்த நாடு அதைச் செய்யவில்லை. பொதுவாகவே அங்கு மக்கள் தொட்டதற்கெல்லாம் சாலைக்கு வந்துவிடுவார்கள். சர்வ சாதாரணமாக ஜனாதிபதியின் காரை மறிப்பார்கள். அவரும் என்ன விஷயம் என்று கேட்டு அவர்களோடு நின்று சிகரெட் பிடிப்பார்.

அங்கேயும் மீறல்கள் இரண்டு தரப்பிலும் நடக்கும். ஆனாலும் போராட்டங்களை ஒடுக்கியதில்லை. ஒருதடவை இது பற்றி அந்நாட்டின் கல்வி அமைச்சரான ஒரு சீனரிடம் கேட்டேன். ‘அவர்கள் போராடியதால்தான் எங்களுக்கு நாடு கிடைத்தது. அது

அவர்களுடைய நாடு. அதற்கு அநீதி இழைக்கப்படுவதாக கருதினால் சாலைக்கு வருவார்கள்' என்றார்.

ஆயுதத்தின் மூலம் சுதந்திரத்தை வாங்கிய ஒரு நாடு ஜனநாயகம் பேணுகிறது. அஹிம்சை என்று சொன்ன ஒருநாடு எல்லா வகைகளிலும் குண்டாந்தடியைத் தூக்குகிறது. தட்டிக் கேட்கவேண்டிய நீதி பல விஷயங்களில் தலைகுப்புறப் படுத்துத் தூங்குகிறது. நீதியில்லாத தேசம் உலக அரங்கில் என்னவாக மதிக்கப்படும்?

10

காக்காதோப்பு கலர்க் கனவு

அவரை முதன் முறையாகச் சந்திக்கச் சென்றபோது சென்னையில் வரலாறு காணாத மழை பெய்து கொண்டிருந்தது. ஒருவருடத்திற்கு முன்பு பெய்ததே அதே மாதிரி இல்லாவிட்டாலும், அதற்கு இணையாகப் பெய்த மழை அது. சிட்டி சென்டர் கார் பார்க்கிங்கில் சண்டைக் காட்சியில் நடித்துக் கொண்டிருப்பதாகச் சொன்னார்கள். நான் இந்தியாடுடேயில் ஒரு பேட்டிக்காகச் சென்றிருந்தேன். இன்னார் வந்திருக்கிறார் என்று சொன்னதும் நான் நனைந்து வந்திருப்பதைப் பார்த்துவிட்டு பதறியடித்து ஓடிவந்தார்.

அங்கிருந்த லைட் மேனை வரச் சொல்லி குளிருக்கு இதமாக என் பக்கமாய் லைட்டுகளைத் திருப்பிப் பிடிக்கச் சொன்னார். நான் கூச்சத்தோடு அவர் கொடுத்த டவலைக் கொண்டு தலைதுவட்டிக் கொண்டிருந்தபோது, வம்படியாய் என்னுடைய கைகளில் இருந்து அதைப் பிடுங்க வந்தார். நான் சுதாரித்துக்கொண்டு ஒழுங்காகத் துவட்டினேன். எந்த ஊர்டா தம்பி என்றார். நான் சொல்லப் போகும் பதில் அவருக்குப் பிடிக்கும் என தெரியும் என்பதால் மெல்லிய சிரிப்போடு சொன்னேன். மதுரை, காக்காத் தோப்பு.

அட்டகாசமாகச் சிரித்தார். உடனடியாக என்னுடைய தோள்மீது கைகளைப் போட்டுக்கொண்டு சம்பளம் உள்ளிட்ட பிற விஷயங்களை விசாரித்தார். ஏற்கெனவே சாப்பிட்டுவிட்டுதான் போயிருந்தேன். ஆனாலும் திரும்பவும் சாப்பிடச் சொல்லி வற்புறுத்தினார். அவர் வற்புறுத்தினால் சாப்பிட்டு விடவேண்டும். இல்லையெனில் முணுக்கென்று கோபம் வந்துவிடும் என்றார் அவரது உதவியாளர்.

அவர் அன்று அரசியல் குறித்து பலதும் பேசினார். அடியாழத்தில் ஏதாவது மக்களுக்குச் செய்ய வேண்டும் என்கிற அவரது தாகத்தைத் தெளிவாக உணர முடிந்தது.

அவர் இயல்பாய் பேசிக் கொண்டிருக்கும்போது அடிக்கடி அவரது அரசியல் உதவியாளர் குறுக்கிட்டு இந்த பதிலைச் சொல்லுங்க, அந்த பதிலைச் சொல்லுங்க என எடுத்துக் கொடுத்துக் கொண்டிருந்தார். அவருக்கு எரிச்சல் மண்டிக்கொண்டு வந்ததை என்னால் உணர முடிந்தது. ஆனால் எனக்கு அந்த விஷயம் உறுத்தலாகவே இருந்தது. அவரது இயல்பை, அவரது அடியாழ ஆசையை இவர்கள் களவாடி விடுவார்கள் என்றுதான் எனக்குத் தோன்றியது. அதுதான் இப்போது நடந்தும் இருக்கிறது.

அவர் நடிகராக இந்தத் திரையுலகிற்கு நிறைய செய்திருக்கிறார். நடிகர் சங்கப் பொறுப்பில் இருந்தபோது நிறைய நற்காரியங்கள் செய்திருக்கிறார். அவருடைய பிறந்தநாள் கொண்டாட்டங்கள் வழியாக காதும் காதும் வைத்த மாதிரி நிறைய உதவிகள் செய்திருக்கிறார். அவரால் வாழ்ந்தவர்கள் அவர் குறித்துச் சொன்ன பல நன்னம்பிக்கைக் கதைகளைக் கேட்டிருக்கிறேன். அவரது நேர்மைகூட பல சமயங்களில் வெளிப்பட்ட கதைகளைக் கேட்டிருக்கிறேன்.

உதாரணமாக என்னுடைய நண்பர் ஒருவர் அவருடைய கட்சியில் இருக்கிறார். கட்சி ஆரம்பித்த புதிதில் திருநெல்வேலிக்குப் போயிருக் கிறார்கள். அப்போது அவர் தங்கியிருந்த இடத்திற்கு இரண்டு பெரிய சூட்கேஸ்களுடன் சிலர் வந்திருக்கிறார்கள். என்னவென்று இவர் விசாரித்தபோது, மணல் மனிதர் அனுப்பியது என்றும் உங்களைச் சந்திக்க விரும்புகிறார் என்றும் சொல்லியிருக்கிறார்கள்.

இவர் விடாப்பிடியாகச் சந்திக்க மறுத்துவிட்டார் என்று சொன்னார் அந்த நண்பர். என்னுடைய நண்பர் எப்போதும் என்னிடம் கூட்டிக் குறைத்துப் பேசுவதில்லை என்கிற முன்வரலாறு காரணமாக அவர் சொன்ன சம்பவத்தையும் நான் உறுதியாக நம்புகிறேன். இன்னும் அவரைப் பற்றிச் சொல்லிக்கொண்டே போகலாம். அரசியல் என்று வரும்போது சில பல சாம பேத தான தண்ட முறைகளை அவரும் செய்திருக்கிறார். அதை மறுப்பதற்கில்லை. யார்தான் செய்யவில்லை?

இத்தனை இருந்தும் கடந்த தேர்தலில் அவர் ஏன் காமெடியனாக சித்தரிக்கப்பட்டார் என்ற கேள்வி இயல்பாய் எனக்குள் எழுகிறது. நான் முதன் முதலாகச் சந்தித்தபோது, அவரைப் பேச விடாமல் தடுத்த அவரது அரசியல் உதவியாளரைப்போல, இன்றும் அவரைத் தடுக்கிற சக்திகளிடமிருந்து அவர் தன்னைப் பிரித்தெடுத்துக்

கொள்ளவேண்டும். உடல்நிலை சரியில்லை என்பதை உரக்கச் சொல்வதில் இவர்களுக்கு என்ன கேடு வந்துவிட்டது? ஊடகங்களும் கொஞ்சம் புரிந்துகொண்டு அவர் மீண்டு எழுந்து வர உதவி செய்திருக்கலாம். உடல்நிலை சரியில்லாதவரை படுத்தி எடுத்தால், ஏற்கெனவே இருக்கிற உடல்நலம் சார்ந்த மன அழுத்தம் மேலும் அதிகரிக்கும் என்கிற குறைந்தபட்ச புரிதலோடு செயல் பட்டிருக்கலாம்.

தேர்தல் அரசியலில் ஜெயிப்பதோ தோற்பதோ அவருடைய தலையெழுத்து. அதுசார்ந்த அவரது செயல்பாடுகளைப் பொறுத்தது அது. அவர் ஆரோக்கியமாகச் செயல்பட வேண்டும் என்பதே என்னுடைய ஆசை. அவரை அவருடன் இருப்பவர்களே சரியான முறையில் பொசிஷனிங் செய்யவில்லை என்கிற வருத்தம் நிறைய பேரிடம் இருப்பதைப் பார்த்திருக்கிறேன். அவர் மீண்டு வர வேண்டும். அவர் பழைய பன்னீர்செல்வமாக மீண்டு வரவேண்டும். ஒரு மதுரைக்காரனாக அதை நான் மனப்பூர்வமாக எதிர்நோக்குகிறேன்.

11

சர்ச்சின் குரலா, சாத்தனின் குரலா?

தினகரன் விஷயத்தில் இருந்து வேறொன்றைப் புரிந்துகொள்ள ப்ரியப்படுகிறேன். நல்லவன்/கெட்டவன், கறுப்பு/வெள்ளை என கோட்டிற்கு இடையிலான விளையாட்டைக் கொஞ்சம் ஒதுக்கி வைத்துவிடலாம். வேற்று மாநிலத்தவர் ஒருவர் வெளியிலிருந்து தமிழக அரசியலைப் பார்ப்பதுபோல பார்க்கலாம். என் தனிப்பட்ட சுய விருப்பு வெறுப்புகளைத் தாண்டிப் புரிந்துகொள்ள முயல்கிறேன். மறுபடியும் சொல்கிறேன் என் தனிப்பட்ட விருப்பங்கள் வேறாக இருக்கலாம். கறுப்பிற்கும் வெள்ளைக்கும் நடுவே நமக்கே தெரியாத ஏராளமான நிறங்கள் இருக்கின்றன என்கிற புரிதலும் இருக்கிறது. இந்த விவகாரத்தைப் பொறுத்தவரை, சட்டத்தையும் தார்மிகத்தையும் போட்டுக் குழப்பி, தன் வசதிக்கேற்ப தமிழ்ப் பொதுச் சமூகம் பயன்படுத்திக் கொண்டிருக்கிறது. ஆற அமர யோசித்துப் பார்த்தால் நான் சொல்வதன் அர்த்தம் விளங்கும்.

ஒட்டுமொத்த கூட்டு மனசாட்சிக்கு முன்னால் சட்டங்கள் எல்லாம் ஒரு பொருட்டே இல்லைதானே? இந்தக் கூட்டு மனசாட்சி சட்டங்களைப் போட்டுத் தூக்கிக் காலில் போட்டு மிதித்தாவது அது குறிவைத்தவனைப் போட்டுப் பல நேரங்களில் தாக்கியிருக்கிறது. ஆர்.கே.நகர் தொகுதியில் அவர் வெற்றி பெற்றுவிடுவார் என்பதற்காக தானே தூக்கி அவரை உள்ளே போட்டார்கள்.

இந்தப் பின்புலத்தில்தான் தினகரனின் விவகாரத்தை அணுக வேண்டி யிருக்கிறது. சசிகலா குடும்பத்தில் சற்றேறக்குறைய எல்லோரையும் சந்தித்திருக்கிறேன். அல்லது சந்தித்தவர்களுடன் இருந்திருக்கிறேன்

என்பதால் நெருக்கமான கதைகள் எனக்குக் கொஞ்சம் தெரியும். என் ஆரம்ப கால பத்திரிகை பணியின்போது தினகரனையும் பார்த்திருக் கிறேன். மேரியட் ஹோட்டலில் ரூம் போட்டு நாகரிமாக கட்டிங் வாங்கியவர்களையும் தெரியும். பெரம்பலூரில் ஒருத்தர், போகும் போது வீட்டுக்கு ஒரு லாரி செங்கல் அனுப்பி வச்சுருங்க என்று கட்டிங் போட்டதும் தெரியும். அண்ணன் வண்டிக்கு டீசல் அடிச்சு விடச் சொன்னார் என்று தலையைச் சொறிந்தவர்களையும் பார்த்திருக்கிறேன்.

ஒரு முழு மது பாட்டிலுக்காக நாள் முழுவதும் காத்திருப்பவர்க ளையும் காண முடியும். எதற்காகச் சொல்கிறேன் என்றால், எல்லா தட்டிலும் அவர்கள் ஆட்கள் இருக்கிறார்கள். அவர்கள் குடும்பத்திலும் ஒரு ரூபாய் அரிசியும் இருக்கிறது. நயம் பொன்னி அரிசியும் இருக்கிறது. அவர்களுக்குத் தோதான அளவுகளில் கட்டிங் போட்டுக் கொண்டார்கள். அதனாலேயே அவர்கள் மன்னார்குடி கம்பெனிக்காரர்கள் என அறியவும் பட்டார்கள்.

இப்படி பொத்தாம் பொதுவாகச் சொல்வது குறித்து அந்த ஊர்க்காரர்கள் ஏற்கெனவே கோபித்துக் கொண்டிருக்கிறார்கள் என்பதால் இனி அப்படிச் சொல்லமாட்டேன். கும்பினிக்காரர்கள் என்று வேண்டுமானால் வைத்துக்கொள்ளலாம்.

இந்தப் பெரிய ஆலமரத்தில் தினகரன் மட்டும் உண்மையிலேயே இப்போது கொஞ்சம் தனித்துத் தெரிய ஆரம்பித்திருக்கிறார். அரசியல் தரகர்கள் என எவ்வளவு காலம்தான் குற்றம் சாட்டப் போகிறோம்? மற்றவர்கள் எப்படியோ?

நியாயமாகச் சொல்ல வேண்டுமெனில் தினகரன் அடுத்த கட்டத்திற்குத் தன்னை நகர்த்திக் கொண்டுவிட்டார் என்றுதான் தோன்றுகிறது. மனமுவந்து அந்த கிரெடிட்டை அவருக்குக் கொடுத்து விடலாம். அந்தக் குடும்பத்திலேயே ஜெயலலிதாவால் முதலில் அரசியலுக்குக் கொண்டுவரப்பட்டவர் அவர் என்பதும் குறிப்பிடத்தக்கது. இந்திய அரசியலமைப்பு வழங்கும் பதவிகளை அவர் அனுபவித்தவரும்கூட. ஆரம்ப காலகட்டத்தில் அவரைப் பார்த்தபோது அந்தக் குடும்பத்திற்கே உரிய கல்யாணக் குணங்கள் அவரிடமும் இருந்தன. இப்போதுகூட அது இருக்கலாம், யார் கண்டது?

ஆனால் அவர் பொதுவெளியில் இப்போது காட்டும் சித்திரம் அவரது பழைய சித்திரத்திற்கு நேரெதிரானது. அவரைக் கூர்ந்து பார்த்தவர் களுக்கு அது நன்றாகப் புரியும். வழக்கறிஞர் ஜோதியிடம் பலான வார்த்தைகளால் வம்பு வளர்த்தவராக இருந்தவர்தான். ஆனால் அதற்காகவா அறியப்படுகிறார் இப்போது? இத்தனை

களேபரங்களையும் மீறி இருபத்து சொச்சம் பேரை அவரால் எப்படித் தன் பின்னால் அணி வகுக்க வைக்க முடிகிறது?

காசு என்று உடனடியாக முடிவிற்கு வந்துவிடக் கூடாது. உண்மையில் தினகரனுக்கு நிகராகவே தினகரனை எதிர்த்து அரசியல் செய்பவர்களும் காசு வைத்திருக்கிறார்கள். அதைக் காப்பாற்றுவதற்காகதான் பம்முகிறார்கள் என்கிற கோணமும் இருக்கதான் செய்கிறது. பேரங்களை மீறி அவருடன் நிற்கிறார்கள் என்றால் அதற்குப் பின்னால் ஒரு நம்பிக்கையூட்டும் செயல் இல்லாமல் இருக்கவே இருக்காது. கொலைகாரர் என்று நீங்கள் ஓங்கி யார் மீதாவது முத்திரை குத்தினால்கூட அவர்களோடு ஆயுதம் தரிக்க ஆட்கள் இருக்கதான் செய்வார்கள். தாங்கள் நம்புவதை நம்புகிறார்கள் அவர்கள்.

தினகரன் விஷயத்திலேயே அவர்கள் அவரைத் தகுதியானவராகதான் பார்க்கிறார்கள். தினகரன் அரசியல் ஓய்வில் இருந்தபோதும் அவர் கட்சிக்காரர்களுடன் தொடர்பில்தான் இருந்தார். இப்போது அவர் வெளிப்படையாகக் காட்டும் முகம் உண்மையிலேயே ரசிக்கும்படி இருக்கிறது. அவர் எதற்கும் அஞ்சுகிற மாதிரி காட்டிக் கொள்ளவில்லை. உண்மையில் எல்லோருக்கும் அச்சம் இருக்கதானே செய்கிறது? அச்சமற்றவர் என காட்டப்படும் ஜெயலலிதாவிற்கு அச்சம் இருந்தது இல்லையா?

பல்வேறு நெருக்கடிகளுக்கு இடையிலும் அவர் நிதானம் தவறாமல் பேசும் பாங்கு பிடித்திருப்பதாக போகிற இடங்களில் நிறைய பேர் சொல்கிறார்கள். சந்தேகம் இருந்தால் நீங்களே விசாரித்துத் தெரிந்து கொள்ளுங்கள். கட்சியில் ஒரு பிரிவினர் அவரோடு நின்று குரலெழுப்புகிற காட்சிக்கு மட்டும் கண்ணை மூடிக் கொள்கிறோமே ஏன்? அவ்வளவு பலான காட்சியா அது? அவர் சாதுர்யமாக அரசியல் காய்களை நகர்த்தவும் தெரிந்திருக்கிறார். பிடித்து உள்ளே போட்டீர்கள் அவரை. வெளியே வந்து நின்று பேசினார் இல்லையா?

திறமையில்லாத ஒருத்தரை அரசராகப் போட்டால்கூட நாற்காலியைக் கோட்டை விடுவார். திறமையான ஒருத்தரை ஜெயிலில் போட்டால் கூட திமிறிக்கொண்டு எழுந்து வந்துவிடுவார். ஓ.பி.எஸ்ஸிற்கு மத்திய அரசு அவ்வளவு வாய்ப்புகளைக் கொடுத்தபோதுகூட அவரால் பெரும்பான்மையைப் பிய்த்துக்கொண்டு வர முடியவில்லையே... அதனால்தான் சொல்கிறேன். நடப்பதை ஒரு ஆட்டம் என்றே வைத்துக்கொள்வோம். அதில் ஒரு கண்ணிற்கு வெண்ணெயையும் இன்னொரு கண்ணிற்கு விளக்கெண்ணெயையும் வைக்கும் போக்கு தவறில்லையா?

''பத்து பேரை கூட வைத்திருந்த ஓபிஎஸ் வெளியே வரும்போது கைதட்டி ஆரவாரம் செய்தீர்கள். இப்போது நாங்கள் இருபது பேர் வந்திருக்கும்போது ஏன் சப்போர்ட் செய்ய மறுக்கிறீர்கள்?'' என அவருடைய ஆட்கள் கேட்பதைக் கூர்ந்து கவனியுங்கள். கறை படிந்தவர்கள் அவர்கள் என்று சொல்லலாம். ஆனால் இந்த ஆட்டத்தை ஆடும் தலைமை மீது கறை இல்லையா என்று சொல்லுங்கள்? அவர்களுக்கு சட்ட வாய்ப்பு தரவேண்டிய இடங்களில் தார்மிகம் பேசுகிறார்கள். தார்மிகம் பேச வேண்டிய இடங்களில் சட்டம் பேசுகிறார்கள்.

பொதுவாகவே எழவு வீட்டில் மட்டும் அரசியல் செய்யக்கூடாது என்பார்கள். கல்யாண வீட்டில்கூட அடித்துக் கொள்வார்கள். எழவு வீட்டில் வெட்டிக் கொண்டவர் குத்திக் கொண்டவர்கள்கூட அமைதியாகத் தங்களது கைகளை உறவினர்களின் உள்ளங்கைகளில் பதிப்பார்கள். ஆனால் இங்கே எழவு வீட்டில்தான் நியாயமே இல்லாத அரசியலைச் செய்கிறார்கள். மக்களின் நலனுக்காக என்று சொல்வதையெல்லம் சந்திர மண்டலத்தில் இருந்து இறங்கி வருபவர்கள்கூட நம்ப மாட்டார்கள். அதையும் மீறி, தகுதியுடையதாக இருப்பது தப்பி முளைத்து வருவதை வரலாறு நெடுக பார்த்துக் கொண்டுதானே இருக்கிறோம்?

தன்னை வேறொரு வகையில் மாற்றிக்கொண்டு வந்து இப்போது முன்னால் நிற்கும் தினகரனை ஆதரிப்பதில் என்ன சிக்கல்? அவர் அறத்தின் பக்கம் நிற்கவில்லை. ஒட்டுமொத்த கூட்டு மனசாட்சியும் அறம் என்று வடிவமைத்ததன் பக்கம் அவர் நிற்கவில்லை. சுருக்கமாகச் சொன்னால் சர்ச்சினுடைய குரலாக அறியப்படவில்லை. சாத்தானின் குரலாக அறியப்படுகிறார். எது சர்ச்சினுடையது, எது சாத்தானுடையது என்பதை யார் தீர்மானிக்கிறார்கள் என்கிற கேள்வியைக் கேட்டால் என்னிடம் உண்மையிலேயே பதிலில்லை.

ஆனால் ஒட்டுமொத்தமாகப் பார்த்தால், நேர்மையற்ற ஆட்டம் இது. அவர்கள் சிங்கங்களோ, குரங்குகளோ... எப்படி வேண்டுமானாலும் இருந்துவிட்டுப் போகட்டும். கூண்டைத் திறந்து விடுங்கள். தகுதியுள்ளது தப்பிப் பிழைக்கட்டும். அறம் என்ன என்பதைக் காலம் தீர்மானிக்கட்டும். அறமற்றவர்கள் சேர்ந்து அறத்தைத் தீர்மானிக்கக் கூடாது. அரசியல் பிழைத்தோர்க்கு அறம் கூற்றாகட்டும்.

12

நட்சத்திரங்கள் அறியுமா களம்?

ரஜினி, கமல் இருவருக்கும் சேர்த்துச் சொல்லப்படுவதுதான் இது. கடுமையான நெருக்கடிகளுக்கு நடுவிலும் தினகரனுடன் ஏன் ஆட்கள் நிற்கிறார்கள்? என்ன காரணம்? பணம்ங்க பணம். பொருளில்லாருக்கு அரசியல் இல்லை. எல்லா கட்சிகளும் ரியல் எஸ்டேட் பண்ணியாவது சம்பாதித்து வைத்திருக்கிறார்கள்.

பெரிய கட்சிகளைக் கேட்கவே தேவையில்லை. நீங்கள் ஒரு கொடிக் கம்பம் நாட்ட கூட நாற்பது பேருக்குக் கறிச் சோறு வாங்கிக் கொடுத்து அழைக்க வேண்டும். இன்னின்ன கூட்டத்திற்கு இன்னின்ன காசு என மக்களே டேரிஃப் கார்டு போட்டிருக்கிறார்கள். அரவக் குறிச்சியில் ஏ.சி மிஷின் வாங்கித் தந்தால்தான் ஓட்டுப் போடுவோம் என ஒரு குடும்பம் சொன்னதாம். அதையும் தரத் தயாரானவர்கள் ஏற்கெனவே இருக்கிறார்கள். இலட்சம் கோடிகளை வைத்திருக்கிறவர்கள் அவர்கள். உங்க ஆட்கள் இப்போது இதை வைத்து சம்பாதித்துவிடலாம் என்கிற கனவில் இருப்பவர்கள். மலை முழுங்கி மஹாதேவன் களிடம் உங்க ஆட்களின் ஜம்பம் பலிக்காது.

உங்கள் ஆட்களை பூத் வாசலிலேயே நிறுத்தி கரெப்ட் செய்து விடுவார்கள். உங்களிடம் இருக்கும் பணம் ஒரு தேர்தலுக்குக்கூட போதாது. ஒரு எம்.எல்.ஏ தொகுதித் தேர்தலுக்கு, மிகக் குறைந்தது பத்து கோடி செலவழிக்க வேண்டும். காசு கொடுத்தாலும் காலில் விழுந்து கதற வேண்டும். மிதப்பாய் அப்புறம் 'ஆண்டவன் சொல்றாப்டி', அல்லது புரியாத கவிதையெல்லாம் எழுத முடியாது. ஆண்டவனே வந்தாலும் ரெண்டு நாட்களில் நம்ம ஆட்களுக்குப் புளித்துவிடும்.

என்ன பாஸூ என தோளில் கைபோட்டு விடுவார்கள். டீவியிலேயே பெரும்பாலும் பார்த்து விடுவதால் பிரமிப்பு உடனடியாக பலூன் போல் வெடித்துவிடும். நகைக் கடையில் நடிகைகளைப் பார்க்க முண்டியடிப்பார்கள்தான். ஆனால் பெண்ணெடுக்க மாட்டார்கள். அதே மாதிரி பணம் என்று வரும்போது முச்சந்தியில் நிறுத்தி விடுவார்கள். தவிர ஆர்கனைஸ்ட் செட்டப்புகளை உடைக்க வேண்டுமெனில் மிகப் பெரிய அலை இருக்க வேண்டும். அது தமிழகத்தில் இருக்கிறதா என்று நீங்களே சொல்லுங்கள். எடுத்த எடுப்பிலேயே டிக் அடிக்க வேண்டும். இல்லாவிட்டால் ஸ்பான்சர்கள் கழன்று கொள்வார்கள். அப்புறம் கூட்டணிக்குக் கூழைக் கும்பிடு போடவேண்டும். ஆழ்வார்பேட்டையையும் மத்திய சென்னையை யும் விட்டு விட்டு சம்பந்தமே இல்லாமல் சங்கரன் கோவிலை தலையில் கட்டுவார்கள். அதற்கும் நாலு பேர் முறுக்கிக்கொண்டு காசையும் வாங்கிக்கொண்டு தேர்தல் வேலை பார்க்காமல் கம்பியை நீட்டுவார்கள். தேவையா?

மொத்தத்தில் கனவு நல்லதுதான். எனக்கும்கூட கிளுகிளுப்பாக இருக்கதான் செய்கிறது. ஆனால் யதார்த்தம் வேறாக இருக்கிறது. சோகமானதுதான். என்ன செய்ய? போதைக்கு ஊறுகாய் மாதிரி தேரை இழுத்துக் கிளுகிளுப்பாய்த் தெருவில் விட திட்டமிடுகிறார்கள். பார்த்துச் சூதானமாக நடந்து கொள்ளுங்கள். உங்களுக்குத் தெரியாத சட்டம் ஒன்றுமில்லை யுவர் ஹானர்ஸ்!

13

எம்.பி.யும் கரிசல் வாழ்வும்

இன்னொரு தேசத்தின் விமான நிலையத்தில் வைகோ தனியாக அமர்ந்திருக்கும் புகைப்படம் வரைந்திருக்கும் ஒரு சித்திரத்தை நேற்றிலிருந்து சிந்தித்துக் கொண்டிருக்கிறேன். எல்லோரையும்விட என்னை இந்தச் சம்பவம் வருத்தமுறச் செய்திருக்கிறது. எங்கள் ஊர்க்காரர். எங்களுக்கு எம்.பி. என்றால் அவர்தான். ஒரு தடவை சிவகாசி பட்டாசுத் தொழிற்சாலை உரிமையாளரிடம் பேசிக் கொண்டிருந்தபோது, எங்க எம்.பி. ஜெயிச்சா அவருக்கு எதிர்நிலையில் இருக்கிற கட்சி மத்திய அரசாக இருக்கும் என்றார்.

எல்லோருக்கும் அவர் மீது ப்ரியம் உண்டு. அரசியல் ரீதியில் ஆதரிக்கத் தயக்கம் ஏன் வந்தது? எங்களது வீட்டிற்கு நேர் எதிரில் இருந்த ஈகா சலூன் அண்ணன், மதிமுக உதயமான போதிலிருந்து இருக்கிறார். ஓட்டுப் போட வரவில்லை என எங்கள் வீட்டாருடன் ஆறு மாத காலம் பேசாமல் இருந்தார். தோற்கப் போகிறார் என்பது தெரிந்தும் அவர்களுக்காகப் போட்டுக் கொண்டிருந்தோம்.

2006 தேர்தலில் கடைசி நிமிடம் வரை திமுக கூட்டணியில் இருந்தார். அதிமுக பக்கம் திடீரென சாயும் மனநிலையை எங்களுக்கு அளித்த பேட்டியில்தான் வெளியிட்டார். அவர் பேசிய முழு விவரம் அடங்கிய டேப்பை கார்டனில் காட்டவேண்டும் என்று சொல்லிக் கேட்டு அப்போது உளவுத்துறைத் தலைவராக இருந்தவர் முட்டி மோதிப் பார்த்தார். தரமுடியாதென மறுத்துவிட்டோம்.

அந்த அணி மாறுதலில் இருந்துதான் சறுக்கல் ஆரம்பித்தது. ஆனால் அப்போது அவர் பெருமிதமாக இருந்தார். ''பிரஸ் மீட்டுக்கு

வந்திருக்கிற கூட்டத்தை பார்த்தீங்களா?'' என ஒப்பன் மைக்கில் தாயகத்தில் வைத்துக் கேட்டார். நான் கூட "இந்தக் கூட்டணி பத்தி உங்க அம்மா என்ன சொன்னாங்க?" என்று கேட்டேன். "பெருமகிழ்வு கொண்டார்'' என்று அவர் சொன்ன பதிலின் உண்மையை அவர் மட்டுமே அறிவார்.

அவர் ஜெயலலிதாவுடன் சேர்ந்ததை எங்கள் ஊர்க்காரர்கள் யாரும் ரசிக்கவில்லை. எங்கள் எல்லோரிடமும் ஏதாவது ஒரு சந்தர்ப்பத்தில் பேசிவிடுவார். யார் வீட்டுக் கல்யாணத்திலாவது போய் நின்று பந்தி பரிமாறுவார். இப்போதுகூட ஒரு கல்யாணத்திற்குக் கிளம்பிப் போனவர்தான். பார்க்கிற இடங்களில் முகத்தைப் பார்த்துச் சிரிப்பார். நாங்களும் அவரைப் போய் நோகடிப்பானேன் என அமைதியாக இருந்துவிட்டோம். ஜெயலலிதா ஆதரவு நிலைப்பாட்டை யாரும் ரசிக்கவில்லை.

அவருக்கு அதற்கான நியாயங்கள் இருக்கலாம். இப்போதுகூட அவர் சசிகலா வகையறாக்களுக்கு சப்போர்ட் செய்வது ரசிக்கும்படியாக இல்லை. அவர் சற்றேறக் குறைய விரக்தியில் இருப்பதாகத் தெரிகிறது. அவர் நேர்மையின் மீது எங்கள் ஊர்க்காரர்களுக்கு எந்தச் சந்தேகமும் இல்லை. அவர் தான் ஜெயிக்க வேண்டும் என்று போராடுவதைதான் விரும்புகிறோம். அடுத்தவன் தோற்க வேண்டும் என்பதையல்ல.

அவர் வீட்டு வரவேற்பறையில் பார்த்துதான் இந்த வாசகங்களை மனப்பாடம் செய்தேன். உண்மையாகச் சொல்கிறேன்.

அது ஒரு ஆப்ரிக்கக் காடு. அங்கே ஒவ்வொருநாள் காலையிலும் ஒரு மானும் சிங்கமும் விழித்தெழுகின்றன. சிங்கம் பசிக்காகவும் மான் உயிருக்காகவும் ஓடியாக வேண்டும். அவரும்கூடதான்.

அவர் பயங்கரக் கோபக்காரர். காரிலிருந்து ஒருமுறை இறக்கி விட்டிருக்கிறார். இதுவும்கூட அவரைக் கோபப்படுத்தும்தான். ஒரு கோபுரத்தைக் கட்டியவரும் அவர்தான். அதைத் தகர்த்தவரும் அவர்தான். 'மீண்டும் கட்டுங்கள் நைனா' என ஒரு ரசிக மனநிலையில் சொல்கிறேன்.

14

குடும்பம் ஒரு பல்கலைக் கழகம்!

ஜெயலலிதா குடும்பத்தினருக்கும் சசிகலா குடும்பத்தினருக்கும் இடையில் ஒரு சுவாரசியமான போட்டியொன்று நடந்து கொண்டிருக்கிறது. பொதுவாகவே ஒரு குடும்பத்தை எடுத்துக் கொண்டால் ஒரு சிலர் அப்படி இப்படி இருப்பார்கள். காசிக்கு சில பேர் ஓடிப் போவார்கள். பத்து வருடம் கழித்து ஜடாமுடியுடன் வந்து நிற்கிறவரைச் சுட்டிக் காட்டி, 'யார் தெரியுதா? உஞ்சித்தப்பன்' என்பார்கள். 'மரை கழன்றவர்கள்' என்கிற வார்த்தையை இந்த இடத்தில் பயன்படுத்துவது பொலிட்டிகலி கரெக்டா என இன்னமும் எனக்கு விளங்கவில்லை. தீபா ஆடிக் கொண்டிருக்கும் விதத்தைப் பார்த்தால் இப்படியெல்லாம் மரை கழன்று எனக்கும் யோசிக்கத் தோன்றுகிறது.

கட்சிப் பொருளாளர்/தலைவர்/செயலாளர் என எல்லா பதவிகளையும் ஒருசேரக் கொண்ட தலைவி இவர் மட்டும்தான் இருக்க முடியும். இன்னும் என்னவெல்லாம் கூத்தடிக்கப் போகிறார் என்று தெரியவில்லை. அவரே அறிவித்துவிட்டார் ஜெயலலிதாவின் வாரிசு நான்தான் என்று. இது இருக்கட்டும். இதற்கு முன்னர் சசிகலா குடும்பத்தில் இருந்து ஒருத்தர் கிளம்பி வந்தது ஞாபகம் இருக்கிறதா? இப்போதுகூட சசிகலா/இளவரசியுடன் சிறையில் இருக்கிறாரே? அவர் பெயர் சுதாகரன். வளர்ப்பு மகன் என்று கூட சொல்வார்கள்.

மிகப் பெரிய ஆட்சி மாற்றம் ஒன்றிற்கும் இப்போது ஜெயலலிதா செத்துப் போனதற்கும் சசிகலா சிறைக்குப் போயிருப்பதற்கும் ஒருவகையில் அவரும்கூட ஒரு காரணம். அவரை மட்டுமே குற்றம்

சொல்ல முடியாது. ஆனால் அந்த ஆடம்பரத் திருமணம்தான் அனைவரது கண்ணையும் உறுத்தியது. அதற்கப்புறம்தான் கருமையின் நிழல் அந்தக் கூடாரத்தில் விழ ஆரம்பித்தது. இவ்வளவு பெரிய அரசியல் மாற்றத்திற்குக் காரணமான ஆள் எப்படி இருந்திருக்க வேண்டும்?

ஆனால் கொஞ்சம்கூட பொறுப்பில்லாதவராக இருந்தார். பணம் அவரிடம் குவிந்து கிடந்தது அப்போது. திமுக ஆட்சிக் காலகட்டத்தில் வழக்குகள் காரணமாக ஜெ-சசி இருவரும் வீட்டிற்குள்ளேயே முடங்கிக் கிடந்தனர். வங்கிக் கணக்குகள் எல்லாம் முடக்கப் பட்டிருந்தன. ஒருகட்டத்தில் முக்கியமான செலவுகளுக்குக்கூட பணம் இல்லை. சுதாகரனை அழைத்து கொஞ்சம் பணம் எடுத்துக் கொண்டு வா என கேட்டபோது, ''உங்க ரெண்டு பேருக்கும் வேற வேலையே இல்லையா?'' என அசிங்கமான வார்த்தை ஒன்றைப் போட்டுத் திட்டியிருக்கிறார். பிடித்தது சனியன் அவருக்கு. அடுத்த முறை ஜெயலலிதா ஆட்சிக்கு வந்த பிறகு கலைஞர் கைதையே இரண்டாவதாகதான் செய்தார். முதல் கைது சுதாகரன்தான். எல்லோருக்கும் அதற்கடுத்து நடந்த காட்சிகள் தெரியும்.

அந்தக் காலகட்டத்தில் சுதாகரன் சின்ன எம்.ஜி.ஆர் மன்றம் என ஒரு அமைப்பை நடத்திக் கொண்டிருந்தார். சின்ன எம்.ஜி.ஆர் என்றுதான் அவரை அப்போது அழைக்கவே வேண்டும். நிஜமாகவே சொல்கிறேன். சுதாகரன் சார் என்று சொன்ன ஒருத்தர் மீது சுடச் சுட டீயைக் கொட்டியிருக்கிறார். வருடா வருடம் அவர் ஒரு கூத்தடிப்பார். குன்னங்குடியில் இருந்து கிளம்பி பழனி வரை பாதயாத்திரை போவார். பதினொரு நாட்கள் நடப்பார்கள். கூட்டம் திரட்டப்படும். ஒவ்வொரு ஏரியாவிலும் பெண்கள் ஆரத்தி எடுக்கத் தயாராக இருப்பார்கள்.

நூறு ரூபாய்க்குக் குறைவாகத் தட்டில் போடவே மாட்டார். வெளியில் அப்படி ஒரு இமேஜை வளர்த்துக் கொண்டிருந்தார். ஆனால் இரவானால் அவர் அடிக்கும் லூட்டிகளுக்குப் பஞ்சமில்லை. பெரிய பெரிய தொழிலதிபர்களையெல்லாம் கொட்டு அடிக்கச் சொல்லி அதற்குத் தோதாக ஆடச் சொல்லுவார். இப்போது ரித்தீஸ் என்று அழைக்கப்படும் முகவை குமாரெல்லாம் அப்படி கொட்டுக்கு ஆட்டம் போட்டவர்தான். இராமநாதபுரம் மாவட்டச் செயலாளர் அவர்தான். ஒரு சிலரை குரங்குபோல துள்ளிக் குதிக்கச் சொல்வார். சிலரை நாய்போல தவழ்ந்து நடக்கச் சொல்வார். இத்தனையும் செய்தார்கள். உண்மையிலேயே சொல்கிறேன் நம்புங்கள். இதற்கு மேல் எழுதினால் அதை வேறொரு கணக்கில் சேர்த்து விடுவீர்கள் என்பதால் நிறுத்திக் கொள்கிறேன்.

அப்படி இருந்த அவர் எப்படி ஆனார் என்பதையெல்லாம் பார்த்திருப்பீர்கள்தானே? உன் வீட்டில் இருந்து மட்டும்தான் லூசுகள் கிளம்பி வருமா? என் வீட்டிலும் இருந்து கிளம்பி வரும் பார் என ஜெயலலிதாவின் ஆன்மா நினைத்திருக்கும்போல. அதை தீபா செய்து வருவதாகவே தெரிகிறது. பெரிய வார்த்தைகளையெல்லாம் சொல்லவில்லை. நெருங்கிப் போய் நின்று பாருங்கள். நீங்களே வெளியே வந்ததும், 'எங்கப்பா அந்த சரவணன் சந்திரன்' என தேடி வருவதற்கு உத்தரவாதம்.

தீபா மட்டுமல்ல பொதுவாகவே இதுபோல நிறைய லெட்டர் பேட் அமைப்புகள் தமிழகமெங்கும் இருக்கின்றன. ஐயாயிரம் ரூபாய் டொனேஷன் கொடுத்தால் பொறுப்பாக பொருளாளர் பதவியைத் தூக்கிக் கொடுத்து விடுவார்கள். சேலம் சித்த வைத்தியர் சிவராஜ்போல போகிற இடங்களில் எல்லாம் மட்டரகமான லாட்ஜைப் பிடித்துப் போடுவார்கள். பாவம் அவர்களும் என்ன வைத்துக்கொண்டா வஞ்சகம் செய்கிறார்கள்? மத்தியான சாப்பாட்டிற்கு யாரை கரெக்ட் செய்யலாம் என திட்டமிட்டுக்கொண்டே, ஆட்சியைப் பிடிப்பது குறித்த டிஸ்கஷன்கள் ஓடும்.

''நம்ம காளியப்பனுக்கு நீங்க பவர்ஃபுல்லான நிதித் துறையக் குடுத்திடணும் பாத்துக்கங்க. அவருக்கு பின்னால பெரிய கூட்டமே இருக்கு'' என்பார் ஒருத்தர். அதன் ஆழ அகலத்தை விசாரித்தீர்கள் என்றால், முதல் நாள் அவர் ஒரு ஆஃப் வாங்கிக் கொடுத்திருப்பார் இவருக்கு. ஊரிலேயே பத்துப் பேர் இருக்கிற கூட்டத்தில் இருந்து முளைத்து வந்திருப்பார் காளியப்பன். வெள்ளையும் சொள்ளையு மாக அவர் ஃபேர் அண்ட் லவ்லி போட்டுக்கொண்டு கிளம்புகிற அழகைத் தெருவே நின்று வேடிக்கை பார்க்கும்.

'போறாம் பாரு வெறும்பய. இவனோட வேட்டி சட்டைய துவைக்கறதுக்கு சோப் வாங்கக்கூட வழியில்லை' என மனைவிமார்களே கிண்டலடிப்பார்கள். அதையெல்லாம் காளியப் பண்ணன்கள் கண்டுகொள்ளவே மாட்டார்கள். அவர்கள் குறிக்கோள் ஒன்றுதான். வீட்டை விட்டு வெளியே காலடி எடுத்து வைத்துவிட்டால், வரும்போது செலவுகள் போக இருநூறு ரூபாயாவது சம்பாதித்துக் கொண்டு வீடு திரும்ப வேண்டும். அவ்வளவுதான். கிண்டலல்ல இது. இதற்குப் பின்னால் ஒரு சமூகப் பிரச்சினையும் இருக்கிறது.

தமிழகத்தில் இருக்கிற எல்லா சாதிகளுமே தங்களுக்கான அரசியல் பிரவேசத்தைத் திட்டமிட்டுக் கொண்டிருக்கின்றன. எல்லோருக்குமே அரசியல் ஆசை இருக்கிறது. ஏதோ ஒருவகையில் தங்களை சக்திமிக்கவர்களாகக் காட்டிக் கொள்வதும் அதன் வழியாக சிறுசிறு எதிர்பார்ப்புகளை நிறைவேற்றிக் கொள்ளவும் செய்கிறார்கள். வசதி

படைத்தவர்கள் திமுக/அதிமுக என செட்டில் ஆகி விடுகிறார்கள். அந்த வாய்ப்புக் கிடைக்காதவர்கள் ரஜினி/விஜய்/அஜீத் என ரசிகர் மன்றங்களில் செட்டில் ஆவார்கள்.

அதிலும் வாய்ப்பு கிடைக்காதவர்கள் எட்டாம் படி கருப்பசாமி கோயில் பொங்கல் விழாக் கமிட்டித் தலைவர்களாக இருப்பார்கள். தரமான டிக்கெட்டுகள் எல்லாம் மேல் நோக்கி நகர்ந்து விடுவார்கள். அதிலும் வாய்ப்பு கிடைக்காதவர்கள் பாவம் என்ன செய்வார்கள்? அவர்கள்தான் சின்ன எம்.ஜி.ஆர் என கொட்டடித்து குத்தாட்டம் போடுவார்கள். நேற்றுகூட ஒரு டீ.வியில் தீபா பேரவையிலிருந்து ஒருத்தர் வந்து பேசிக் கொண்டிருந்தார். ''காளியப்பண்ணே, மதினி சௌக்கியமா இருக்காகலா...'' என கூவ வேண்டும்போல் இருந்தது.

ஆனால் இவர்களும் ஏதோ ஒரு நம்பிக்கையில்தான் ஒரு அமைப்பை நாடி வருகிறார்கள். அது துலங்க வேண்டும் என எதிர்பார்க்கிறார்கள். ஆனால் ஒரு விஷயம் மட்டும் இவர்களுக்குப் புரிவதேயில்லை. தொண்டர்கள் லூசாக இருந்தால் அது அந்த அமைப்புக்கு நல்லது. ஆனால் தலைவர்கள் அப்படி இருந்தால் என்னாகும்? பொதுவாகவே தமிழகம் முழுக்க சிறு சிறு வேலைகளை முடித்துக் கொடுக்கும் புரோக்கர்கள் என்கிற லேயர் உருவாகி விட்டது. அது ஒரு தொழிலாகவும் வளர்ந்துவிட்டது. அதைத் தப்பென்று சொல்வதற்கு நான் யார்? இவர்களுக்குத் தேவை ஒரு அடையாள அட்டை. அந்த அட்டையில் அவர்களின் பெயருக்குக் கீழே ஏதாவது எழுதியிருக்க வேண்டும்.

மதிக்கிறார்களோ இல்லையோ, லோக்கல் போலீஸ் ஸ்டேஷனில் போய் அதைத் தூக்கி டேபிளில் போட வேண்டும். அங்கிருக்கிற ஏட்டையா, ''வாங்க அப்படியே ஒரு வடைய கடிச்சிக்கிட்டே பேசுவோம்'' என அழைத்துக்கொண்டு வெளியே போவார். இன்ஸ்பெக்டர் கண்ஜாடை காட்டியதையெல்லாம் காளியப் பண்ணன்கள் பார்த்தாலும் பார்த்தது மாதிரி காட்டிக் கொள்ளவே மாட்டார்கள். அதைப் போலவே நாமும் அதைப் பார்த்தாலும் பார்த்தது மாதிரியே காட்டிக் கொள்ளக்கூடாது. யானை வாழ்கிற காட்டில் எறும்பிற்கும் இடமிருக்கிறது என ஒரு வசனம் இருக்கிறது. அதுபோல செங்கோட்டை அண்ணன்கள் இருக்கிற காட்டில் காளியப்பண்ணன்களுக்கும் இடமிருக்கிறது. ஆனால் அடுத்த நிதியமைச்சர் என அறைக்குள் என்ன வேண்டுமானாலும் பேசிக் கொள்ளட்டும். பொதுவெளியில் வந்து அதைச் சொல்லும்போது தான் மதினி திட்டுவதெல்லாம் ஞாபகத்திற்கு வந்து தொலைகிறது. மொத்தத்தில் மதினிமார்களின் கதையை எழுதப் புறப்பட்டால் சந்தி சிரித்துவிடும்.

15

விடாது கருப்பு!

நாளை எடப்பாடி அரசு மீதான நம்பிக்கை வாக்கெடுப்பில் மாற்றங்கள் நிகழலாம் என்கிற காத்திருப்புகளுக்கான பலன் கிடைக்காது என்றே தோன்றுகிறது. அதை மீறி எது வேண்டுமானாலும் நடக்கலாம் என நம்பிக்கொண்டு உட்கார்ந்திருப்பவர்களுள் நானும் ஒருவன் என்பது தனிக் கதை. ஆனால் நிலைமையை பன்னீர் நேற்று ஜெ சமாதியில் நின்றபடி சுட்டிக் காட்டிவிட்டார். இந்த மக்கள் விரோத ஆட்சி 'சிறிது காலத்தில்' தூக்கி எறியப்படும் என்றுதான் சொல்லி யிருக்கிறார். அவருடைய சுருதி குறைந்திருப்பதையும், கிராமம் கிராமமாக சுற்றுப் பயணம் கிளம்பப் போகிறேன் என்று சொன்னதையும் முடிச்சுப் போட்டுப் பார்த்தால் சாதகமான பலன்கள் கிடைக்காது என்கிற முடிவிற்கு அவரே வந்துவிட்டதை உணர முடியும். இது ஒரு பக்கம் இருக்கட்டும். ஒருவேளை எடப்பாடியாரோ அல்லது சின்னம்மாவின் ஒன்று விட்ட சித்தப்பாவின் பேரனின் கொழுந்தியா பையனுக்குச் சம்பந்தி இருக்கிறாரே அவருடைய பெரியப்பா பையன் என யார் வேண்டுமானாலும் வரட்டும். பிரச்சினையில்லை. அதற்கடுத்து அவர்கள் தாண்டவேண்டிய நெருப்பாற்றை நினைத்தால் இப்போதே வயிறு கலங்கிவிடும்.

தீர்ப்பிற்கு பட்டாசு வெடித்தார்கள் இந்தப் பக்கம். எடப்பாடியார் முதலமைச்சரானதற்கு பட்டாசு வெடித்தார்கள் அந்தப் பக்கம். அதெப்படி அம்மாவும் சின்னம்மாவும் குற்றவாளி என்று அறிவிக்கப் பட்ட நிலையில் அவர்களது கட்சியினர் கொண்டாட்டங்களை மேற்கொண்டார்கள் என்று இப்போதே விமர்சனங்கள் எழுந்திருக் கின்றன. அடிமட்டத் தொண்டர்கள் இந்த இரண்டு தரப்பின் மேலேயும்

மெல்ல அதிருப்தியுடன் இந்த விஷயத்தில் முனக ஆரம்பித்திருக்கிறார்கள். அடிமட்டத் தொண்டர்களை விடுங்கள், பல்வேறு கட்சியினர் இந்தக் கேள்வியைக் கேட்கும்போது விவாத அரங்குகளில் வெட்கத்தோடு மையமாக சிரித்து வைக்கிறார்கள் இவர்கள்.

அவர்கள் பார்வையில் நிலையான ஆட்சி அமைந்த பிறகுதான் ஆட்டம் சூடு பிடிக்கும். உச்சநீதிமன்றத் தீர்ப்புப்படி ஜெயா - சசி ஆகியோர் முறைகேடாக சம்பாதித்த சொத்துக்களைப் பறிமுதல் செய்ய வேண்டிய சட்டக் கடமைகள் இந்த அரசிற்கு இருக்கின்றன. சொத்துக்கள் என்றால் அது வெறும் சொத்துக்களல்ல. அந்தச் சொத்துக்கள் எல்லாம் ஒருவகையில் அவர்களுடைய அடையாளங்களாகப் பார்க்கப்படுபவை. உதாரணமாக கோடநாடு எஸ்டேட்டையே எடுத்துக் கொள்ளுங்கள். நான் அங்கே போயிருக்கிறேன். அங்கே என்றால் அதற்கு உள்ளே இல்லை. அதற்கு உள்ளே இருந்தவர்களுக்குள் ஊடுருவி இருக்கிறேன். நிறைய கதைகளைச் சொல்லியிருக்கிறார்கள். இன்னா நாற்பதும் சொல்லியிருக்கிறார்கள். இனியவை நாற்பதும் சொல்லியிருக்கிறார்கள்.

ஜெயலலிதாவிற்கு அங்கிருந்த தேயிலை ஃபேக்டரியை நவீனப்படுத்த வேண்டும் என்கிற தணியாத தாகம் இருந்திருக்கிறது. அதைப் பற்றி அவர் உரையாடலில் ஈடுபட்டிருக்கிறார். அந்த எஸ்டேட் அவர்கள் இருவரது அடையாளங்களுள் ஒன்று. அங்கே அவர்கள் சுதந்திரமாகச் சுற்றித் திரிந்திருக்கின்றனர். சசிகலாவை சுடிதாரில் அங்கே பார்க்க முடியும் என எஸ்டேட்டில் சொல்கிறார்கள். ஜெயலலிதா தனக்குப் பிடித்த வெள்ளைச் சுடிதாரில் வந்த காட்சியை எல்லோரும் புளகாங்கிதத்தோடு சொல்கிறார்கள். சுடிதாரெல்லாம் ஒரு மேட்டரா என்றால், இல்லைதான். அவர்களுக்கு அந்த இடத்தோடு இணைந்த பிணைப்பைச் சுட்டிக் காட்டுவதற்கு என்னிடம் இந்தக் கதைகள் மட்டுமே இருக்கின்றன என்பதால் இதைச் சொல்கிறேன். இனியவை நாற்பதில் வரும் கதை இது. இன்னா நாற்பதைச் சொன்னால் நாடு தாங்காது.

கோடநாடு மட்டுமல்ல, அவர் ஆசை ஆசையாய்க் கட்டிய வேதா இல்லத்தில் பாதி செங்கல்களைப் பிடுங்க வேண்டியிருக்கும். அடிமனை தவிர பிற பகுதிகளைப் பெயர்த்து எடுத்துக்கொண்டு போய் கோர்ட்டில் ஒப்படைக்க வேண்டும். சிறுதாவூரை ஒப்படைக்க வேண்டியிருக்கும். சிறுதாவூருக்கு ஒருதடவை சர்ச்சைகள் வந்தபோது சாகசப் பயணமாகப் போய்ப் பார்த்திருக்கிறேன். பஞ்சமி நிலங்கள் என சர்ச்சை வந்தது ஞாபகம் இருக்குமே? மகாராஜா மற்றும் மகாராணியாக தங்களை நினைப்பவர்களால் மட்டுமே அப்படி ஒரு

பங்களாவைக் கட்ட வேண்டும் என்கிற நினைப்பே வரும் என்றால் பார்த்துக் கொள்ளுங்களேன். ஆக அத்தனையும் ஒப்படைக்க வேண்டும். இது அரசியல் ரீதியிலான ஆட்டம் கிடையாது. சட்டப்படியான நிறைவேற்றியே ஆகவேண்டிய நடவடிக்கை. நிலையான இந்த அரசு இந்த விஷயத்தில் கைவைத்தே ஆகவேண்டிய கட்டாயத்தில் இருக்கிறது. அங்கேதான் சிக்கல் ஆரம்பிக்கிறது. ஏற்கெனவே பட்டாசு வெடித்ததற்கு அவர்கள் அடிமட்ட ஆட்களிடம் விளக்கங் களைக் கொடுத்துக் கொண்டிருக்கிறார்கள். அந்த முட்டாள் கூட்டத்திற்கு 'இது சட்டப்படியான நடவடிக்கையப்பா' என்றெல்லாம் சொல்லி விளங்க வைக்க முடியாது. அதெல்லாம் செய்ய மாட்டோம் என நீதிமன்றத்தில் முறுக்கிக் கொள்ளவும் முடியாது. என்ன செய்யப் போகிறார்கள்? உண்மையிலேயே பத்ம வியூகத்தில் மாட்டிக் கொண்டார்கள். வெளியே வரவே முடியாது.

இது ஒருபக்கம் இருக்க, ஏகப்பட்ட சட்டரீதியிலான குடைச்சல் களைக் கொடுக்க பா.ஜ.க தயாராகி விட்டதாகவே தோன்றுகிறது. நேற்றிலிருந்து பா.ஜ.க ஆட்கள் பொங்கிப் பொங்கிப் பேசுவதைக் கவனித்துப் பாருங்கள். தமிழக நலன் சார்ந்த திட்டங்களில் இனி மத்திய அரசின் ஒத்துழைப்பு எந்தளவிற்குக் கிடைக்கும் என்பதும் கேள்விக்குரியதே. எல்லா பக்கங்களில் இருந்தும் குடைச்சல்கள் துவங்கிவிடும். ராம் மோகன் ராவ், சேகர் ரெட்டி சம்பவங் களெல்லாம் மெல்ல கசியும். ஜெயா மரணம் குறித்து அவ்வப்போது அதிகாரபூர்வம் அல்லாத தகவல்கள் ரெக்கை கட்டிப் பறக்கும். கட்சி யார் கட்டுப்பாட்டில் இருக்கிறது என்கிற அடிபிடிகள் அரங்கேறத் துவங்கும். கட்சித் தேர்தலை நடத்த வேண்டிய கட்டாயத்தை எப்படித் தவிர்க்கப் போகிறார்கள் என்பதும் கேள்விக்குறி. பன்னீர் வந்தால் மட்டும் சரியாகிவிடுமா? பன்னீர் இருந்தால் குடைச்சல்கள் மட்டுப்படும். ஆனால் சட்ட விஷயத்தில் பன்னீரும் மாட்டிக்கொண்டு தர்மசங்கடத்தில் நெளிய வேண்டிய தேவை இருக்கும். அதேபோல் பன்னீரை கரெக்ட் செய்ததுபோல, எடப்பாடியாரை கரெக்ட் செய்வதற்கும் வாய்ப்புகள் இருக்கின்றன. அதனால் எப்போதும் எடப்பாடியாரைச் சுற்றி சந்தேகத்தின் கண்கள் படிந்திருப்பதால் அவரால் அழுத்தங்கள் இன்றி பணியாற்ற முடியுமா என்கிற கேள்வி எழுந்தபடியே இருக்கும்.

மொத்தத்தில் அதிமுக என்கிற இயக்கம் அதன் இறுதிக்கட்டப் போராட்டத்தில் இருக்கும் ஒரு இயக்கமாகப் பார்த்தால் அதை அவ்வளவு எளிதாக அழித்து விட முடியாது. ஆனால் வலுவான தலைவர்கள் இல்லாத நிலையில், வெறும் தலையாட்டி பொம்மை கள் இவ்வளவு எதிர்ப்புகளை எப்படிச் சரிகட்டப் போகிறார்கள்

என்பதை நினைத்தாலே தலை சுற்றுகிறது. காலில் விழுவதற்கும் டயரில் தலையைக் கொடுப்பதற்கும் மட்டுமே இதுவரை அவர்கள் பழக்குவிக்கப்பட்டிருக்கின்றனர். இப்போது மத்திய அரசு, எதிர்க்கட்சிகள், நீதிமன்றங்கள் ஆகியவற்றை எதிர்த்தெல்லாம் கம்பு சுற்றச் சொன்னால் என்ன நடக்கும்? நீங்களே யோசித்துக் கொள்ளுங்கள். சிக்கிச் சின்னாபின்னப்பட்டு விடுவார்கள். அதைதான் மற்ற கட்சிகள் கைகட்டி நின்று வேடிக்கை பார்க்கின்றன. ரியல் எஸ்டேட் தொழில் சுத்தமாகப் படுத்துவிட்டதால் வருமானத்திற்கு வழியில்லை என்பதால் சில உதிரிகள் பணம் பண்ணுவதற்காக அவர்களை ஆதரிக்கலாம். ஆனால் அரசியல் ரீதியிலாக பெரிய ஆதரவுகள் இனி அவர்களுக்குக் கிடைக்கப் போவதில்லை என்பதையும் பார்க்க வேண்டும். தலைமைச் செயலாளர் அறைக்குள் நுழைந்தபோது ஓங்கிக் குரல் கொடுத்த மம்தாபோல இனி எந்த தீதிகளும் சப்போர்ட் செய்ய வரப் போவதில்லை. இனி அவர்களுக்கு சப்போர்ட் செய்வதும் கரும்பு பிழியும் எந்திரத்தினுள் தலையைக் கொடுப்பதும் ஒன்றுதான் என்பதைப் புரிந்துகொண்டு விலகி நிற்கிறார்கள். மொத்தத்தில் அவர்கள் ஒரு இருண்ட காலத்திற்குள் அடியெடுத்து வைக்கிறார்கள். தமிழக வரலாற்றில் களப்பிரர்கள் காலத்தைதான் இருண்ட காலம் என்று இதுவரை எடுத்துச் சொல்லிக் கொண்டிருக்கிறோம். அது தவறு என்கிற தியரியும் இருக்கிறது. ஒரு சுவாரசியத்திற்காக மட்டுமே இந்த இடத்தில் சொல்கிறேன். இனி இந்தக் காலத்தைச் சொல்வோமா என்று தெரியவில்லை.

கடந்த தேர்தலில் அதிமுக வெற்றி பெற்ற செய்தி வந்தபோது, அருகில் இருந்த அனுபவசாலி இப்படிச் சொன்னார். ''அணையப் போகிற விளக்கு பிரகாசமாகதான் எரியும்.'' அவர் விட்டது சாபமா, நிதர்சனமா என்பதை நான் அடித்துச் சொல்ல விரும்பவில்லை. வழக்கமாக பத்திரிகைகளில் முடிவு சொல்ல முடியாத விஷயங்களை முடிக்க நினைக்கிறபோது அரதப்பழசான டெம்ப்ளெட் ஒன்றைப் போட்டுவிட்டுத் தப்பித்துக் கொள்வோம். அதையே நானும் சொல்கிறேன். ''காலம்தான் அதை முடிவு செய்யும்!''

16

நிறம் மாறும் பச்சை

பத்திரிகையுலகில் ஒரு பிரபலமான ஜோக் ஒன்று உண்டு. தமிழகக் கிராமப்புற மக்களின் வெள்ளந்தியான அரசியல் புரிதலுக்கு இதுவரை இருக்கிற மிகச் சரியான உதாரணமும் அதுதான். மறைந்த முன்னாள் முதல்வர் ஜெ. ஜெயலலிதா உயிரோடு இருந்தபோது, பல்வேறு அடக்குமுறைகளில் அவரது அரசு ஈடுபட்டுக் கொண்டிருந்தபோது, உசிலம்பட்டி அருகில் ஒரு மூதாட்டியைப் பேட்டியெடுத்ததாகச் சொல்லப்படுகிற கதை இது. "ஜெயலலிதாவுக்கு ஓட்டு போடவே மாட்டேன்" என்று சொல்லியிருக்கிறார் அந்த மூதாட்டி. "அப்புறம் யாருக்கு ஓட்டு போடுவீர்கள்" என்கிற பதில் கேள்விக்கு அந்த மூதாட்டி, "அதுல என்ன சந்தேகம் ரெட்டலைக்குத் தான் ஓட்டு போடுவேன்" என்று பதில் சொன்னதாகச் சொல்வார்கள். இது உண்மையா, பொய்யா என்று தெரியாது.

ஆனால் தென்தமிழகம், அதிலும் குறிப்பாக ஜல்லிக்கட்டு நடைபெறும் பகுதிகளாக அறியப்படும் பகுதிகள் அதிமுகவின் கோட்டை என்பதை அந்த ஊர்களில் ஓடும் மினி பேருந்தைக் கேட்டால்கூட சொல்லி விடும். சில நேரங்களில் தேர்தல் கணக்குகள் மாறியிருக்கலாம். ஆனால் அதிமுகவின் அந்தக் கோட்டையை நிரந்தரமாக அரித்து எடுக்க முடிந்ததில்லை.

இந்த தமிழ் வசந்தம் தொடங்குவதற்கு சில நாட்களுக்கு முன்பு அதே தென்மாவட்டங்களில் பயணம் செய்தபோது வேறு சில காட்சிகளைக் காண முடிந்தது. இளநீர் கடையொன்றில் முதிய தம்பதியினரைச் சந்தித்தபோது, அவர்கள் கையில் இரட்டை இலையைப் பச்சை

குத்தியிருந்தார்கள். ஜெயலலிதாவின் அகால மரணம் அவர்களைக் கடுமையாகப் பாதித்திருந்ததை உணர்ந்துகொள்ள முடிந்தது. அவர்கள் இருவரும் அதிமுகவின் தற்போதைய பொதுச் செயலாளர் வி.கே. சசிகலாவிற்கு எதிரான மனநிலையில் இருப்பதை எடுத்த எடுப்பிலேயே உணர்ந்துகொள்ள முடிந்தது. அவர்கள் பேசியதைச் சத்தியமாக அச்சில் ஏற்ற முடியாது. ஜெயலலிதா கொலை செய்யப் பட்டதாகவே நேரடியாகக் குற்றம் சாட்டினார்கள். இனி இரட்டை இலைக்கு வாக்களிக்கப் போவதில்லை என தீர்மானமாகச் சொன்னார்கள்.

அவர்கள் உதயசூரியனுக்கு வாக்களிக்கப் போகிறார்களா அல்லது வேறு சின்னங்களுக்கு வாக்களிக்கப் போகிறார்களா என்பது அவர்களது கடைசி நேர மனநிலையைப் பொறுத்தது. ஆனாலும் அவர்கள் தெளிவாக இவர்களுக்கு இல்லை என்று முடிவெடுத்திருக் கிறார்கள். இந்த மனநிலை மெல்லத் தென் மாவட்டங்கள் முழுக்கப் பரவியிருக்கிறது. அதிமுகவின் கோட்டை என கருதப்படும் இடங்களில் எல்லாம் இது போன்ற அல்லது இதற்கு நிகரான காட்சிகளைப் பார்க்க முடிகிறது. மக்களின் வெறுப்பு இந்த அரசின் மீதும், இந்த அரசை மறைமுகமாக ஆட்டிப் படைப்பவர்களின் மீதும் பாம்பு கடிபட்ட பீர்க்கன் செடியைப்போல பரவியிருக்கிறது.

இந்த வெறுப்பைச் சரிகட்டுவது எளிதான காரியமில்லை என்பது சம்பந்தப்பட்டவர்கள் அனைவருக்கும் தெரியும். ஜெயலலிதாவின் அண்ணன் மகள் ஜெ. தீபாவின் வீட்டிற்கு அருகில் தினம்தோறும் குறைந்தது நூறு பேராவது கூடுகிறார்கள். அவர்கள் அத்தனை பேரும் அதிமுகவின் கரை வேட்டியோடு தென்படும் எளிய முகங்கள். இதுவரை வெளிச்சத்திற்கே வந்திராத ஒரு இளம்பெண் மீது நம்பிக்கை வைத்து அவர்களால் எப்படி ஒன்றுகூட முடிகிறது? உண்மையைச் சொல்ல வேண்டுமெனில், சசிகலாவிற்கு எதிராக யார் முஷ்டியை முறுக்கிக்கொண்டு நின்றாலும் அவர்களுக்குப் பின்னால் அணி திரள்வதற்கு ஒரு கூட்டம் தயாராகவே இருக்கிறது என்பதை தான் இந்த அணி திரள்தல்கள் உறுதிப்படுத்துகின்றன.

அதிமுகவின் மிகப் பெரிய கோட்டையான மணப்பாறையில் மருந்திற்குக்கூட சசிகலா படம் தாங்கிய பேனர்களைப் பார்க்க முடியவில்லை. மாறாக தீபா எல்லா பேனர்களிலும் மர்மமாகப் புன்னகைக்கிறார். திரண்டு உருண்டெழுந்து வரும் இந்த வெறுப்பை எப்படி அணைபோட்டுத் தடுப்பது என திக்கித் திணறிக் கொண்டிருந்த போதுதான் அவர்களுக்கு இந்த வாய்ப்பு கிடைத்தது.

மெரினாவில் அந்தக் குறிப்பிட்ட தன்னார்வத் தொண்டு நிறுவனம் சார்பில் இளைஞர்கள் திரண்டு கொண்டிருந்தபோதே தமிழக அரசால்

தடுத்து நிறுத்தியிருக்க முடியாதா? ஒரு நூறு பேர் திரண்டாலே லத்தியோடு களத்தில் குதிக்கும் காவல்துறை, ஐயாயிரம் பேர் வரை திரண்டும் ஏன் வேடிக்கை பார்த்துக் கொண்டிருந்தது? ஏனெனில் அந்த நேரத்தில் மெரினாவில் தீபா தனிக்கட்சி துவங்கப் போவதாகச் சூளுரைத்துக் கொண்டிருந்தார். ஆட்சியாளர்களின் அவர்களை ஆட்டுவிக்கும் சக்திகளின் காதில் புகுந்த எறும்பைப்போல அங்கு நின்றுகொண்டு, அவர் தனி ஆவர்த்தனம் நடத்திக் கொண்டிருந்தார். அதைத் திசை திருப்ப வேண்டும். இதுபோல எதிர்ப்பாளர்கள் அணி திரள்வதை மட்டுப்படுத்த வேண்டும். அதற்குக் கிடைத்ததுதான் இந்தப் போராட்டம். வேண்டுமென்றேதான் மெரினாவில் இளைஞர்கள் திரள்வதை ஊக்குவித்தார்கள்.

போராட்டமாக மாறும் என்று எதிர்பார்த்தார்களே தவிர, அது வசந்தமாக மலரும் என்பதை எதிர்பார்க்கவில்லை. அதிமுக நினைத்திருந்தால் கடந்த ஆண்டே இந்த அவசரச் சட்டத்தைக் கொண்டு வந்திருக்க முடியும். ஆனால் இப்போதுதான் அது சம்பந்தமான விழிப்புணர்வு வந்ததுபோல, நடந்து கொண்டார்கள். தமிழகம் முழுக்க ஒரு உணர்வுபூர்வமான விஷயத்தைக் கிளறிவிடுவதன் மூலம் எதிர்ப்பை மட்டுப்படுத்தி விடலாம் என தப்புக் கணக்கு போட்டார்கள். அது பூமராங்போல அவர்களுக்கு எதிராகவே அமைந்துவிட்டது. தமிழக முதலமைச்சர் ஓ. பன்னீர்செல்வம் இயல்பிலேயே ஜல்லிக்கட்டு ஆதரவாளர். தன்னுடைய இடத்தை உறுதிப்படுத்திக் கொள்வதற்கான வாய்ப்பாக இந்தப் போராட்டத்தைப் பயன்படுத்திக் கொண்டார்.

உண்மையைச் சொல்லப் போனால் போராட்டம் துவங்கிய இரண்டாவது நாளிலேயே எல்லா குரல்களும் எதிரொலித்துக் கொண்டுதானிருந்தன. ஒருநூறு பேர் திரண்டாலே அதில் அத்தனை வகைமையினரும் இருக்கும்போது, இலட்சம் பேரில் இருக்க மாட்டார்களா? இது அரசிற்கும் நன்றாகவே தெரியும்.

ஒன்று திரண்டிருந்த இந்தக் கூட்டத்தைக் காட்டி ஜல்லிக்கட்டைக் கொண்டுவருவதன் வழியாக, செயல்படாத அரசு, காலில் விழுந்து கொண்டிருக்கும் அரசு என்கிற அதிருப்திகளைச் சரிக்கட்டி விடலாம் என்று நினைத்தார்கள். மாணவர்களின் போராட்டத்தின் வழியாகத் தங்களது அரசியல் தேவைகளையும் பூர்த்தி செய்துகொள்ள விரும்பினார்கள். அவர்கள் நினைத்தவை எல்லாம் நடந்தன. நினைக்காத விஷயங்களும் நடந்தன. ஆரம்பத்திலிருந்து காவல்துறை கட்டுப்பாடாகவே இருந்தது. காவல்துறை சார்பாக இந்தப் போராட்டம் பற்றிக் கருத்துச் சொன்னபோதுகூட, அமைதியான

அறப்போராட்டம் என்றுதான் ஆரம்பத்தில் வர்ணித்தார்கள். காவலர்களும் மாணவர்களும் கூடிக் களித்தார்கள். தங்களுக்குள் உணவுகளைக்கூட பகிர்ந்து கொண்டார்கள். எங்கே இந்த விலகல் ஆரம்பமானது?

ஜல்லிக்கட்டு தொடர்பான அவசரச் சட்டம் வந்துவிடும் என்பது உறுதியாகத் தெரிந்தபிறகுதான் இந்த விலகல் ஆரம்பமானது. இந்த அவசரச் சட்டத்தால் அரசியல் ரீதியிலாக யாருக்குப் பயன் கிடைக்கும் என்கிற கேள்வி வந்த பிறகிலிருந்துதான் இந்த விலகல் ஆரம்பமானது. 'ஜல்லிக்கட்டைக் கொண்டுவந்த வீரத்தாயே' என்று சசிகலா பெயரில் போஸ்டர்கள் எல்லாம் தயாராகிவிட்டன. ஆனால் அதைப் பயன்படுத்த முடியாத துர்பாக்கிய நிலை. மத்திய அரசு ஆரம்பத்தில் இருந்தே இந்த விஷயத்தில் உறுதியாக பன்னீர்செல்வத்தை மட்டுமே ஆதரிக்கிறது. அதிமுக என்கிற பேக்கரியை மட்டும் நீங்கள் வைத்துக் கொள்ளுங்கள் என உறுதியாகச் சொல்லிவிட்டது. சசிகலா முதல்வராவதற்கு நாள் குறித்துவிட்டார்கள். நட்சத்திர பலன்படி நேரம்கூட குறித்துவிட்டார்கள். ஆனால் தசா புத்தி பலாபலன்கள்படி அந்த நாற்காலியில் அமரும் யோகம் கைகூடி வரவில்லை. பணிக்கர் வந்தாலும் பலிக்கவில்லை ஜாதகம்.

அவர்கள் முன்னால் இதுவரை கைகட்டி நின்று கொண்டிருந்த கபாலி, நாற்காலியில் நிமிர்ந்து அமர ஆரம்பித்துவிட்டார். குறிப்பிட்ட சாதியின் முகவர்களாக இருந்தவர்களைத் தாண்டி அதே இனத்தில் இருந்தாலும் இதுவரை அடிமையாக அறியப்பட்ட ஒரு முகம் நிமிர்ந்து பார்க்க ஆரம்பித்துவிட்டது. அந்த முகம் அவர்களின் சுயசாதியில் இருந்து உருவாகி வந்தது என்பதால் நேரடியாகவும் கைவைக்க முடியாது. கட்சியை உடைப்பதற்கான சாவியும் அந்த முகத்தின் சட்டைப் பையிலேயே எப்போதும் பத்திரமாக இருக்கிறது. அந்த சாவிக்கான கடவுச் சொல் தில்லியில் இருக்கிறது.

அந்த முகத்தில் சேற்றை வாரி அடித்தால்தான் உண்டு என்கிற புரிதலுக்கு அவர்கள் வந்தபோதுதான் போராட்டம் அதன் உச்சகட்டத்தை எட்டியிருந்தது. மத்திய அரசைப் பகைத்துக்கொள்ள முடியாது. வெளிப்படையாக எதிர்க்கவும் முடியாது. நாடாளுமன்ற உறுப்பினர்களை அணி திரட்டுவதன் மூலம் ஏதாவது செய்து பார்க்கலாம் என முயன்றார்கள். கௌதமி போன்றவர்களையெல்லாம் சந்திக்கிற இந்தியப் பிரதமர், அதிமுகவின் நாடாளுமன்ற உறுப்பினர்களைக் கண்டுகொள்ளவேயில்லை. இதுவரை இரண்டு தடவை நாடாளுமன்ற உறுப்பினர்கள் நாடாளுமன்ற துணை சபாநாயகர் தம்பிதுரை வழியாக பிரதமரைச் சந்திக்க முயன்றார்கள்.

விவசாயிகளுக்கான வறட்சி நிவாரணம் மற்றும் ஜல்லிக்கட்டு என இந்த இரண்டு விஷயங்களுக்காக பிரதமரைச் சந்திக்க நேரம் கேட்ட போதும், அவர்களைச் சந்திக்கவில்லை. மாறாக தமிழக முதலமைச்சரைதான் இந்த விஷயங்களுக்காக பிரதமர் சந்தித்தார்.

முதல்வர் இந்தச் சந்திப்பை முடித்தவுடன் அதிமுகவின் தில்லி முகமாக அறியப்படும் தம்பிதுரை அடைந்த பதற்றத்தை இந்திய தொலைக்காட்சிகள் அத்தனையும் பார்த்தன. பிரதமரின் புரோட்டோகால் அது என்றுகூட சொல்லித் தப்பிக்கலாம். ஆனால் எல்லா நேரங்களிலும் அதனடிப்படையிலா அரசு இயங்கிக் கொண்டிருக்கிறது?

முட்டி மோதிப் பார்த்து எல்லா கதவுகளும் அடைத்திருக்கின்றன என்பதைப் புரிந்து கொண்டார்கள். எப்போதுமே காவல்துறையை ஆட்டுவித்தே பழக்கப்பட்ட அந்த நிழல் அரசாங்கத்து மனிதர்கள் இந்த விஷயத்திலும் தங்களுக்குப் பழக்கமான லத்தியைச் சுழற்ற ஆரம்பித்தார்கள். அவர்கள் சுழற்றிய லத்திதான் அந்த அறப்போராட்டத்தில் அடிகளாக விழுந்தன. அரச வன்முறையாக இந்தத் தாக்குதல்கள் இருந்திருந்தால் தமிழகம் முழுக்க ஒரே சீராக அடியும் உதையும் கிடைத்திருக்க வேண்டுமே? திருச்சியில் ஒரு சின்னக் கீறல்கூட இல்லாமல் போராட்டக்காரர்களைக் கலைத்தது எப்படி? அங்கேயும் மாணவர்கள் திமிறிக் கொண்டுதானே நின்றிருந்தார்கள். மதுரையில் சென்னையை விடத் தீவிரமாக மாணவர்கள் இருந்தார்கள். ஆனால் அங்கேயும் சிறுசிறு லத்தியடிகள், தள்ளுமுள்ளுகளைத் தவிர பெரியளவிற்கு அசம்பா விதங்கள் இல்லையே ஏன்? சென்னையில் மட்டும் ஏன் இந்த வெறித்தனம் அரங்கேறியது? இந்தக் கேள்விகளைக் கேட்டுப் பார்த்தால், இதற்குப் பின்னால் நின்றது அரச காவல்துறையின் லத்தி அல்ல. பிரைவேட் கம்பெனி ஒன்றின் லத்தி என்பது தெள்ளத் தெளிவாகப் புரிந்துகொள்ள முடியும்.

அது தமிழக முதலமைச்சருக்கும் தெரியும். சட்டசபையில் அப்புறம் ஏன் அவர் முட்டுக் கொடுத்துக் கொண்டிருக்கிறார்? செஞ்சோற்றுக் கடன் தீர்க்க சேராத இடம் சேர்ந்துவிட்டால் இதையெல்லாம் செய்து தானே ஆகவேண்டும்? தவிர இந்த அறப் போராட்டத்தைக் கண்டு தில்லியும் அச்சத்தில்தானே உறைந்திருக்கிறது? முன்னவர்கள் செய்ததை இன்னொரு கோணத்தில் தில்லியில் உள்ள பின்னவர்களும் ஆதரித்தார்கள்.

தமிழக முதலமைச்சரைப் பொறுத்தவரை அவர் முதல்வர் நாற்காலியில் அமர்ந்ததில் இருந்து அவர் மிகச் சரியான காய்நகர்த்தல்களைச் செய்து கொண்டிருக்கிறார். 'எல்லா பக்கமும் போட்டு வை ஒரு கும்பிடை' என்பதுதான் அவரது வியூகம். வெளிப்படையாக எதிர்க்காமல்

மெல்லப் புன்னகையுடன் காய்களை நகர்த்தும் வித்தையில் அவர் எப்போதோ கைதேர்ந்துவிட்டார். ஜெயலலிதா உயிரோடு இருந்த போது ஓபிஎஸ் மீதும் அவரது குடும்பத்தினர் மீதும் பல்வேறு ஊழல் குற்றச்சாட்டுகள் சுமத்தப்பட்டன. ஆனால் அதையும் மீறி அவர் முதல்வர் நாற்காலியில் அமர்ந்ததற்கு ஜெயலலிதாவின் நம்பிக்கை மட்டும் காரணமில்லை. முதல்வரின் சாணக்கியத்தனமும் அதில் அடங்கியிருக்கிறது.

பெரியகுளம் மாதிரி ஒரு சின்ன ஊரில் இருந்து கிளம்பி அதிகாரத்தைப் பிடித்திருக்கிறார் என்றால், சாணக்கியத்தனம் இல்லாமல் இருக்குமா? அதை இப்போது முழுவீச்சில் பயன்படுத்திப் பார்க்கிறார். அது இப்போதைக்கு சாதகமான பலன்களையே அவருக்கு வாரி வழங்கிக் கொண்டிருக்கிறது. பணிக்கர்கள் தயவில்லாமலேயே அவர் பதவியில் ஒட்டிக்கொண்டிருக்கிறார். இந்த அரசியல் சடுகுடு ஒருபக்கம் நடந்து கொண்டிருந்தாலும், அவர்கள் எதிர்பார்த்தபடி இந்த ஆட்சி மீது ஒரு நல்லெண்ணம் பிறந்து கொண்டிருப்பதையும் இல்லையென்று சொல்ல முடியாது. ஆனால் அந்த நல்லெண்ணத்தின் தூதுவராக ஓபிஎஸ் மட்டுமே அறியப்படுகிறார் என்பதுதான் நிழல் மனிதர்களை அச்சத்தில் ஆழ்த்தியிருக்கிறது. இந்தப் போராட்டத்தினால் நிறைய நன்மைகள் விளைந்திருக்கின்றன. அதைப் பற்றி நிறைய கட்டுரைகளும் எழுதப்பட்டிருக்கின்றன. இந்தப் போராட்டத்தின் காரணமாக இன்னொரு முக்கியமான விளைவும் ஏற்பட்டிருக்கிறது. அதிமுகவின் பொதுச் செயலாளராக இருக்கிற வி.கே. சசிகலா முதல்வராவதற்கு ஆடிய பகடையாட்டங்கள் ஒத்திப் போடப் பட்டிருக்கின்றன. ஒருவேளை மத்திய அரசு அதற்கு அனுமதித்தால் கூட இந்தத் தரப்பு தற்போதைக்குத் தயாராகயில்லை என்பது போல தான் செய்திகள் வருகின்றன.

ஏனெனில் காளைகளுக்கு ஆதரவாகத் திரண்டதைப்போல, இவர்களுக்கு எதிராக இதுபோல திரண்டுவிட்டால் என்னாவது என்கிற பயம்தான் அந்த நியூட்டனின் மூன்றாவது விளைவு. எந்த வினைக்கும் எதிர்வினை உண்டு. பல்லாயிரம் பணிக்கர்கள் வந்தாலும் அதைத் தள்ளிப் போட முடியாது. ஜெயலலிதா விஷயத்திலேயே அதுதான் நடந்தது. தமிழ் வசந்தம் கொண்டுவந்த உருப்படியான விஷயங்களில் தலையாய விளைவு இது. அச்சத்தை மாணவர்கள் அவர்களுக்குள் விதைத்திருக்கின்றனர். அடியெல்லாம் ஒரு பொருட்டே இல்லை தோழா!

17

காயத்தை உருவாக்கியவர்கள்

கொஞ்சம் வெளிப்படையாகப் பேசுவோம். சட்டப்படி சசிகலா பொதுச் செயலாளர் ஆவதையோ முதலமைச்சர் ஆவதையோ யாரும் தடுத்து நிறுத்த முடியாது. அது அவர்களுக்கும் தெரியும். எதிர்கட்சி களுக்கும் தெரியும். அதனால்தான் தாழி உடைவதற்காக பொறுமை யுடன் வேடிக்கை பார்த்துக் கொண்டிருக்கின்றனர். எடுத்த எடுப்பில் போய் முதலமைச்சர் நாற்காலியை எல்லாம் பறித்துக்கொண்டு வர முடியாது. போயஸ் கார்டன் மீது போர் தொடுக்கவும் முடியாது. அதேசமயம் தார்மிகப்படி அது சரியா என்கிற கேள்விகளை வேண்டு மானால் எழுப்பலாம். கடந்த இரண்டு மூன்று நாட்களாக கோடநாடு பக்கமாகதான் சுற்றினேன். நிறைய கோடநாட்டுக் கதைகள் சொல்வதற்கு இருக்கின்றன என்றாலும், அவையெல்லாம் பேசுவது முறையாகாது. தவிர இரண்டு மூன்று ஊர்களுக்குச் சென்றபோது மக்களின் மனநிலையை அறிந்துகொள்ள முயன்றபோது, அது அனைத்தும் சசிகலா அவர்களுக்கு எதிரானதாகவே இருக்கிறது.

அதிலும் எம்.எல்.ஏக்களை, அமைச்சர்களைக் காலில் விழ வைத்த சம்பவம் மக்கள் மத்தியில் ஆழமான காயத்தை ஏற்படுத்தியதைப் பார்க்க முடிந்தது. ''ஜெயலலிதா காலில் விழுந்தார்கள் என்றால், அந்தம்மா சாதித்தவர். போராடி வென்றவர். தவிர பிறப்பால் அவர் உயர்ந்த சாதியைச் சேர்ந்தவர் என்கிற அடியாழத்து அடிமைத்தனம் இருந்தது. அந்த அடிமைத்தனத்தை ஆதரிக்கிற போக்கு மக்கள் மனதிலும் இருக்கிறது. ஆனால் சசிகலா அப்படியா?'' என கேள்வி எழுப்பினார்கள். அது சரியா தவறா என்கிற வாதங்களுக்குள் நான் செல்லவில்லை. ஆனால் மக்களின் மனநிலை இந்த விஷயத்தில்

அவருக்கு எதிராகவே இருக்கிறது என்பதைப் புரிந்துகொண்டால் சரி. தார்மிகப்படி இந்த விவகாரத்தை எப்படி அவர்கள் கையாளப் போகிறார்கள் என்பதை வைத்தே அவர்களது எதிர்காலத்தைக் கணிக்க முடியும். தவிர இன்னொரு விவகாரமும் இருக்கிறது.

பொதுவாகவே பிராமணர்கள் இறந்தால், புதைப்பதில்லை. எரிப்பார்கள். அவர்கள் எவ்வளவு உயர்பதவியில் இருந்தாலும் அதைச் செய்து விடுவார்கள். அது அவர்களின் சடங்கு. அதை மதிக்கவும் வேண்டும். ஆனால் ஜெயலலிதா விஷயத்தில் அவர் புதைக்கப்பட்டதற்கு எந்தவித பெரிய எதிர்ப்புகளும் எழவில்லை. ஒரு தீவிரமான சடங்கை ஜெயலலிதா விஷயத்தில் ஏன் மேற்கொள்ளவில்லை அல்லது மேற்கொள்ள விடவில்லை என்பதையும் உற்று நோக்கவேண்டும். ஜெயலலிதா சாவின் மர்மம் குறித்து தொடரப்பட்ட வழக்கில் உயர்நீதிமன்ற நீதிபதி, நானாக இருந்தால் உடலைத் தோண்டி எடுத்துப் பரிசோதனை செய்ய உத்தரவிடுவேன் என்று சொல்லி யிருப்பதையும் இதனோடு சேர்ந்து முடிச்சுப் போட்டுப் பார்த்துப் புரிந்து கொள்ளலாம். ஆக உறையில் சொருகப்பட்டிருக்கிற கத்தியைச் சம்பந்தப்பட்டவர்கள் எப்போது வேண்டுமானாலும் வெளியே எடுத்து மிரட்டத் துவங்கலாம். இருப்பதிலேயே பெரிய கத்தி இதுதான்.

மத்திய அரசு இப்போதைக்குக் கொஞ்சம் அடக்கி வாசிக்கத் துவங்கி யிருக்கிறது. வெளிப்படையான நெருக்கடிகளுக்கு வாய்ப்பில்லை என்றே தோன்றுகிறது. ஆனால் மறைமுக எதிர்ப்புகள் மற்றும் குடைச்சல்கள் தொடரும் என்றே தெரிகிறது. ஆரம்பத்தில் இருந்து மத்திய அரசு அந்தத் தரப்பிற்கு அனுசரணையாகவே இருந்தது என்பது வெட்டவெளிச்சம். ஆனால் இடையில் காங்கிரஸ் விடு தூதை இந்தத் தரப்பு முன்னெடுத்ததால்தான் மிகையான நெருக்கடிகள் சில நாட்களுக்கு முன்பு வரை தரப்பட்டனவோ என்றும் யோசிக்க இடமிருக்கிறது. ஆட்சிக் கட்டிலில் சட்டப்படி அமர்ந்துவிடலாம். ஆனால் மக்கள் மனதில் எப்படி இடம் பிடிப்பது என்பதை அவர்கள்தான் சிந்திக்க வேண்டும். இப்போதைக்குத் தேர்தல் எதுவும் வரப் போவதில்லை என்பதால் கொஞ்சம் அவகாசம் எடுத்துக் கொள்ளலாம். கூடவே தங்களது சொந்தங்கள் தலைப்பிரட்டைத் தனமாக மறுபடியும் ஆடிவிடக் கூடாது என்பதில் கூடுதல் கவனம் தேவை. அவர்களால் அதைத் தடுக்க முடியுமா என்பதும் கேள்விக் குறியே. இப்போதைக்கு சாதகத் தத்துவத்தின் அடிப்படையில் அவர்களுக்கு ரம்மி சேரத் துவங்கியிருக்கிறது. ஆனால் எல்லா நேரங்களிலும் டிக் அடிக்க முடியாது இல்லையா? ரம்மி விளையாடு வதற்கு அதிர்ஷ்டத்திற்கு நிகராக திறமையும் அவசியம்தானே?

சசிகலா முதல்வராக வரும் பட்சத்தில் நிர்வாக ரீதியிலான குளறுபடிகள் எதுவும் பெரியளவிற்கு வராது. ஆட்சியை நடத்திக் கொடுக்க அதிகாரிகள் இருக்கிறார்கள். கிட்டதட்ட ஜெயலலிதாவின் கடைசிக் காலத்தில் அதுதான் நடந்தது. நம்பிக்கைக்குரிய அதிகாரிகள் சொல்கிற இடத்தில் அவர் கையெழுத்துப் போடுவார். கையெழுத்து வாங்குகிற இடத்தில் இருக்கும் அதிகாரிகள் என்ன செய்வார்கள் என்பதைத் தலைமைச் செயலாளர் விஷயத்தில் ஏற்கெனவே பார்த்திருப்பீர்கள்தானே? அரசியல் ரீதியிலாக இவர்கள் எடுக்கும் முன்னெடுப்புகளுக்கு மற்றவர்கள் எப்படி ஒத்துழைப்பார்கள் என்பதில்தான் அவர்களின் அரசியல் எதிர்காலம் அடங்கியிருக்கிறது.

மக்களிடம் எப்படி அவரை முன்னிறுத்தப் போகிறார்கள் என்பதை அறிய எல்லோரிடமும் ஆவல் இருக்கிறது. ஒரு விஷயத்தைப் புரிந்துகொள்ள வேண்டும். இதே ஜெயலலிதாவை எம்.ஜி.ஆர் மரணமடைவதற்கு முன்பு கட்சியை விட்டே நீக்க முயற்சிகள் எடுத்தார். அவர் சாவிற்குப் பிறகு அதே ஜெயலலிதா கட்சியின் எல்லாமுமாக ஆகிப் போனார் என்பதையும் கவனத்தில் கொள்ள வேண்டும். அப்படி கட்சிக்காரர்கள் மத்தியில் ஜெயலலிதாவிற்கு செல்வாக்கு அப்போது இல்லாமல் இருந்தபோதும் மக்களிடையே அவருக்கு தன்னியல்பாக செல்வாக்கு இருந்தது. அதனால்தான் அவரால் வீறுகொண்டு எழ முடிந்தது. ஆனால் நிலைமை இப்போது வேறு மாதிரியாக இருக்கிறது. இங்கே பொறுப்பில் இருக்கிற கட்சிக்காரர்களின் ஆதரவு இருக்கிறது. ஆனால் மக்களின் ஆதரவு இல்லை.

வாய்ப்புகள் ஒருவருக்குக் கிடைப்பதைத் தடுக்க முடியாது. அந்த வாய்ப்பைத் தக்கவைத்துக் கொள்வது அவர்களது கைகளில்தான் இருக்கிறது. ஜெயலலிதா பாணி அரசியலையே அவர்களும் முன்னிறுத்துவார்களானால், மக்களின் அங்கீகாரம் கிடைப்பது கொஞ்சம் சிக்கல்தான். ஏனெனில் இங்கே எப்போதுமே 'மாமியார் உடைத்தால் மண்குடம், மருமகள் உடைத்தால் பொன் குடம்' என்கிற விதி கனகச்சிதமாகப் பின்பற்றப்படுகிறது. ஜெயலலிதா என்கிற பிம்பம்தான் இப்போதைக்கு அவர்களைக் காப்பாற்றிக் கொண்டிருக்கிறது. அந்தப் பிம்பத்தை உடைக்கத் தயாராகும் பட்சத்தில் பின்னடைவுகள் வரிசை கட்டி வர ஆரம்பித்துவிடும். ஆர்வக் கோளாறில் ப்ளக்ஸ் போர்டில் ஜெயலலிதாவிற்கு நிகராக சசிகலாவை முன்னிறுத்தலாம். ஆனால் மக்கள் மனதில் அப்படி நிறுத்த முடியாது. அதற்கு நிறைய உழைக்க வேண்டும். காலில் விழ வைப்பதையெல்லாம் உழைப்பு என்றால், ஸாரி மேடம்!

18

ஐஸ்க்ரீம் கனவுகள்

மறைந்த முன்னாள் முதலமைச்சர் செல்வி ஜெ. ஜெயலலிதா அவர்களின் மரணச் செய்திகள் பலவற்றில் ஒன்று மட்டும் என்னைக் கவனிக்க வைத்தது. அந்தச் செய்தியின் வழியாக ஒரு வாழ்வு தொடங்கி முடிந்த விதத்தை யோசித்தேன். அவருக்கு ஐஸ்க்ரீம் மற்றும் சாக்லெட்டுகள் என்றால் உயிர். உயிர் போய்விடும் என்று எச்சரித்த பிறகும் உயிர். எல்லோருக்கும் இதுபோல ஏதாவதொரு ஸ்ட்ரஸ் பஸ்ட்டர் தேவையாகதான் இருக்கிறது.

பொதுவாகவே அவர் மன அழுத்தங்கள் வழியாகவே தன்னுடைய வாழ்வை நகர்த்தியிருக்கிறார். ஹாயாக அமர்ந்து ஐஸ்க்ரீம் சாப்பிடவே விரும்பியிருக்கிறார். இப்போதுபோல அப்போது நடிகைகளுக்கு கேரவனெல்லாம் கிடையாது. ஏ.வி.எம் மரத்தடியில் லஞ்ச் அவரில் அமர்ந்துகொண்டு கதாநாயகர்கள் மட்டித்தனமான ஜோக் சொல்வார்கள். இலை மறை சிலேடையில் சொல்வார்கள். அதைத் தயாரிப்பதற்கு தனி டிபார்ட்மெண்டே இருந்தது. அந்த ஜோக்குகளுக்கெல்லாம் சிரித்துத் தொலைக்க வேண்டும். அவரும்கூட இதைக் கடந்துதான் வந்திருக்க வேண்டும். அதைக் கடந்து அவர் அரசியலுக்கு வந்தது, நின்றது எல்லாம் உங்களுக்குத் தெரிந்ததுதான்.

அவர் வாழ்க்கையின் அத்தனை கலராகவும் இருந்தார். அவர் செய்த தவறுகளுக்கான தண்டனைகளையும் அனுபவித்தார். உச்சங்களைப் பார்த்தார். வீழ்ச்சிகளைச் சந்தித்தார். கொண்டாடப்பட்டார். தூற்றப் பட்டார். முன்னுதாரணமாக இருந்தார். பின்னுதாரணமாகவும்

இருந்தார். இந்தப் பெரிய சுழற்சியில் எப்பவும் ஐஸ்க்ரீமையும் சாக்லெட்டையும் தேடிக்கொண்டே இருந்தார் என்று படுகிறது. இங்கே அது அவர் வாழநினைத்த வாழ்க்கைக்கான குறியீடு என்று சொல்ல முடியும். பல நேரங்களில் உயிரைப் பறிப்பதாகச் சொல்லப் பட்டாலும் ஐஸ்க்ரீம் கனவுகள்தான் வாழ்க்கையை நகர்த்துகின்றன. நானும்கூட ஐபோக்காவில் இருந்து ஐஸ்க்ரீம் வாங்கிச் சாப்பிட்டபடி தான் இதைக்கூட எழுதினேன். அவர் வாழ்ந்த வாழ்க்கை ஒரு சாகச வாழ்க்கைதான். சந்தேகமேயில்லை. தத்துவார்த்த ரீதியில் பார்த்தால் வெகு சாதாரண வாழ்க்கைதான். கேவலம் ஒரு ஐஸ்க்ரீமிற்காக வாழ்வைத் தொலைத்த சாமான்ய வாழ்க்கைதான்!

19

விடாமல் தொடரப் போகும் மர்மங்கள்

த்ரிஷ்யம் படத்தில் போலீஸ் உயரதிகாரியாய் வரும் ஆஷா சரத் ஒரு வசனம் சொல்வார். 'எல்லாம் சரியாக இருக்கிறது. ஆனால் இந்த பெர்ஃபெக்ஷன்தான் எங்கேயோ உதைக்கிறது' என்பார். உண்மை தான் அது என்பதை ஜெயலலிதா மரணமடைந்த அன்று உணர்ந்திருப்பீர் கள். அப்போலோவின் சங்கீதா ரெட்டி 'க்ரேவ் சிச்சுவேஷன்' என்று ட்வீட் செய்தார். அதற்கடுத்து ரிச்சர்ட் பீலே அறிக்கை அதை உறுதி செய்தது. மறுபடி சங்கீதா ரெட்டி 'மிக மிகக் கவலைக்கிடம்' என்றார். இடையில் மரணமடைந்ததாக அறிவிப்பு வந்தது. அது திரும்பப் பெறப்பட்டது. அப்போலோ சார்பில் அறிக்கை வெளியானது. இரவு 11.30 மணிக்குதான் இறந்ததாக அந்த அறிக்கை தெளிவுபடுத்தியது.

அதற்கு முன்னர் வெங்கையா நாயுடு வந்துவிட்டுச் சென்றார். அவர் சென்னையிலேயே இருப்பதாகச் சொன்னார்கள். வெங்கையா நாயுடுவிற்கு முன்பாகவே கவர்னர் வந்தார். இரவு உடல் போயஸ் கார்டனுக்குக் கொண்டுசெல்லப்பட்டது. ஜெயலலிதாவின் அண்ணன் மகன் இறுதிச் சடங்கு செய்வார் என்று தகவல் பரப்பப் பட்டது. அப்போலோவில் அனுமதிக்கப்படாத உறவினர் தீபா ராஜாஜி பவனில் அனுமதிக்கப்பட்டார். வந்த பிரமுகர்கள் அனைவரும் சசிகலாவிற்கு முக்கியத்துவம் கொடுத்தார்கள். திமுக மட்டுமே மாறாக முதலைமைச்சர் ஓ.பியை முன்னிறுத்தியது. அதிமுக கட்சிக் கொடிக்குப் பதிலாக தேசியக் கொடி போர்த்தப்பட்டது. வழக்கமாக அதை ரத்த வாரிசுகளிடம் கொடுப்பார்கள். பதமாக அதை மடித்து சசிகலாவிடம் கொடுத்தார்கள். இறுதிச் சடங்கை சசிகலாவே செய்தார். ரத்த வாரிசை எக்ஸ்ட்ரா லக்கேஜாக பின்னே தொற்றிக்கொள்ள

வைத்தார்கள். ஓபிஎஸ்ஸிற்கும் பால் ஊற்ற வாய்ப்பு கிடைத்தது. சந்தடி சாக்கில் இறுதி மரியாதையை சசிகலா நடராஜன் செய்தார். இந்த ஸ்க்ரிப்ட்டில் ஒரு பக்கா த்ரிஷ்யம் பாணி திரைக்கதை ஒளிந்திருக்கிறது. இந்த இடத்தில் இந்தக் கதையில் ஒரு தப்பு இருக்கிறது என்று யாராவது சுட்டிக் காட்ட முடியுமா?

அதற்குப் பின்னால் யார் இருந்தார் என்பதைச் சொல்லித் தெரிய வேண்டியதில்லை. அடுத்த ஆறுமாதங்களில் குடியரசுத் தலைவருக்கான தேர்தல் வருகிறது. அதற்கு எம்.எல்.ஏக்களின் ஆதரவு தேவைப் படுகிறது. ராஜ்ய சபாவில் எம்.பிக்களின் ஆதரவு பிஜேபி அரசாங்கத்திற்குத் தேவையாக இருக்கிறது. அதிமுக ஆளும் அரசாக இருப்பதால் உடைப்பிற்கு அதுவும் தயாராக இருக்காது. பதவி சுக போகங்களை உடைத்துக்கொண்டு வெளியேற யாரும் தயாராக இருக்க மாட்டார்கள். திமுகவோ கெட்ட பெயர் வாங்கிவிடக் கூடாது என்பதில் கவனமாக இருக்கிறது.

இப்போதைக்கு பிஜேபி அரசு எந்தவித எக்ஸ்ட்ரா கைங்கர்யத்திலும் இறங்கத் தயாராக இல்லை. மாநிலத்தில் தேவையில்லை. மத்தியில் பயன்படுத்திக் கொள்கிற மனநிலைக்கு அது வந்துவிட்டதாகவே தெரிகிறது. இப்போதைக்கு அது லக்கானை ஏற்கெனவே அதைக் கையில் வைத்திருந்தவர்களிடமே கொடுத்துவிட்டது. ஆக, அப்பம் அந்தக் கைகளிடம் இருக்கிறது. அதைப் பங்கிட்டுக் கொள்வதில் வரும் சிக்கல்களை அடுத்தே அடுத்த கட்ட அரசியல் ஆட்டங்கள் ஆரம்பமாகும். இந்தத் திரைக்கதையில் அவர்கள் வில்லனாக இருக்கப் போகிறார்களா, ஹீரோவாக இருக்கப் போகிறார்களா என்பது விரைவில் தெரிந்துவிடும். உண்மைத் தொண்டர்கள் ஜெயலலிதா புதைக்கப்பட்ட இடத்தில் மொட்டையடித்துக் கொண்டிருக்கிறார்கள். எல்லோரும் நகம் கடித்தபடியே அடுத்த அரசியல் ஆட்டத்தைக் கணித்துக் கொண்டிருக்கிறார்கள். மறுபடியும் சொல்கிறேன். ''எல்லாம் சரியாக இருக்கிறது. ஆனால் இந்த பெர்ஃபெக்ஷன்தான் எங்கேயோ உதைக்கிறது.''

௨0

அல்பிக்களோடு வாழ்தல்

நாய்க்கறியைக் கேவலப்படுத்தி ஒருத்தர் அக்குருவமாகப் பேசியிருக்கிறார். ஒவ்வொருவருக்கு ஒரு பழக்கம் என்கிற அடிப்படைப் புரிதல் இல்லாதவர் அரசியலுக்கு எப்படி? அதை விடுங்கள். அவர்கள் அப்படிதான். தெரியாமல் கொடுத்தால் எல்லா கறியும் ஒண்ணுதான்.

ஒருமுறை இடிந்தகரையில் நண்பரின் பார்ட்டியில் சாப்பிட்டு முடித்த பிறகு அது பூனைக்கறி என்றனர். ராவாய் குடித்தாலே வாந்தியெடுக்க மாட்டோம். சிறு பூனை என் செயும். பொதுவாகவே சொல்கிறேன். இந்தப் பழக்கம் விஷயத்தில் மேல் கீழ் என்றெல்லாம் யார் சொன்னாலும் எடுத்துக் கொள்ளாதீர்கள். வெளியில் எப்படியோ, வீட்டிற்குள்ளும் அப்படி இருந்துவிடாதீர்கள்.

ஆடு சாப்பிடுவதையெல்லாம் கேவலமாகப் பார்த்த நண்பர்கள் எனக்குண்டு. பருப்பு உருளைக்கிழங்குப் பொரியலை நான் சாப்பிடும் போது விவகாரமாகப் பார்த்தவர்களும் உண்டு. என் திமோர் வாழ்க்கையில் எல்லா வகை உலக உணவுகளையும் சாப்பிட்டிருக்கிறேன். ராஜ பார்ட்டிகளைக் கடந்து வந்திருக்கிறேன். சிவாஸ் ரீகலைக் கையிலேந்தியபடி, எங்கள் ஊரில் மாட்டுக்கறி திங்கக் கூடாதுன்டாங்கப்பா என்றால், கெக்கேபிக்கேவென சிரிப்பார்கள். சரக்கை விட்டதுதான் என் பிரச்சினை. சுருங்கிப் போய்விட்டேன். இல்லாவிட்டால் கறி தேடிச் சுற்றியிருப்பேன். அப்படியிருந்தது திமோர் வாழ்க்கை. சக்ரவர்த்தி போலிருந்தேன். அந்த மனநிலை ஐந்து முதலைகளின் கதையில் உள்ள துள்ளலில் தெரியும்.

எக்ஸ்டஸி | 73

எம்.சி.சியில் நார்த் ஈஸ்ட் நண்பர்கள் சாப்பிட்டுப் பார்த்திருக்கிறேன். திமோரில் எல்லாம் நாய்க் கறி என்றால் பெருவிருந்து. என் வாழ்க்கையில் இரண்டு முறை மட்டுமே நாய் வளர்த்தேன். தைமூரில் என்னுடைய அலுவலக பங்களாவில் வந்து ஒதுங்கிய நாயை சோறு போட்டு வளர்த்தேன். பயங்கர பாசம் அதன் மீது. இரவுத் தனிமையில் அந்த மிகப் பெரிய வராண்டாவில் மஞ்சள் விளக்கொளியில் போதையில் அதனோடு பேசிக் கொண்டெல்லாம் இருந்திருக்கிறேன். இரண்டு நாள் பக்கத்துத் தீவுக்குப் போய்விட்டுத் திரும்பி வந்து பார்த்தால் பீட்டரைக் காணவில்லை.

சத்தம் போட்டு எல்லோரையும் கேட்டால் கமுக்கமாகச் சிரிக்கிறார்கள். காலை விளையாட்டாகக் கட்டிக்கொண்டு அல்பி, ஸாரி மௌளங் என்று சிரிக்கிறான். அவன் நாட்டில் அந்நியனிடம் இப்படிக் கேட்பதே பெருந்தன்மைதானே? எனக்குப் புரிந்துவிட்டது. விசாரித்ததில் கதையைச் சொல்லி விட்டார்கள். நான் இல்லாததால் லீவு. ஏதோ ஃபுட்பால் மேட்ச் ஃபைனலில் அர்ஜெண்டினா ஜெயித்ததற்கு, 'பிண்டாங்' அடித்த குஷியில் பீட்டரைப் போட்டுத் தள்ளிவிட்டார்கள். என்ன செய்ய?

இப்போதுகூட அல்பி பேசுகிறான். காசு சேர்த்துவிட்டு இந்தியா வருகிறேன் ப்ரோ என உறுதி கொடுத்திருக்கிறான். அவனுக்கு புரோட்டா என்றால் இஷ்டம். இந்தியன் ஹோட்டலில் அதை அவனுக்கு வாங்கிக் கொடுப்பேன். நல்ல இரவுகளை அவன் பரிசளிப்பான். என் வாழ்க்கையில் அற்புதமான காலம். திரும்ப வரும் தூரத்தில் இருக்கிற காலம்தான்.

இதற்கிடையே பழனியில் சந்தோஷ் என்கிற பெயரில் நாயொன்றை வளர்த்தேன். தில்கோஸ் வாங்கிப் போட்டு வளர்த்தேன். ரெண்டு பேரும் பக்கத்தில் உட்கார்ந்துதான் சாப்பிடுவோம். உரிய பங்கை ஏமாற்றாமல் கொடுத்துவிடுவேன். படு திருப்தியில் நான் தூங்கிய பிறகு இரவுக் காவலுக்குப் போகும். கடந்த முறை அப்படிப் போன போது பாம்பு கடித்துச் செத்துப் போய்விட்டது. ஒருநாள் முழுக்க யாருடனும் பேசாமல் சுற்றிக் கொண்டிருந்தேன்.

அதற்குப் பிறகு இனி பாசமே வைக்கக்கூடாது என்று முடிவெடுத்து விட்டேன். எத்தனை நாள் தாங்கும் என்று தெரியவில்லை. இடையே இரண்டு லேப்ரடார் குட்டிகளைக் கொண்டுபோய் காட்டில் வளர்க்கச் சொல்லி நண்பரொருத்தர் வலியுறுத்திக்கொண்டே இருக்கிறார். நான் மறுபடி இந்தப் பாச மோடில் இருக்க வேண்டுமா என்று யோசித்துக் கொண்டிருக்கிறேன். அல்பியை இந்தியாவிற்கு அழைத்து வந்து திமோர் வாழ்க்கையை மறுபடி வாழ்ந்து பார்க்கலாமோ என்று தோன்றுகிறது.

நான் வளர்த்து எங்கேயாவது போயிருக்கும்போது அல்பி , 'ஆஞ்சிங் ஆவோ' என போட்டுத் தள்ளிவிட்டால் என்ன செய்வது? பாசமெல்லாம் நமக்குதான். அவனைப் பொறுத்தவரை சிக்கன் போலதான். நாம் அந்தக் கோழியத் தூக்குங்கப்பா என்போமே அந்த மாதிரி. அவன் செய்ய மாட்டான் இன்னொரு நாட்டில். ஆனால் பொதுவாக இது மாதிரி விருந்தினனின் உணவுப் பழக்கத்தை அங்கீகரிப்பதுதான் உலக நாகரிகம்.

அந்த நாகரிகம் தெரியாதவர்களால்தான் இப்படிப் பேச முடியும். எல்லா மதத்தினர்களையும் சொல்கிறேன். ஒருவேளை அல்பி இங்கு வந்து அவனிடம் எங்க ஊர்ல கறியை வச்சு சப்ப மேட்டர் ஓடிக்கிட்டிருக்குப்பா என்று சொன்னால், யோசிக்காமல் 'மாணு மோராஸ்' என்று சொல்லியிருப்பான். குட்டியூண்டு நாடுதான் தைமூர். வறுமை தாண்டவமாடுகிறது. ஆனால் சாதாரண ஒரு ஆள் பிரதமரைக் கேள்வி கேட்பதை நேரில் பார்த்திருக்கிறேன். நாய்க்கறி சாப்பிடுகிறவன் நாட்டில் ஜனநாயகம் இருக்கிறது. யார் காட்டு மிராண்டிகள்? அப்புறம் 'மாணு மோராஸ்' என்பதில் ஒரு சுவாரசியம் இருக்கிறது. 'தேத்தூம்' மொழியை முடிந்தால் தேடிக் கண்டுபிடித்து ரசியுங்கள். நாட்டை விட்டுத் தாண்டிவிட்டால் எல்லா கறியும் மொழியும் ஒண்ணுதான். தேவை சார்ந்தது.

வேண்டாம் என்று பிடிவாதமாகச் சொல்பவனை மதிக்கக்கூட மாட்டார்கள். எதற்கும் தேத்தூம் மொழியைத் தூசு தட்ட வேண்டும். திரும்பவும் திமோருக்குப் போய்விட்டு வரலாம் என்று தோன்றிக் கொண்டே இருக்கிறது. அங்கிருந்துகொண்டு இங்கிருக்கிறவர் களைப் பார்த்தால் சிரிப்பு சிரிப்பாக வரும். அந்தக் குட்டியூண்டு நாட்டுக்காரனுக்குத் தெரிந்ததுகூட இவர்களுக்குத் தெரியவில்லை. இப்போது நடப்பதையெல்லாம் பார்ட்டியில் அங்கிருக்கும் நண்பர் களிடம் சொன்னால் சத்தம் போட்டுச் சிரிப்பார்கள். அசமந்தமாய் பதிலுக்குச் சிரித்துத் தொலையவேண்டும்.

21

அடிவாரச் சாமிகள் ரெண்டு!

அடிவாரத்திற்கு அந்த ரெண்டு சாமிகளும் சுமார் ஐம்பது வருடங்களுக்கு முன்பு வந்து சேர்ந்தார்கள். முன்னே பின்னே இருக்கலாம். கடந்த மாதம் இருவரும் செத்துப் போனார்கள். ஒருத்தர் பெயரை சித்தன் என்று வைத்துக்கொள்வோம். இன்னொருத்தரை அழுக்கு என்று செல்லமாக விளிப்போம். ஊர், பெயரெல்லாம் வேண்டாம். விளம்பரமும் வேண்டாம். வில்லங்கமும் வேண்டாம். பொதுவாகவே எனக்கு இந்த இயல்பான சாமிகளோடு எந்த விலக்கமும் இல்லை. நம்புவதற்கு எந்த முகாந்திரம் இருக்கிறது என்பதைப் பின் வரும் கதையைக் கேட்ட பிறகு முடிவு செய்துகொள்ளுங்கள். ஆனால் யாராவது அழைத்து, துண்ணூரைப் பூசிக்கப்பா, துடியான சாமி என்றால் சிரித்துக்கொண்டே நெத்தியைக் காட்டுவேன்.

சித்தர் கேரளாவிலிருந்து வந்தவர். அழுக்கு உள்ளூர் மைந்தன். இருவருமே தூரத்தில் இருந்து கை காட்டிக் கொள்வார்கள். ஒருத்தர் டெரிட்டரியில் ஒருத்தர் நுழையவே மாட்டார்கள். 'என்ன சாமி அழுக்கு நோட்டெடுத்துக் காட்டுனாராமே?' என்றால், எல்லாம் அவன் மயம் என தத்துவமாகச் சொல்லிவிட்டு ஒதுங்கிக்கொள்வார். சித்தன் சோத்துக்குத் தெருத் தெருவாகச் சுத்துகிறாரே என்று அழுக்குவிடம் கேட்டால், திருப்திப்படாத ஆன்மா என்பார். 'உப்புமாவா சாமி' என கெங்கைமுத்து பரிதாபமாகக் கேட்பார்.

இரண்டு பேருக்குமே ஊரில் நண்பர்கள் குழாம் அமைகிறது. அழுக்கைப் பொறுத்த வரை கோயில்தான் டேரா. காலாட்டிக்கொண்டு படுத்துக் கொள்வார். பெரிய ஆசைகளெல்லாம் இல்லை. பூரிக் கிழங்கு

என்றால் விருப்பமாகச் சாப்பிடுவார். சுடு சொல் பேச மாட்டார். சுடு சோற்றைத் தவிர வேறெதையும் சாப்பிடவும் மாட்டார். ''சாமி தென்னை வளந்துருமா?'' என்றால், ''அப்பனின் முடி தேடும் உயரம் வந்துடும்'' என்பார். மயங்கிவிடும் கூட்டம். பூரிகள் தூள் பறக்கும்.

சித்தன் மொழியை சரளமாகப் பேசவே ஆரம்பத்தில் சிரமத்தைச் சந்தித்தார். அப்புறம் பிக் அப் பண்ணிக் கொண்டார். 'சாமி செத்த கடைய பாத்துக்கங்க. ரவ வாங்கிட்டு வந்துர்றேன். பணியாரத்த போட்டுரு வோம்' என்று சொல்லி நம்பிக் கடையை ஒப்படைக்கலாம். அவரும் ஆத்திர அவசரத்திற்கு டீ போட்டுத் தருவார். அங்கேயே அருளாசியும் தருவார். டீக் கடைக்கும் வியாபாரம். சாமி யாருக்காவது சோழியை மும்முரமாக உருட்டும்போது, சாமி அன்னதானப்பட்டி வரைக்கும் போய்ட்டு வந்துடலாம் என்பார்கள். அப்பன் சோழியை உருட்ட அனுமதி கொடுக்கவில்லை என்று சொல்லிவிட்டு எக்ஸ் எல் சூப்பரில் எகிறிப் போய் உட்கார வேண்டும். மெயின் ஸ்பான்சர் அவர். 'ஏப்பா வயசானவரு பத்திரமா ஓட்டுப்பா. துண்ணூர் போட ஆள் வேணும்ல' என்று கிராதகர்கள் முதுகிற்குப் பின்னால் குரல் கொடுப்பார்கள். குழந்தைகள், நான் பார்த்து வளர்ந்தவர்கள் என அருளாசி கூறிப் போய்க்கொண்டே இருக்க வேண்டும். போலாம் ரைட்.

ஆனால் அந்த இருவரும் அந்த ஊர்ப் பகுதியில் எல்லாமுமாக இருந்தார்கள். நல்லது கெட்டதுகளில் உடன் இருந்தார்கள். இப்போது தண்ணீர் இல்லாமல் முக்கிக் கொண்டிருக்கிற போர்வெல் எல்லாம் அவர்களது அருளாசியில் குறித்துக் கொடுத்த இடங்கள்தான். மற்றபடி விவசாயக் காட்டில் யார் மரம் வெட்டிக் கொள்ளலாம் என்கிற பஞ்சாயத்தில் துவங்கி தண்ணீர்ப் பிரச்சினை, வாய்க்கால் வரப்பு தகராறு வரைக்கும் எல்லாமும் இரண்டு தரப்பிற்கும் தாக்கலாகிவிடும்.

ஒருத்தர் உட்கார்ந்த இடத்தில் இருந்து பைசல் செய்வார். இன்னொருத்தர் ரவைப் பணியாரம் போட்டுக்கொண்டே டீல் பண்ணுவார். பொதுவாக சித்து வேலைகளை அப்பாவிகளிடம்தான் காசு வாங்காமல் காண்பிப்பார். ஊரில் அது மாதிரி ஒரு கதை ஓடும். சித்தன் செத்தபோது அவருக்கு நூத்து நாப்பது வயசு என அடியார் ஒருத்தர் சொன்னார். அழுக்கு இருந்திருந்தா மழை பிச்சுருந்துருக்கும் என இன்னும் வேண்டுதல் இருப்பதைப் பார்த்திருக்கிறேன். பொதுவாகவே இந்த மாதிரி சாமியார்கள் சிக்கலில்லாதவர்கள். ஜக்கியை எல்லாம் இந்த இடத்தில் சேர்க்கக்கூட மாட்டேன். அவர்

தத்துவம் பேசவில்லை. சிக்கல்களை முன்னிறுத்தி அரசியல் பேசுகிறார். பெரும்பான்மை மக்களோடும் அவர் இல்லை.

நிறுவனமயமாகிவிட்ட எது குறித்தும் எனக்குத் தயக்கங்கள் உண்டு. அதை விட்டுவிடலாம். கடந்த இரண்டு மாத இடைவெளியில் இரண்டு சாமிகளும் செத்துப் போய்விட்டதாகச் செய்தி வந்தது. அழைத்துச் சொன்னவர்களின் அடியாழத்து துக்கத்தை உணர முடிந்தது. அவர்களது ஆசானின் இழப்பைச் சொன்னார்கள். அவர்களுக்கு துண்ணூரு பூசியவர்கள். இது ஒரு பிணைப்புதான்.

தற்செயலாக சித்தன் தாத்தாவின் அழுக்குத் தாத்தாவின் சமாதிகளுக்குப் போய்ப் பார்த்தேன். மக்கள் இன்னமும் வந்து கொண்டிருக்கின்றனர். அவர்கள் உயிரோடு இருந்தவரை இருந்ததை விட பக்தி கூடியிருக்கிறது. ஃபோட்டோவில் முகத்திற்குப் பின்னால் ஒளிவட்டத்தை கட் அண்ட் பேஸ்ட் செய்திருக்கிறார்கள். கண்களில் லைட்டாக ஒளி ஏற்றியிருக் கிறார்கள். சித்தனுக்கு பழைய மாதிரி சிக்கனமாகதான் பூஜை போடு கிறார்கள். அழுக்கு சமாதியில் மூன்று நேரமும் சாப்பாடு ஓடுகிறது. சில நாள் காலை வேளைகளில் பூரிக் கிழங்கு போடுகிறார்களாம்.

௨௨

பூவா? தலையா?

ஜெயிப்பது என்றால் என்ன? தோற்பது என்றால் என்ன? இன்று காலையில் ஆயுதபூஜை நேரமாக இருப்பதால் சந்தையில் கொய்யா டிமாண்டாக இருந்தது. வண்டியிலிருந்து ஒரு பெட்டி கொய்யாவை இறக்குவதற்கு முன்பு, கமிஷன் கடை ஏஜெண்டிடம் போய் பெட்டி எவ்வளவு போகிறது என்று கேட்டேன். ஆயிரத்து இருநூறு போகிறது என்று சொன்ன பிறகு பெட்டியை இறக்கினேன். கேட்டுவிட்டு இறக்கிய காரணத்தினால் அவருடைய ஈகோ சீண்டப்பட்டுவிட்டது.

நீங்கள் வாங்குவதற்காக கேட்டீர்கள் என்று நினைத்தேன் என பொய் சொல்லிவிட்டு எடுத்துக்கொள்ள, முகத்தில் அடித்ததுபோல மறுத்து விட்டார். விளைவித்தவனின் முகத்தில் அடித்த வலி எனக்குள் பரவியது. ஏலத்தில் போய் போட்டுக் கொள் என உண்மையிலேயே தூக்கிவிட்டார். அவமானப்படுத்ததான் அப்படிச் செய்தார் என்பது புரிந்தது. ஏலத்தில் போய்க் கொஞ்ச நேரம் வலியோடு நின்றேன். எண்ணூறு ரூபாய்க்குதான் எடுத்துக்கொள்ள ஆட்கள் இருந்தார்கள் அங்கே.

என்னுடைய ஈகோவை மூட்டை கட்டி வைத்துவிட்டு மீண்டும் அவரிடம் போய்ப் பாவமாக நின்றேன். இரண்டு மூன்று வியாபாரத்தை முடிக்கிற வரை அமைதியாகக் காத்துக் கொண்டிருந்தபோது, என்னை ஏறிட்டுக்கூட பார்க்கவில்லை. பிறகு என் பொறுமையைப் பார்த்துவிட்டு மனமிறங்கி என் பக்கம் வந்தார். எடை போடும் வேலையெல்லாம் முடிந்த பிறகு ஆயிரத்து நூறு ரூபாயைத் தூக்கிக் கொடுத்து விட்டுப் பல பொருள்படும்படி சிரித்தார். எனக்குச்

சங்கடமாக இருந்தது. அங்கிருந்த தம்பிகள் என் கண்ணைப் பார்த்து நக்கலாகச் சிரித்தார்கள். ஜெயித்துவிட்ட திருப்தி அங்கிருந்த எல்லோர் முகத்திலும் தெரிந்தது.

''அண்ணே, நான் அங்க ஏலத்தில போட்டா எனக்கு எவ்வளவு கிடைச்சிருக்கும்?'' என்றேன்.

''எண்ணூறு ரூபாய் கிடைச்சிருக்கும். இங்க ஆயிரத்து நூறுல கிடைச்சது. முன்னூறு ரூபா எக்ஸ்ட்ரா கிடைச்சிருக்கு.''

''உங்களுக்கு நூறு ரூபா கிடைச்சிருக்கு. நீங்க ஏற்கெனவே வியாபாரத்த முறிச்சிட்டீங்க. என்னோட ஈகோவ விட்டுக் குடுத்து நான் மறுபடி வியாபாரத்த தொடங்கினதுனால எனக்கு முன்னூறு ரூபா கிடைச்சிருக்கு. குளத்தோட கோவிச்சுக்கிட்டு போயிருந்தேனா எனக்கு அது நஷ்டம். இப்ப சொல்லுங்க யார் ஜெயிச்சது?'' என்றேன். அவரைவிட முதல்தடவை துரத்திவிட்டபோது சிரித்த அவருடைய வீட்டுக்காரம்மா ரொம்பவும் குழம்பிவிட்டது. மூக்கிற்கு மேல் சுரண்டியபடி தீவிரமாக யோசித்தது. இந்தமுறை உண்மையிலேயே திரும்பிச் சிரித்தேன். வீம்பிற்காகதான் அதைக் கேட்டேன் என்றாலும், எனக்கும் குழப்பம் வந்துவிட்டது. இதில் யார் ஜெயித்தது? யார் தோற்றது?

23

இட்லி விற்பவர்கள்

முதலிலேயே சொல்லிவிடுகிறேன். இது அரசியல் பதிவல்ல. தவிர மக்கள் தொடர்புக் குறிப்போ, டேமேஜ் கன்ட்ரோல் நடவடிக்கையோ அல்ல இது. ஒரு பிராண்ட் செயல்படும் விதம் குறித்த அக்மார்க் நயம் வணிகப் பதிவு. அதைப் புரிந்து கொள்வதற்கான முயற்சி. போய்க் கொண்டிருக்கிற சர்ச்சைகளில், அப்போலோ என்கிற பிராண்ட் அதல பாதாளத்திற்குச் சென்றுவிட்டதுபோல சில பதிவுகளைப் பார்த்தேன். அவர்கள் சொன்ன கோணத்தில் சில உண்மைகளும் வருத்தங்களும் எதிர்பார்ப்புகளும் ஏமாற்றங்களும் இருக்கலாம். அதற்குள் இறங்கவில்லை. அதேசமயம் இந்தக் கோணத்திலும் சிந்தித்துப் புரிந்து கொள்வதும் அவசியமானதாகக் கருதுகிறேன்.

அப்போலோவிற்கு ஒரு நெகட்டிவ் இமேஜ் உருவாகி விட்டதாகவும் அதனால் அவர்களது மருத்துவ வணிகம் கடுமையாகப் பாதிக்கப்படும் என்றும் சொல்கிறார்கள். மருத்துவம் சார்ந்த வணிகத்தில் நெகட்டிவ் பிராண்ட் என்பது என்னென்ன மாதிரியான விஷயங்களில் செயல்படும் என்ற கேள்வியை எழுப்பிப் பாருங்கள்.

சரவணபவன் அண்ணாச்சியை எல்லோருக்கும் ஞாபகமிருக்கும். அவர் ஆள்கடத்தல் மற்றும் கொலை வழக்கு, பெண் விவகாரம் ஆகியவற்றில் சம்பந்தப்பட்டபோதும் இதே மாதிரியான கேள்விகள் முன்வைக்கப்பட்டன. சரவணபவனில் பணியாற்றும் உயரதிகாரி ஒருத்தரிடம் இது பற்றிக் கேட்டபோது அவர் சிரித்துக்கொண்டே சொன்னார். ‘‘உண்மையில் வியாபாரம் இப்போதுதான் இரண்டு

மடங்காகியிருக்கிறது. மக்கள் தனிப்பட்ட வாழ்வு தனி வியாபாரம் தனி என்பதைப் பிரித்துப் பார்த்த விஷயம் அற்புதமானது'' என்றார்.

ஆக மக்களுக்கு அந்த விஷயத்தில் தெளிவிருந்தது. விளையாட்டாக இன்னொன்றும் சொன்னார்கள். அண்ணாச்சியுடன் சம்பந்தப்பட்ட அந்தப் பெண்ணின் பெயரைச் சொல்லி, 'அவங்கதான் இந்த முறுக்குத் தயாரிப்புக்கு லீடராமே, அப்ப இன்னும் ரெண்டு கிலோ சேத்துத் தாங்க' என மக்கள் ஆர்வத்தில் விழுந்து புரண்டதாகச் சொல்வார்கள். விளையாட்டை விட்டுவிடலாம். உண்மையில் அந்தச் சர்ச்சை எந்தவிதத்திலும் சரவணபவனின் வியாபாரத்தைக் கபளீகரம் செய்ய வில்லை. இத்தனைக்கும் சரவணபவன் அண்ணாச்சியையும் அந்தக் கடையையும் அதன் பொருட்களையும் பிரிக்கவே முடியாது. அவரைப் பொறுத்தவரை அந்தக் கடையில் அஹம் பிரம்மாஸ்மி அவர்தான்.

அதே விஷயம் அப்போலோவிற்கும் வொர்க் அவுட் ஆகுமா என்று கேட்டால், ஆகும் என்பதுதான் என் பதில். மருத்துவமனை என்றாலே சாவோடு சம்பந்தப்பட்டதுதான். நாள்தோறும் இங்கு மக்கள் வந்து பிழைக்கிறார்கள். வந்து இறக்கிறார்கள். மருத்துவமனை வியாபாரத்தில் இது சகஜமானது என்கிற புரிதல் எல்லோருக்கும் இருக்கிறது. புதிதாக ஒரு நோயாளியை அட்மிட் செய்ய ஒரு மருத்துவமனைக்குள் நுழைந்தால் எதிரிலேயே ஸ்ட்ரெச்சரில் செத்துப் போன ஒருத்தரைத் தள்ளிக்கொண்டு வருவார்கள்.

அதற்காகத் திரும்பி வந்திருக்கிறோமா? அவர்கள் உயிரைக் காக்கப் போராடுகிறார்களா, அவர்களிடம் நவீன வசதிகள் இருக்கின்றனவா என்பதுதான் மக்களின் அக்கறையாக இருக்கும். தவிர அப்போலோ ஒன்றும் டீக்கடையில் அமர்ந்துகொண்டு அரசியல் பேசும் சாமானியர்கள் போவதற்கான மருத்துவ மனை இல்லை என்பது எளிதான புரிதல். பணம் படைத்தவர்கள் மட்டுமே அங்கு உள்ளேயே நுழைய முடியும். அவர்களின் கவலை தொழில்நுட்ப சாதனங்கள் மற்றும் உயர்தர மருத்துவர்கள் குறித்துதான்.

இந்த எபிசோடில் அப்போலோ அந்த மாதிரியான தனது வாடிக்கை யாளர்களுக்குத் தெளிவான சிக்னலைக் கொடுத்திருக்கிறது. எங்களால் இலண்டனில் இருந்து ஆட்களைக் கொண்டுவர முடியும். எங்களால் 75 நாட்களுக்கும் மேலாக ஒருத்தரைக் காப்பாற்றப் போராட முடியும். எங்களால் நவீன வசதிகளை உடனுக்குடன் அப்டேட் செய்துகொள்ள முடியும். இந்த முடியும்களை அவர்களது வாடிக்கையாளர்கள் எளிமையாகவே புரிந்து கொள்வார்கள்.

ஏற்கெனவே மருத்துவச் சுற்றுலாவில் முன்னணியில் இருக்கும் அப்போலோ, இப்போது இதன் வழியாக தனது அரசியல்

வாடிக்கையாளர்களின் பார்வையையும் தன்பக்கம் திருப்பியிருக்கிறது என்றுதான் சொல்ல வேண்டும். ஆக இந்த நெகட்டிவ் இமேஜ் என்பதே ஒரு சாதாரண புரிதல்தான். இதனால் அப்போலோவிற்கு சாதகமே தவிர பாதகம் இருக்க வாய்ப்பில்லை என்றுதான் தோன்றுகிறது. இதில் மாற்றுக் கருத்துகளும் இருக்கலாம். இது என்னளவிலான புரிதல் மட்டுமே.

'இவ்வளவு பேசுகிறாயே, உனக்கு ஏதாவது நேர்ந்தால் நீ போவியா?' என நீங்கள் கேட்கலாம். நான் கண்டிப்பாகப் போவேன் என்பதுதான் என்னுடைய பதில். ஏனெனில் அங்குதான் மிக மிகத் தீவிர சிகிச்சைப் பிரிவில் அனுமதிக்கப்பட்டாலும், பொங்கலும் இட்லியும் சாப்பிடத் தருவார்கள்!

24

அசியா? அட்டா?

பொதுவாகவே ரிப்பீட் கஸ்டமர்கள் இருந்தால்தான் எந்த வியாபாரமும் விளங்கும். அது எந்த வியாபாரமாக இருந்தாலும் சரி. புத்தகம் பதிப்பிப்பதாக இருக்கட்டும். மீன் வியாபாரம் ஆகட்டும். சேனல் வியாபாரம், உணவகத் தொழில் என எந்தத் துறையாக இருக்கட்டும். இந்தச் சினிமா துறை இப்போது சீப்படுவதற்குக் காரணம் ரிப்பீட் கஸ்டமர்கள் இல்லாததுதான் .

குவாலிட்டி இருந்தால் தேடி வருவார்கள். இரண்டாம் தடவை தேடி வர வேண்டும் என்பதால் வியாபாரத்தில் கவனம் கூடிவிடும். ஒரு முறை போலிப் பொருட்கள் சந்தை குறித்த ஆய்வொன்றைச் செய்தேன். அத்தனை சோப்புகளிலும் சீப்புகளிலும் டூப்ளிகேட் உண்டு. அதுமாதிரி எல்லா பொருட்களிலும் உண்டு. இதுமாதிரியான பொருட்களை விற்கும் பாரீஸ் கார்னர் குறுக்குச் சந்துகளில் நுழைந்து எனக்கு ஒரு லோடு சோப் வேண்டும் என்றால், உடனடியாக அசியா (அசலா), அட்டா என்பார்கள். டூப்ளிகேட்டைதான் அட்டு என்பார்கள். ஒரிஜினல் விலையில் பாதிக்கும் கீழ். பார்ப்பதற்கு அப்படியே இருக்கும். முகத்தில் மருவை மட்டும் ஒட்டிக்கொண்டு மாறுவேடம் போடுகிற கதை மாதிரி அல்லாமல், அச்சு அசலாக அட்டும் அசல் போலவே இருக்கும்.

இது மாதிரியான அட்டுகளை ஆட்கள் நிறைய வந்து போகும் சுற்றுலாத் தளங்களில்தான் பெரும்பாலும் விற்பார்கள். ஏனெனில் அதை வாங்குபவர்கள் அதை ஒன் டைம் யூஸிற்காகதான் வாங்கு கிறார்கள். தவிர கடையேறி பழுதென்றால் கம்ப்ளைன்ட் பண்ண வர

மாட்டார்கள். ஊருக்குக் கிளம்புகிற அவசரத்தில் மறந்தே போவார்கள். ஆனால் ஒரு உறுத்தல் மட்டும் அவர்கள் மனதில் இருக்கும். அதைப் பற்றி யாருக்கு என்ன கவலை?

அதேமாதிரி மக்கள் கூட்டம் அதிகமாகச் சேரும் இடங்களான கோயில்கள், ஷாப்பிங் ஏரியாக்கள் போன்ற இடங்களில் உள்ள உணவகங்களிலும் இதே கதைதான். மோட்டல் பிஸினஸெல்லாம் எவ்வளவு மொக்கை மற்றும் அராஜகத்தோடு செயல்படுகிறார்கள் என்பது உங்களுக்குத் தெரிந்தே இருக்கும். ஒன் டைம் யூஸ், ஒன் டைம் பிஸினஸ். இவர்களுக்கு ரிப்பீட் கஸ்டமர்கள் தேவையில்லை. அதனால் குவாலிட்டி குறித்த கவலைகளும் இல்லை.

இவர்களால் ஒருபோதும் நிறுவனமாக மாற முடியாது. பத்து வருடங்களுக்கு முன்பு ஒரு உணவு நிறுவனத்தைத் துவக்கிய நண்பனொருவன் குவாலிட்டியாக நடத்திய வகையில் அதில் உச்சம் தொட்டிருக்கிறான். அவனிடமும் பணம் இருக்கிறது. ரெண்டாம் நம்பர் அட்டு வியாபாரம் செய்கிறவர்களிடமும் பணம் இருக்கிறது. ஒரே பணம்தான். காந்தி பொக்கைச் சிரிப்பையும் ஒரேமாதிரிதான் டெலிவரி பண்ணுகிறார். என்ன பெரிய வித்தியாசம்? பணமாக இருந்தாலும் அதிலும் குவாலிட்டி இருக்கிறது. சிக்கல் இல்லாத பணம்தான் எப்போதும் சுகமானது.

எனக்குத் தெரிந்து இந்த அட்டு வியாபாரத்தில் இருந்த ஒருவர் ஒரிஜினல் சோப் கொண்டு அந்த வியாபாரத்தைக் கழுவித் தொலைக்க நினைத்தார். மறைவு வியாபாரம் தந்த பதற்றம் அவரை விரைவில் நோயாளியாக்கியது. மனப் பதற்றம் அவரை குடி நோயாளி யாக்கியது. அவர் அந்தத் தொழில்/இந்தத் தொழில் குறித்த அறத்தை யெல்லாம் போதிக்கவில்லை. நானும் செய்யத் தயாராக இல்லை.

நேர்மையான வியாபாரம் சிக்கல் இல்லாதது என்பதை வேண்டு மானால் துணிந்து சொல்லலாம்.

ஒருமுறை நகரில் உள்ள பிரபல ஸ்வீட் உரிமையாளர் ஒரு சம்பவத்தைப் பகிர்ந்துகொண்டார். அவருடைய அலுவலகத்தில் மின்சாரப் பிரச்சினை. அந்தப் பகுதி ஆய்வாளரிடம் சிபாரிசுக்குப் போகலாம் என்றிருக்கிறார்கள். இவர் மறுத்து விட்டார். ‘ஒரு சின்னப் பிரச்சினைக்குப் போய் நின்னோமின்னா, தீபாவளி பொங்கலுக்கு பதிலுக்கு எதிர்பார்ப்பார்கள்’ என்றிருக்கிறார். ஆனால் அட்டு வியாபாரத்தில் அப்படி இல்லை.

எந்த நேரமும் அணுகுண்டைக் கட்டிப் பிடித்துக்கொண்டு படுத்தது மாதிரி இருக்க வேண்டும். அதிகாரிகள் வீட்டுச் சட்டையைத்

துவைத்துப் போட வேண்டும். மரியாதை இருக்காது. நம்முடைய வீட்டிலேயே அசலைதான் விரும்புவார்கள். பணம் இருக்கும். நிறம் மணம் குணம் இருக்காது. குவாலிட்டியான சபைகளில் மாலை மரியாதை கிடைக்காது.

பொதுவாகவே தமிழ் வணிகமே இப்படி இரண்டாகப் பிளந்து கிடக்கிறது. அசலுக்கும் அட்டிற்கும் இடையிலான போராட்டத்தில் தமிழ் வணிகம் அதன் அடிப்படை நேர்மையைத் தொலையக் கொடுத்துவிட்டதா என கேள்வி எழுப்பி விவாதிக்க வேண்டிய தருணம். அசல் பொருட்களுக்கான சந்தைக்கு நிகராக போலிகளின் சந்தையும் தோளுக்கு நிகராக வளர்ந்து நிற்கிறது.

வியாபாரத்தில் இருப்பவர்களுக்கு இது நன்றாகத் தெரியும். அட்டுக்களின் ஆதிக்கம் வியாபாரத்தில் ஏறிக்கொண்டே போகிறது. மீன் செவுளில் வெத்தலையைத் துப்பி, ஃப்ரஷ் ப்ளட் என்கிறார்கள். இப்படி உதாரணம் காட்டினால் இந்தப் பக்கமும் அந்தப் பக்கமும் குவியும்.

இது எல்லா வணிகங்களுக்கும் பொருந்தும். கஸ்டமர்கள் கடவுளைப் போல என்றார் காந்தி. ரிப்பீட் கஸ்டமர்கள் பெருங்கடவுள்கள் எனலாம். ரிப்பீட் கஸ்டமர்களை நோக்கிய வேட்டையில்தான் ஒட்டு மொத்த உலகமும் ஓடுகிறது. அட்டுக்களும் காலாட்டிக்கொண்டு சந்தையில் இருக்கின்றன. அதில் நாம் எந்தப் பக்கம்? அதுதான் அசலான கேள்வி.

25

சிரம் தாழ்த்த தலையில்லை இங்கே!

ஒரு புகைப்படம் உணர்த்திவிடும் எல்லாவற்றையும். உசேன் போல்ட்டின் கடைசி ஓட்டத்தில் அவரை வீழ்த்தியவர் அவரது காலுக்குக் கீழே அமர்ந்து அந்த வெற்றியை உசேனுக்குச் சமர்ப்பணம் காட்டிய புகைப்படம் அது. நீட்டி முழக்கத் தேவையில்லை. நான் இதைச் சொல்லவில்லை. மூத்த பத்திரிகையாளர் பத்மஸ்ரீ. பிரபு சாவ்லா சொல்வார். அதனடிப்படையில் தமிழ்நாட்டில் உள்ள கைகளால் மலம் அள்ளும் தொழிலாளர்கள் குறித்த புகைப்பட ஆதாரங்களோடு இந்தியா டுடேயில் ஒரு ஐந்து பக்க ஸ்டோரிக்குத் திட்டமிட்டோம்.

நண்பன் மதுரை செந்தில்குமரன் புகைப்படங்களை அலைந்து திரிந்து எடுத்திருந்தான். உண்மையில் அவனுடைய படங்களுக்கு என்னுடைய கட்டுரையை ஃபோட்டோ கேப்சன் ஆக்கிவிட்டார்கள். அந்தப் புகைப்படங்கள் நிறைய பேரின் மனசாட்சியை உலுக்கியிருக்கும். அதுபோலதான் இந்தப் புகைப்படமும். அதனாலேயே இந்தப் புகைப்படம் மிக முக்கியமானது. நூற்றாண்டின் மிகச் சிறந்த புகைப்படம் என்பதில் மாற்றுக் கருத்தில்லை.

முன்னோடிகளை மிகச் சிறப்பாக இதைவிட யாரும் வழியனுப்பி வைத்துவிட முடியாது. உசேன் பல முட்பாதைகளில் வெறும் காலுடன் ஓடி சிந்தெட்டிக் ட்ராக்கிலும் சிங்கமாக இருந்தவர். எதிர்காலத்தில் ஏழு செகண்ட் கூட ஓடி ஒருத்தன் அவரது சாதனையை முறியடிக்கலாம்.

ஆனால் அதுவும் இதுவும் ஒன்றா? இது ஒரு உதாரணம்தான். இதை அடிப்படையாக வைத்து வேறொன்றைப் பேச விரும்புகிறேன்.

பொதுவாகவே எல்லா துறைகளிலும் இதுபோல் மைதானத்தை மண்ணடித்து உருவாக்கியவர்கள் இருக்கிறார்கள். சிறு கற்களைக் கொண்டு கோட்டையை உருவாக்கியவர்கள் அவர்கள். கோட்டையில் உட்கார்ந்துகொண்டு கொடி நாட்டுவது என்ன பெரிய பிஸ்கோத்து வேலை? தவிர கபிலை, சச்சினை, கங்குலியை, மில்க்கா சிங்கை என பல விளையாட்டு வீரர்களை இந்தியாவில் அவமானப்படுத்திதான் வெளியில் அனுப்பியிருக்கிறோம். இதைப் பற்றி பார்பியில் விரிவாக எழுதியிருக்கிறேன். வெறும் விளையாட்டு சார்ந்ததாக மட்டும் இதை எடுத்துக் கொள்ளாதீர்கள். இந்தப் புகைப்படம்கூட ஒரு குறியீடுதான். எல்லா விஷயங்களுக்கும் பொருத்திச் சொல்கிறேன். முன்னோடி களின் தோளில் அமர்ந்துதான் முதன் முதலில் உலகத்தைப் பார்த்தோம்.

பொதுவாகவே நாம் முன்னோடிகளை எப்படி நடத்துகிறோம்? எனக்குத் தெரிந்த, நான் இருந்த துறைகளில் எனக்குக் கிடைத்த அனுபவங்களை கொஞ்சம் வெளிப்படையாகப் பேச விழையலாம். இலக்கியத் துறையில் நல்ல மாதிரியாக இதை எடுத்துக் கொள்ள மாட்டார்கள் என்பதால் அதை ஸ்கிப் செய்கிறேன். வணிகத் துறையில் முன்னோடிகளின் காலில் விழுந்துவிட்டுதான் காரியத்தையே துவக்குவார்கள்.

சிந்தாதிரிப் பேட்டை மீன் சந்தையில் நொடித்துப் போன பாய் ஒருத்தர் இருக்கிறார். அவர் சொல்லிவிட்டார் என்று போய் நின்றால், மிகச் சரியாக நடந்து கொள்வார்கள். மவுண்ட் ரோட்டில் ஜட்கா வண்டி ஓடின காலத்தில் இருந்து மீன் வியாபாரம் செய்பவர்கள் அவர்கள். வியாபாரத்தில், 'கரிக்குருவி கத்துதுப்பா' என முன்கூட்டியே சொல்லிவிடுவார்கள். தங்கத்தின் ரியல் மதிப்பு வணிகனுக்குத் தெரியும்.

ஆனால் ஊடகங்களில் முன்னோடிகள் நடத்தப்படும் விதம் உண்மையிலேயே கவலையளிக்கிறது. சீனியர் ஒருத்தருக்காக வேலை கேட்டலைந்தபோது கிடைத்த அனுபவங்கள் மோசமானவை. இப்போது உங்களுக்கு பறக்கிற, மிதக்கிற கேமராக்கள் வந்து விட்டன. அப்புறம் ஒரு உண்மை தெரியுமா? ஹை 8 என ஒரு கேமரா இருக்கும். அந்தப் பையில் ஓட்டை போட்டு அதனுள் கேமராவை ஒளித்து வைத்து அதன் மேல் கறுப்புப் படுதாவை மூடி ஹிடன் கேமராவாகப் பயன்படுத்தியவர்கள் பற்றித் தெரிந்துகொள்ள விரும்ப மாட்டீர்கள்.

வேகமாக ஓட முடியவில்லைதான். எத்தனை வருடங்கள் ஓடியிருக் கிறார்கள். கொஞ்சம் மெதுவாக ஓடினால்தான் என்ன தப்பு? அப்புறம் வேகமாக ஓடிய ஒருத்தரைப் பார்த்துதானே உங்களுக்கும் ஓட ஆசை வந்தது? உங்கள் மனசாட்சிக்கே விட்டு விடுகிறேன். ஓட்டு

மொத்தமாகவே இந்தியாவில் வேலை இழக்கும், தனித்து வாழும் முதியவர்களின் எண்ணிக்கை அதிகரித்தபடி இருக்கிறது. என்னிடம் பக்காவான புள்ளி விவரங்கள் இருக்கின்றன. ஏற்கெனவே தமிழ் ஹிந்துவில் எழுதியிருக்கவும் செய்திருக்கிறேன். வெறும் வேலை என்று சுருக்கிக் கொள்ளாதீர்கள்.

முன்னோடிகளை எப்படி நடத்துவது என்று நமக்குத் தெரியவில்லை. புகழ்பெற்ற அந்த மரத் தட்டு கதையை நினைவுபடுத்த விரும்புகிறோம். ஒருநாள் அந்தத் தட்டை மடியில் ஏந்தி நான் கூட நகர்வலம் செல்லக்கூடும். ஜெயிப்பது என்றால் என்னவென்று ஏற்கெனவே காட்டியவனை எப்படி நடத்த வேண்டும் என மண்டியிட்டு கேட்லின் உலகிற்கு உணர்த்தியிருக்கிறார். அவர் கையில் கிடைத்தால் நான் மண்டியிட்டு அவருக்கு சலாம் போடுவேன்.

26

காரும் கருவாட்டு லோடும்

அவரது பெயரை எக்ஸ்மேன் என்று வைத்துக் கொள்ளுங்கள். உண்மையான பெயரெல்லாம் 'எதுக்குங்க' ஒற்றை வரியில் மறுத்து விட்டார். ஒரு ஊதாரி இளைஞனாகதான் அவரைச் சந்தித்தேன். அவரிடமிருந்து மீண்டபோது, செய்யும் தொழில் சம்பந்தமாகவும் அதை மேலெடுத்துச் செல்வது குறித்தும் தெளிவான புரிதல்கள் கிடைத்தன. எப்போதுமே மேனேஜ்மெண்ட் தியரிகளை விழுந்து விழுந்து படிக்கிறோம். ஆனால் உடன் வாழ்பவர்கள் பலர் அதை யெல்லாம் அறியாத ஒழுங்கை தொழிலில் காட்டிக் கொண்டிருக்கும் விதத்தை மெச்சுவதே இல்லை. அப்படிதான் எக்ஸ்மேன் வாழ்க்கையையும் எடுத்துக்கொள்ள முடிகிறது.

எக்ஸ்மேன் நீலகிரி மலையைச் சேர்ந்தவர். அவர் சின்ன வயதாக இருக்கும்போது, கருவாடு லோடு அடித்ததற்காகத் தண்டிக்கப்பட்டு மலையை விட்டு இறங்கியிருக்கிறார். கருவாடு லோடு அடித்த தெல்லாம் ஒரு குத்தமாய்யா என்றுதான் நானும் கேட்க நினைத்தேன். அது வேறொன்றுமில்லை. அந்தக் கால அம்பாசிடரில் எக்ஸ்மேன் க்ளீனர் வேலைக்குப் போயிருக்கிறார். அம்பாசிடரில் க்ளீனரா என்பதும் இன்னொரு கேள்வி. ஆனாலும் உதவியாளர் என்று எடுத்துக் கொள்வோம். காரின் உரிமையாளருக்குத் தெரியாமல், செத்துப் போன பிணங்களை அதிக காசிற்காக அமர்த்திக் கொண்டு வருவதற்குப் பெயர்தான் கருவாடு லோடு.

தேயிலை லோடெல்லாம் அம்பாசிடருக்குள் அடிக்க முடியுமா என்ன? கூடுதல் காசென்றால் முன்னூறு நானூறு ரூபாய் அவ்வளவுதான்.

ஒருநாள் ஓனர் இதைக் கண்டுபிடித்துவிட்டார். அடித்துத் துரத்தி விட்டார். வீட்டுக்குப் போனால் அங்கேயும் அடி. வெறுத்துப் போன எக்ஸ்மேன் மலையிலிருந்து தரைக்கு இறங்கிவிட்டார். யாரும் அவரைத் தேடவில்லை என்பதிலிருந்தே மலையில் அவருக்கு இருந்த முக்கியத்துவத்தை உணர்ந்துகொள்ள முடியும்.

கீழே வந்தவர் லாரியில் க்ளீனராக வேலைக்குச் சேர்ந்தார். அந்த லாரியையே ஓட்டினார். அந்த லாரி உரிமையாளரின் தங்கையைத் திருமணம் செய்துகொண்டார். தன்னால் அதிகபட்சமாக ஐந்து நாட்கள் வரை தூங்காமல் வண்டியோட்ட முடியும் என்று சொன்ன போது நான் அசந்துவிட்டேன். உழைப்பு உழைப்பு... அதைத் தவிர அதற்கடுத்து அவர் எதையும் செய்யவில்லை. இரண்டு லாரிகள் ஆனது. மூன்று லாரிகள் ஆனது. இடையில் செங்கல் வியாபாரம் செய்தார். மணல் வியாபாரம் செய்தார். ஜல்லி வியாபாரம் செய்தார்.

அப்படியே நூல் பிடித்து மேலேறி கட்டட கான்ட்ராக்டர் ஆனார். அவர் செய்த தொழில்களையெல்லாம் பட்டியலிட்டால், ஆயிரத்து ஐந்நூறு வார்த்தைகளைத் தாண்டிவிடும். இரண்டு பெண் பிள்ளைகள். பேரப் பிள்ளைகளும்கூட வந்துவிட்டனர். மலையை விட்டு இறங்கிய பிறகு அவர் மீண்டும் மலையேறவே இல்லை. ஏதோ ஒரு வைராக்கியத்தில் சமதளத்திலேயே இருந்து கொண்டிருக்கிறார். ஏன் இந்த வைராக்கியம் என்றேன். அது இல்லாமல் இருந்தால் நான் இந்த இடத்தில் இருந்திருக்கவே மாட்டேன் என்றார் புன்னகையுடன். எப்போது இந்த சபதத்தை முடிக்கப் போகிறீர்கள் என்றேன். நான் செத்த பிறகு என்னையும் கருவாட்டு லோடு அடித்து மேலே கொண்டு போனவுடன் சபதம் முடிந்துவிடும் என்று சொல்லிவிட்டு அடர்த்தியாகச் சிரித்தார். என்னிடம் சொல்வதற்கு எதுவும் வார்த்தைகள் இல்லை.

இந்த நிமிடத்தில் அவர் சில பல கோடிகளுக்கு அதிபதி. ஆனாலும் அவர் அலுவலகத்தில் இன்னமும் வாட்டர் கேன் விற்றுக் கொண்டிருக்கிறார். வீட்டில் இருப்பவர்கள் தடுத்துப் பார்த்து விட்டார்கள். யார் பேச்சையும் கேட்பதில்லை. இன்னமும்கூட சில சமயங்களில் அவரே டூவிலரில் வைத்து தண்ணீர் கேன் போடப் போகிறார். என்னாச்சு இந்த மனிதருக்கு? ஒரு கேனுக்கு எட்டு ரூபாய் கிடைக்குமா என்றேன். எட்டு ரூபாய் உங்களுக்குச் சாதாரணமாகப் போய்விட்டதா என்று கோபமாகக் கேட்ட அவர், தன்னுடைய உபதேசத்தை ஆரம்பித்தார். ''பணம் என்பது போகும்போதுதான் மொத்தமாகப் போகும். வரும்போது சிறுகச் சிறுகதான் வரும். மலையே ஆனாலும் உட்கார்ந்து உடைத்துச் சாப்பிட ஆரம்பித்தால்,

சில வருடங்களிலேயே தின்று முடித்துவிடலாம்'' என்றார். யோசித்துப் பார்த்தேன். ஊதாரித்தனம் உறைத்தது. அவரிடம் பெற்றுக்கொண்டதற்கு அடையாளமாய் அமைதியாய் அமர்ந்திருந்தேன்.

கருவாட்டு லோடு அடித்த மனிதர் தன்னுடைய வாழ்க்கையில் ஒருவட்டம் அடித்து நிறைவாழ்வு வாழ்ந்திருக்கிறார். ஆனாலும் ஓட்டத்தை நிறுத்தவில்லை. அவர் ஓட்டத்தை நிறுத்துகிற அன்றைக்கு அவரைத் தூக்கிக்கொண்டு கருவாடு லோடு அடிக்கும் பாக்கியம் கிடைத்தால் மகிழ்வேன்.

27

பாலியில் தொடரும் கனகாம்பரங்கள்!

அவ்வப்போது எனக்குக் கிறுக்குப் பிடித்துவிடும். உடன் வாழ்பவர் களுக்கு மண்டை காய்ந்துவிடும் இதனால். எதையெல்லாம் தினம்தோறும் செய்கிறேனோ, அதற்கு நேரெதிராக செயல்களைச் செய்வேன். எட்டு கிலோ மீட்டர் சுற்றிக்கொண்டு போனாலும் போவேனே தவிர, பழக்கமான, வழக்கமான பாதையில் வண்டியை விடமாட்டேன்.

பெட்ரோலுக்குப் பிடித்த கேடு என கதறுவார்கள். காதிலேயே போட்டுக்கொள்ள மாட்டேன். மாடா என்ன நாம், நுகத்தடியை மாட்டி முதுகில் ஸ்கூல் பேக்கைக் கட்டுவதைப்போல வண்டியைக் கட்டிவிட்டால் ஒரே பாதையில் நடை போடுவதற்கு? தொடர்ச்சியாக சிக்கன் சாப்பிட்டுக் கொண்டிருந்தால், அடுத்த ஒரு மாதத்திற்கு அந்தப் பக்கமே போகமாட்டேன். வேறு ஒரு ஏரியாவிற்கு நகர்ந்துவிடுவேன். இது ஒரு சின்ன உதாரணம்தான். இதுமாதிரி ஏற்கெனவே போனதற்கு நேரெதிர் திசையில் வண்டி மாடு நடை போடும்.

பொதுவாகவே இது மாதிரியான வலுக்கட்டாயமான தப்பித்தல்கள் அவசியமானவை. எல்லா விஷயங்களிலும் அதைப் பரிசோதித்துப் பார்த்துவிட முடியும். சமையலறையில் வைத்து ரொமான்ஸ் செய்யக் கூடாதென எங்கேயாவது எழுதி வைத்திருக்கிறதா என்ன? எதன் மீதும் எந்த வித அப்சஷனும் இல்லாமல் இருக்கும் வகையிலான சின்ன ஏற்பாடு இது.

எனக்குத் தெரிந்த எழுத்தாளர் ஒருத்தர் பாலி போயிருக்கிறார். அங்கே போய் கனகாம்பரம் வைத்த பெண்ணொருத்தியைத் தேடியிருக்கிறார்.

வண்டி மாடுதான் என அவரே சிரிப்பிற்கு இடையே ஒத்துக் கொண்டார். இதுமாதிரிதான் தீர்மானிக்கப்பட்ட, நேர்ந்து விட்ட தடங்களில் மாட்டைப் பத்திக்கொண்டு போகிறோம் பல நேரங்களில் என்று தோன்றுகிறது. இது அதிகப்படியாக ஆகிவிட்டால் கனகாம்பரம் சூடிய பெண்ணிற்கும் கேடு.

அறுத்தெறிந்து தூர வீசி விடவேண்டும் எதையும். யாரையும் எதையும் நம்மீது தீர்மானம் கொண்டுவிட செய்துவிடக் கூடாது. ஸ்லிப்பில் எட்டுப் பேரை நிற்க வைத்தபோது சச்சின் முட்டியை மடக்கி கில்லி விளையாடுவதைப்போல பந்தைப் பின் பக்கமாக கேந்தி விடுவதை யாராவது முன்னுணர்ந்தார்களா? அதைப்போல தான் இதுவும். எதிர்பார்க்காத அசைவுகள் மட்டுமே புத்துணர்ச்சி கொள்ள வைக்கின்றன.

இது ஒரு பயிற்சிதான். அவசியமான பயிற்சியும்கூட. எதிலும் சிக்கிக் கொள்ளாமல் தப்பித்துப் பறக்கிற பயிற்சி. டி.டி.கே சாலை வழியாக மவுண்ட் ரோட்டைப் பிடிப்பதற்காக மட்டுமே நேந்து விட்டிருக் கிறார்களா என்ன? அப்பன் ஆத்தா பெத்துப் போட்டது கனகாம்பரத்திற்கு மட்டுமல்ல. ஆர்கிட் மலர்களுக்காகவும்தான். சரக்கை விட நினைப்பவர்கள் மாட்டிக்கொள்வது இந்த இடத்தில் தான். சரியாக எட்டு மணிக்கு பிராந்தி சுவை நாக்கில் படரும். இரண்டு நாட்களுக்கு ஒருதடவை வேறு வேறு வகையறாக்களை மாற்றிக் குடித்தால் இந்தச் சிக்கல் எழாது என்பதற்கு உத்தரவாதம். அனுபவஸ்தர்கள் சொல்வது வேத வாக்கு.

அந்த அடிப்படையில் கிறுக்குத்தனம் முற்றிப் போய், வாழ்வில் மூன்றாவது முறையாக மீசையை எடுத்தேன். விதம் விதமாய் மீசை வைத்தோம், வீரத்தை எங்கே ஒளித்து வைத்தோம் என்கிற கந்தர்வனின் வரிகள் நினைவிற்கு வந்தன. அதென்ன மீசை? கோல் அடித்துவிட்டு உடனடியாக கண்ணை உறுத்தாமல் மீசையை முறுக்குவது தொட்டில் காலப் பழக்கம்.

கோல்தான் என்றில்லை. கெதியான வியாபாரத்தை முடித்தாலும் அனிச்சையாக கை அந்தப் பக்கம் போகும். தவறாயிற்றே? உடனடி யாக எடுத்துவிட்டேன். மாற்றுப் பாதைகளை நோக்கி மாடு நடை போடுவதைத் தள்ளி நின்று பார்க்க சந்தோஷமாக இருக்கிறது. போய்ப் பாருங்கள். அதன் அருமை புரியும். அருமையை உணர்ந்தால் கட்டணமாக ஐம்பது ரூபாய் அக்கவுண்டில் போட்டு விடவும். எதற்கும் விலையுண்டு இங்கே. விலை போகாத பொருளுக்கு மதிப்பில்லை எங்கேயும்.

28

வம்பில்லாத பஜ்ஜி விலை போகும்

சந்தையில் சிக்கல் பிடித்த ஒரு வியாபாரி இருக்கிறார். வணிக தர்மப்படி அப்படி இருக்கவும் கூடாது. ஒரு டன் மாம்பழம் கொண்டு வருபவனும் ஒன்றுதான். ஒரு கூடை மாம்பழம் கொண்டுவருபவனும் ஒன்றுதான் நல்வணிகனுக்கு. சிறுகச் சிறுகச் சேரும் செல்வம்தான் நிலையானது.

எப்போதும் முறுக்கிக்கொண்டே அலைவார். எளிய கஸ்டமர்களை எளக்காரமாகப் பேசுவார். பழத்தில் சின்னதாக அடி வாங்கியிருந்தால் கூட போய் மாட்டுக்குப் போடு என்பார். எல்லோரும் அவருடன் கட்டி சண்டையிட்டு உருள்வார்கள். நான் உருளவே மாட்டேன். 'நீங்க பேரம் பேசுற ஸ்டைலை பார்த்தால் அத்தாச்சி அசந்துரும்ணே' என்பேன். 'ஆமாம் தம்பி, அவ அதப் பாத்துதான் நம்மள காதலிச்சா' என்று சொல்லும்போது அந்தக் கரிய முகத்தில் வெள்ளைச் சிரிப்பு தெரியும்.

மற்றவர்களை விட ஐந்து ரூபாய் சேர்த்துப் போட்டுத் தருவார். வணிக தர்மத்தின் அடிப்படையே பணம் சேர்ப்பதுதான். யாரோடும் சம்பந்தக் காரராகவா ஆகப்போகிறோம்? இல்லை சண்டைக்காரராகவா ஆகப் போகிறோம்? நைச்சியம்தான் வணிகத்தின் அடிப்படைத் தேவை.

சின்ன வயதில் இருந்தே கடை கண்ணிகளின் கல்லாவில் நின்று வளர்ந்தவன். கல்லாவில் கையும் வைத்திருக்கிறேன். கை ஒடிவாங்கவும் செய்திருக்கிறேன். கல்லாவில் நின்றால் சின்னப் பொடியன் வந்து நின்றாலும் வாங்க அண்ணாச்சி என்றுதான் சொல்ல வேண்டும். பக்கத்துக் கடை நைனா பத்து ஊரில் நிலம் வாங்கிப் போட்டிருந்தார்.

ஆனால் பஜ்ஜி சாப்டுறீங்களா அண்ணாச்சி என தட்டைத் தூக்கிக் கொண்டு போய் நிற்பார். நான் யார் தெரியுமா, என் நில புலன்கள் விவகாரம் தெரியுமா என்றெல்லாம் கசறிக் கொண்டிருக்க மாட்டார். நைச்சியமாகப் பேசி நாலு பஜ்ஜியை விற்று முடித்திருப்பார். தண்ணியடித்துவிட்டுச் சலம்புவார்கள். பக்குவமாய்ப் பேசி பஜ்ஜியோடு பஸ் ஏற்றிவிடுவார்.

பல்பு போட்டுக் கடை போட்டுவிட்டால் யாரையும் பகைத்துக் கொள்ளக் கூடாது. கல் விட்டு அந்தக் குண்டு பல்பை உடைத்து விட்டால் என்ன செய்வது? தவிர வம்பு வளர்ப்பது நம் வேலையும் இல்லை. இதையெல்லாம் எடுத்து அந்தச் சந்தை வியாபாரியிடம் சொல்லும் நிலையில்தான் இருக்கிறேன்.

என்றாலும் யாரிடமும் வம்பு வைத்துக்கொள்ளக் கூடாது என்பது விதியாயிற்றே. இதுதான் தமிழ் வணிகத்தின் அடிப்படை மனநிலை. பொதுவான வணிக மனநிலை. புதிதாகத் தொழில் துவங்க விரும்புபவர்கள் கற்றுக்கொள்ள விரும்புகிற மனநிலை. காற்றில் கத்தி சுற்றுவார்கள் கஸ்டமர்கள். ஒருசொல் எதிர்த்துப் பேசிவிட முடியாது.

வணிகக் குடும்பத்திலிருந்து வந்தவர்களிடம் இந்த மனநிலையைப் பார்க்க முடியும். அந்த நிறுவனங்களிலும் எதிரொலிக்கும். பொது வாகவே வணிகம் என்பது வன்முறைக்கு எதிரானது. ஆனால் நடக்கிற விஷயங்களைப் பார்த்தால் அப்படித் தெரியவில்லை. எது எப்படியோ, நமக்கு கிலோவிற்கு ஐந்து ரூபாய் மற்றவர்களை விட கூடுதலாகக் கிடைத்ததே... காசு முக்கியம் பாஸ்! கோல் போடதானே விளையாடு கிறோம். சிவப்பு அட்டை வாங்கி வெளியேறுவதற்கு அல்லவே?

29

கடலும் பச்சையும்

உற்பத்தி மற்றும் விற்பனை என இரண்டு துறையையும் சார்ந்தவன் என்பதால் இதை உறுதியாக என்னால் சொல்ல முடிகிறது. ஒப்பீட்டளவில் மீனவர்களை ஒப்பிடுகையில் விவசாயிகளுக்குத் தங்களது பொருட்களைச் சந்தைப்படுத்துவதில் விவரம் பத்தாது என்றுதான் சொல்லவேண்டும். டிமாண்டில் இருக்கும் பொருட்களுக்கும் சேர்த்துதான் சொல்கிறேன்.

காசிமேட்டில் மீன் ஏலம் எடுப்பது என்னுடைய தொழில்களில் ஒன்று. அதிகாலை மூன்று மணிக்கே கடற்கரையில் குவிந்து கிடப்போம். சிறு வியாபாரிகளுக்குப் போட்டியாய் கேரளப் பெரு வியாபாரிகளும் குவிந்து கிடப்பார்கள். ஒரு கூடை சங்கரா மீனை நாலாயிரம் ரூபாய் என்பார்கள். பதினைந்திலிருந்து பதினேழு கிலோ இருக்கும். மேலே மட்டும் சங்கரா செக்கச் செவேல் என்று கிடக்கும். வயிற்றிலுள்ள மஞ்சள் கோடுகள் அதிகாலைச் சூரிய வெளிச்சத்தில் மினுமினுக்கும். உள்ளே தும்பிலி, காரப்பொடியும் கலந்து கிடக்கும். 'வெறும் சங்கரா மட்டும்தான் வேணும்னா செய்யதான் ஆர்டர் குடுக்கணும். வேணாம்னா வியாபாரத்த கெடுக்காம அந்தப்பக்கம் நவுரு' என்பார்கள்.

அங்கே மீனவர் வைத்ததுதான் விலை. 'ஆயிரத்து ஐநூறு ரூபாய்க்கு தருகிறீர்களா?' என ஒருதடவை எனக்காகக் கேட்டுப் பாருங்கள். வண்டி வண்டியாய் மெட்ராஸ் பாஷையில் வசவு வாங்குவீர்கள். டிமாண்ட் இருப்பதால் மட்டுமே கை ஓங்கவில்லை என்பதைப் புரிந்து கொள்ளுங்கள். எந்தப் பொருளுக்கு இங்கே டிமாண்ட் இல்லை சொல்லுங்கள். மீனும் அழுகல் வியாபாரத்தைச் சேர்ந்ததுதான்.

ஒரு உதாரணத்திற்கு கொய்யாவையே எடுத்துக்கொண்டால் டிமாண்ட் பெரியளவிற்கு இருக்கிறது. மாலத்தீவு போன்ற நாடுகளுக்கு சப்ளை செய்து முடியவில்லை. ஆனாலும் விவசாயி என்று வரும்போது, அறுநூறு ரூபாய் போகிற கூடையை நூறு ரூபாய்க்குத் தருகிறாயா என்று கேட்கிறார்கள். அடுத்த முறை போகும்போது ஃப்ளாஸ்க்கில் சுடுதண்ணீர் எடுத்துப் போகலாம் என்றிருக்கிறேன் மொகரையில் ஊற்ற.

நேர்மையின் சிகரம் லலிதா ஜுவல்லரிக்குப் போய் ஒரு கிராம் தங்கத்தை ஆயிரம் ரூபாய்க்குத் தர முடியுமா என்று கேட்க இயலுமா? லூயி பிலிப் சட்டையை நானூறு ரூபாய்க்கு போட்டுக் கொடுங்கள் என தாடையைச் சொறிய முடியுமா? இது ஒரு அடிப்படையான மனநிலை.

விவசாயி என்று வரும்போது மட்டும் நேர்மையில்லாத இந்த பேரம் வந்து நாக்கில் குந்திக்கொள்கிறது. வேறு வழியில்லாத இக்கட்டில் நிறுத்தி கிட்டதட்ட அடித்துப் பிடுங்குவதைப்போலதான் இதுவும். சந்தைப்படுத்தத் தெம்பிருப்பவர்கள் மட்டுமே தப்பித்துக் கொண்டிருக்கின்றனர். விவசாயி என்றால் கேட்க நாதியில்லாத ஏமாளி என்றே பொதுப் புத்தியில் பதிந்திருக்கிறது. ஆனால் எழுதும் போதும் பேசும்போதும் மட்டும் பால் பாயிண்ட் பேனாவில் பாசம் ஊற்றெடுக்கும்.

தன் பொருளுக்கு இன்னொருத்தன் விலை சொல்கிற வியாபாரம் எப்போதும் திருப்தியான வரவைத் தராது. அது நேர்மையற்ற வணிகமும்கூட. இதையெல்லாம்தான் முறைப்படுத்த வேண்டும். அதற்கான திட்டங்கள் இல்லாவிட்டால் எதற்காக ஒருதுறை? சைரன் வைத்த வண்டி? அதிகாலையில், இருபது கிலோ கொண்ட ஒரு கூடைக் கொய்யாவை நூற்றி இருபது ரூபாய்க்குத் தள்ளி விட்டுவிட்டு தளர் நடை போட்ட அந்த விவசாயி சொன்னார், 'இதுக்கு பேசாம மாட்டுக்குப் போட்டிருப்பேன்.' இன்றைக்கு ஒரு கிலோ கொய்யா விலை என்னவென பக்கத்தில் விசாரியுங்கள்.

நானும் சிறு வியாபாரிதான். லாபக் கணக்கீடுகள் நன்றாகத் தெரியும் எங்களுக்கும். நேரில் பார்க்கும்போது விவசாயிகளை அநியாயத்திற்கு ஏமாற்றுகிறோம் என்று தோன்றுகிறது. இதே பேரத்தை எல்லோரிடமும் செய்யுங்கள் பார்க்கலாம். நானாவது சுடு தண்ணீர் ஊற்றிவிடுவேன் என டீசன்ட்டாகச் சொல்கிறேன். காசி மேட்டில் காது குளிர சங்கரா மீனை வறுப்பதுபோல பொறித்து எடுத்து விடுவார்கள். அப்புறம் சங்கரா மீன் ஞாபகம் வந்தாலே சங்கடமாக இருக்கும் பார்த்துக் கொள்ளுங்கள்.

30

சீனாவுக்குப் போகுமா கோமியம்?

இந்திய அரசு மாட்டைக் கட்டிக்கொண்டு அலைகிறது. பக்கத்தில் சீனாவில் நடப்பதென்ன? பொருள் தயாரிப்புத் துறையில் சீனாவை நம்மால் மிஞ்சவே முடியாது. சீனப் பொருட்கள் என மூக்கைச் சுளிக்கிறோம். ஆனால் நாம் பயன்படுத்துவது சீனா பொருளைதான் என்பதே தெரியாமல் ஏற்கெனவெ இரண்டறக் கலந்துவிட்டது.

இந்த, நெகடிவ் என்பதெல்லாம் இந்திய தேசிய மனநிலை. அதைத் தவறாகவும் சொல்லவில்லை. ஆனால் கள யதார்த்தத்தைப் புறக்கணிக்க முடியாதில்லையா? அங்கேயும் நல்ல வியாபாரம் உண்டு. நேர்மையிலும் தொழில் ஒழுக்கத்திலும் சீனர்களை அடித்துக்கொள்ள முடியாது என்பதை என் தனிப்பட்ட அனுபவத்தில் சொல்கிறேன். இந்தியர்கள் பத்து தவறு செய்தால், சீனர்கள் மூன்று செய்வார்கள். சீனர்களோடு நம்பிக்கையாய் வியாபாரம் செய்யலாம். இதை யெல்லாம் இங்கே சொல்ல மாட்டார்கள்.

ரொம்ப நாளாக பூச்சாண்டிபோல காட்டிக் கொண்டிருக்கிறார்கள். ஐந்து முதலைகளின் கதை நாவலில் விரிவாக சீனர்களின் வணிக முயற்சிகள் பற்றி எழுதியிருக்கிறேன். இந்தியர்கள்தான் வணிகத்தில் நேர்மையைத் தொலையக் கொடுத்து வருகிறோம். வெளியே போய் வந்தவர்களிடம் கேளுங்கள். விவரமாகச் சொல்வார்கள்.

'யீவு' என்றுதான் நினைக்கிறேன். அது அங்கே திண்டுக்கல் மாதிரி பெரிய கிராமம். அந்த ஊரைச் சேர்ந்த நண்பன் ஒருத்தன் இருந்தான். அவன் கதை கதையாய்ச் சொல்லியிருக்கிறான்.

அந்தக் கிராமத்தில் குண்டூசி துவங்கி சகலமும் மொத்தத் தயாரிப்பு. இங்கே பூஜையறையில் உள்ள பிள்ளையார்கள் அங்கே கோடிக் கணக்கில் கொட்டிக் கிடப்பார்கள். உலகத்திற்கே கொசு அடிக்கிற பேட் அங்கிருந்துதான் போகிறது. போய் ஆர்டரைக் கொடுத்துவிட்டு வந்தால் பக்காவாக இங்கே அனுப்பி விடுவார்கள். சுத்தமான வியாபாரம். இங்கே சிறு வியாபாரிகளின் பிழைப்பு இதை வைத்துதான் ஓடுகிறது.

பெரிய நிறுவனங்கள்தான் தேசபக்தி என்று பின்னே ஒளிந்துகொண்டு கதறுகின்றன. ரயிலில் சைனா ஃபோனுக்கான சைனா கவர்கள் விற்பது பலரின் பிழைப்பாகவும் இருக்கிறது. துல்லியமாகத் தாக்கி விட்டது சீனா. சீனாவுடன் போட்டி போடச் சொன்னால், இவர்கள் சண்டை போட்டுக் கொண்டிருக்கிறார்கள். தேசபக்தி விநாயகரே அங்கேதான் மொத்தமாகத் தயாரிக்கப்படுகிறார் என்கிற விவரம் புரியாமல் இங்கே சீனப் பொருட்களை வாங்காதீர்கள் என காமெடி பண்ணிக் கொண்டிருக்கிறார்கள்.

வியாபாரத்தை ஒரு காலத்தில் பாவமாக நினைத்த சீனா இப்போது அதையே ஆயுதமாகக் கையிலெடுக்கிறது. இந்தியா இந்த நேரத்தில் நோட்டை மாற்றி தேவையில்லாத, ராங்கான பொருளாதார ஆட்டத்தை ஆடிக் கொண்டிருக்கிறது. சீனர்கள் நகம் கடித்துக் கொண்டிருப்பார்கள். அவர்களுடைய பொருளாதாரமும் பாதிக்கும்.

ஆனாலும் அசரடிக்கிறார்கள் பாருங்கள். அவர்கள்தான் உண்மையில் தேசமாகத் திரண்டிருக்கிறார்கள். அவர்களின் தேசியம் உழைப்பில் இருக்கிறது. இங்கே கோமியத்தில் இருக்கிறது. விரைவில் அதையும் பாட்டிலாக சைனாக்காரனே அனுப்பினாலும் ஆச்சரியப்படுவதற் கில்லை.

31

மாசிக் கருவாடு செய்வது எப்படி?

முதலில் மாசி என்றால் என்ன? ஸ்கிப்ஜாக் டியூனா என்கிற வரிச் சூரை மீனை அரைப் பதத்தில் வேக வைத்து அது கட்டையாகும் வரை காயப் போடுவது. வரிக்குதிரை மாதிரி வரி வரியாய் பிடிக்கும்போது இருக்கும். காய்ந்த பிறகு தேக்கு மாதிரி உறுதியான கட்டையாய் மாறிவிடும். அதை ஆயுதமாகக்கொண்டு சண்டையில் தூக்கி எறிந்து எதிராளியின் மண்டையை உடைத்துவிடலாம். மிக்ஸியில் போட்டால் கத்தி உடைவதற்குக்கூட வாய்ப்பிருக்கிறது. கட்டை பொடியானால் அற்புதம். இலங்கையில் மாசிச் சம்பல் என்பார்கள்.

டின்னில்கூட பதப்படுத்தப்பட்டது கிடைக்கும். ப்ரெட்டில் தடவிச் சாப்பிடலாம். ஃப்ரெஞ்ச் லோஃபில் மல்டி க்ரைய்ன் ப்ரெட்டென்றால் கூடுதல் சிறப்பு. தென் மாவட்டங்களில் பருப்புக் குழம்பிற்கு மாசிப் பொரியல் தொட்டுக்கொண்டு சாப்பிடுவார்கள். பொடிமாஸ் மாதிரி. சுறாப்புட்டு மாதிரி. பொதுவாகவே சூரிய ஒளிக்கு அடுத்தபடியாக விட்டமின் டி டியூனா மீனில் கிடைக்கிறது. சப்வே போனால் டியூனா சாண்ட்விச்சை மிஸ் பண்ணாதீர்கள். யெல்லோபின் டியூனா, புளூபின் டியூனா, ஸ்கிப் ஜாக் டியூனா என்றெல்லாம் பல வகைகள் இருக்கின்றன. புளூபின் மட்டும் இங்கில்லை. யெல்லோபின் டியூனா இங்கு கிடைக்கிறது. அதை கேரை என்பார்கள்.

டியூனா ஒரு இடம் பெயரும் மீன். ஆஸ்திரேலியாவிலிருந்து வருடா வருடம் வலசை வருவதாக எங்கோ படித்த ஞாபகம். இதைப் பிடிப்பதற்கு அரசு நிறைய நிதியுதவிகளெல்லாம் செய்கிறது. ஜப்பானுக்கு அதிகமும் ஏற்றுமதியாகிறது. இங்கு ஃப்ரஷ் மீன் கிலோ

நூற்றைம்பது ரூபாய்தான். அங்கே சக்கை விலை. சைஸிற்குத் தகுந்த காசு. அரைக்கிலோ தொடங்கி நூறு கிலோ வரை சைஸ் இருக்கும். வயிற்றைப் பிளந்து ரெவனெண்ட் டிகாப்ரியோ மாதிரி போய்ப் படுத்துக் கொள்ளலாம். ஜப்பானின் விருப்ப உணவான சுஷி இதிலிருந்து செய்யப்படுவதுதான். சென்னையிலேயே கிடைக்கிறது என்றாலும் பச்சை மீனைச் சாப்பிடுகிற மனப் பக்குவம் இன்னும் வரவில்லை. விரைவில் யாராவது துணைக்குக் கிடைத்தால் சாப்பிட்டுவிடுவேன்.

உலகளாவிய மார்க்கெட்டில் டியூனா வியாபாரத்தில் புரள்வதில் குஜராத்தைப் போலவே தமிழகத்திற்கும் பங்கிருக்கிறது. டியூனா ஃபிஷ்ஷிங் என்பது ஒரு தனி ஏரியா. அதற்கென்று தனித்துவமான போட்கள் இருக்கின்றன. திறமையான தனித்துவமிக்க கடல் வேட்டையாடிகள் இதற்காகவென்று இருக்கிறார்கள். மத்தி மீன் பிடிக்கிற மாதிரியெல்லாம் கூலி கிடையாது. பல இடங்களில் பிடிப்பதில் பங்கெல்லாம் உண்டு. ஒரு குறிப்பிட்ட சீசனில் மட்டுமே என்பதால் மற்ற சீசனல் வியாபாரங்கள்போல இதுவும் பரபரப்பாக இருக்கும். ஒவ்வொரு வேட்டையாடியின் கண்ணும் மொந்தையான டியூனாக்களைக் கடலில் தேடியபடியே இருக்கும். கரையிலும்கூட ஏலம் எடுக்க கழுகுகள் காத்திருக்கும். பிடிப்பதற்கு சில நாட்களாவது கடலுக்குள் தங்கவேண்டும்.

நடுக்கடலில் அவை கூட்டமாய்த் தண்ணீருக்கு மேல் வந்து மூச்சு விடுவதை ஒரு நள்ளிரவில் பார்த்திருக்கிறேன். கடலுக்கு நடுவிலேயே ஃப்ரஷ்ஷாக வெட்டிக் குழம்பு வைத்தும் சாப்பிட்டிருக்கிறேன். மீனவர்களெல்லாம் உடலை முறுக்காக வைத்திருப்பதற்காக சூரை மீனைச் சாப்பிடுவார்கள். கன்னியாகுமரிப் பக்கம் போனீர்கள் என்றால், சூரை மீன் வறுவல் ஒயின் ஷாப்புகளில்கூட கிடைக்கும். கேரளாவில் இது ஏழைகளின் வஞ்சிரம். சூரை மீனை சிக்கன், மட்டன் ஃப்ரை பிரிப்பரேஷனில்கூட செய்யலாம். அந்த வரிச் சூரையில்தான் மாசிக் கருவாடு செய்கிறார்கள். நோன்புக் காலத்தில் கஞ்சியில் பொடி செய்து தூவும் ஒரு மிகப் பெரிய சந்தை இருக்கிறது. உலகமெல்லாம் இம்மீன் குறித்த நம்பிக்கைகளும் இருக்கின்றன. நம்பிக்கைகளைத் தாண்டி சந்தை பெரிதல்லவா? தமிழ்நாட்டில் கிலோ ஐந்நூறு ரூபாய்க்கும் மேல் போகிறது.

பல்வேறு வகைகளில் இது உலகம் முழுக்கச் சாப்பிடப்படுகிறது. எனக்கு எப்போதும் மதுரை ஸ்டைல் பொரியல்தான். மதுரை ஸ்டைல் மாசிக் கருவாடு செய்வது எப்படி? மாசியைப் பொடியாக்க வேண்டும். சின்ன வெங்காயம், காய்ந்த மிளகாய், கடுகு, உளுந்தம்

பருப்பு போன்ற இத்யாதிகளை நல்லெண்ணெயில் போட்டு வறுத்து அதில் அந்தப் பொடியைப் போட்டுக் கொஞ்சம் தண்ணீர் விட்டு சுண்டக் கிண்டினால் தயாராகிவிடும். தேங்காய்ப் பூ போடவேண்டுமா என்பது மறந்து போய்விட்டது. வேண்டுமானால் என்னுடைய அம்மாவின் எண் தருகிறேன். சரியாகச் சொல்லும். சிறப்பாகச் செய்யும். அந்த டேஸ்ட் பற்றிச் சொன்னால் புரியாது. சாப்பிட்டுப் பாருங்கள் தெரியும்.

32

மயிலை விடுங்கள்; மனிதர்களுக்குக் கொடுங்கள் போர்வையை!

விவசாயம் செய்கிறவர்களாக வடகிழக்கு மற்றும் தென்மேற்குப் பருவ மழைகளை ஆவலோடு எதிர்பார்க்கிறோம். பல நேரங்களில் மக்கள் கிடாவெட்டி அம்மன்களுக்குப் பொங்கல் வைத்து மழையை எதிர்பார்த்துக் காத்தும் கிடக்கிறார்கள். திண்டுக்கல் பக்கம் ஒரு ஊரில் மழையை வேண்டி ஒரேநாளில் 150 கிடா வெட்டியிருக்கிறார்கள் என ஒரு குறிப்பொன்றையும் படிக்க நேர்ந்தது. எட்டுகிற தொலைவில் இருக்கிற மழை ஆரம்பித்துவிடும் என சாமியாடி அம்மன்கள் குறி சொல்லியும் கொண்டிருக்கிறார்கள். ஆனால் இன்னொரு பக்கம் ஆண்டாண்டுகளாகத் தொடரும் ஒரு துயரத்திற்காக இந்தப் பருவமழைகளைச் சபிப்பவர்களும் இருக்கிறார்கள். இந்த மழை வந்து தொலையக்கூடாது என வேண்டிக் கொள்வார்கள் அவர்கள். அவர்களின் வேண்டுதல்கள் மட்டும் பலிப்பதே இல்லை எப்போதும்.

முதன்முதலாக சென்னை வந்தபோது கண்ட காட்சியொன்று இப்போதும் நினைவில் இருக்கிறது. அப்போது கொட்டிக் கொண்டிருந்தது மழை. நேரு ஸ்டேடிய வாசலில் ஒரு குடும்பம், ப்ளாஸ்டிக் தார்ப்பாய்களால் தங்களை மூடிக்கொண்டு அந்த மழையில் அந்தச் சாலையில் அமர்ந்திருந்த காட்சி எப்போதும் நினைவிற்கு வரும். கடந்த மழையின்போது, ஆண்டிபட்டி பக்கத்தில் இருந்து ஒரு பாட்டி மந்திரி ஒருவரைப் பார்ப்பதற்காக ஆட்களுடன் சென்னைக்கு வந்திருந்தது. ஊர் ஆட்கள் பாட்டியைத் தவற விட்டு விட்டனர். வேண்டுமென்றே செய்தார்களா என்றும் தெரியவில்லை.

மழையில் ஒதுங்க இடமில்லாமல், தட்டழிந்து கொண்டிருந்தது அந்தப் பாட்டி. போக்கிடமில்லாமல் அலைந்து கடைசியில் எங்களுடைய கடை வாசலுக்கு வந்து சேர்ந்தது. என்ன வேண்டும் பாட்டி என்றபோது, உடனடியாக எனக்கு ஒரு போர்வை வேண்டும் என்றது. உண்மையாகவே உலுக்கிப் போட்ட தருணம் அது.

சென்னை மாநகராட்சியால் நடத்தப்படும் வீடில்லாதவர்களுக்கான தங்கும் மையத்தை அணுகியபோது, அவர்கள் சேர்த்துக்கொள்ள மறுத்துவிட்டனர். அந்த மையங்களெல்லாம் சமூக விரோதச் செயல்களுக்கென்றே ஒதுக்கி விடப்பட்டிருக்கின்றன. பாட்டியை பத்திரமாகக் கடைப் பையன்கள் ஊருக்கு அனுப்பி வைத்தனர். இப்போதும் அந்தப் பாட்டி அடிக்கடி தொலைபேசி செய்து அன்பைக் கொட்டிக் கொண்டிருக்கிறது. இது ஒரு உதாரணம்தான்.

கடந்து போன மழைக் காலங்களில் என்ன வகையான துயரத்தை யெல்லாம் அனுபவித்தோம் என்பது எல்லோருக்கும் நினைவி லிருக்கும். ஆனால் பல ஆண்டுகளாக இந்தத் துயரை சிங்கப்பூர் போன்ற சிங்காரச் சென்னையில் ஒரு பிரிவினர் தொடர்ந்து அனுபவித்து வருகின்றனர். சென்னை மெட்ரோபாலிட்டன் சிட்டி என்றெல்லாம் பெருமைப்பட்டுக் கொள்கிறோம். நட்சத்திர விடுதிகள் நிறைந்த நகரம். இங்கு கிடைக்காத உணவுகள் இல்லை. சர்வதேச தரத்தில் எல்லா வசதிகளும் இந்த நகரத்தில் இது போன்ற விடுதிகளில் கிடைக்கின்றன. ஆனால் இந்த சர்வதேச முகத்திற்கு நேரெதிரான சித்திரமாய் அந்த விடுதிகளுக்கு நூறடி தூரத்தில், வீடில்லாத ஆதரவற்ற மக்கள் மழைக்காலங்களில் ஒதுங்க இடமில்லாமல் தவித்துக் கொண்டிருக்கின்றனர். இதுதான் நிதர்சனமான உண்மை. இதுவும் சென்னையின் உண்மையான முகம்தான்.

அரசு அங்கீகாரம் பெற்ற அமைப்பு ஒன்று எடுத்த ஆய்வின்படி, சென்னையில் மட்டும் 40,533 பேர் வீடில்லாமல் சாலைகளில் தங்கிக் கொண்டிருக்கின்றனர். பதினோராயிரம் குடும்பங்கள் அவை. துல்லியமாகக் கணக்கெடுத்தால் இன்னும்கூட எண்ணிக்கை அதிகரிக்கலாம். என்னைப்போல சென்ட்ரல் ரயில் நிலையத்தில் படுத்துக் கிடந்தவர்களெல்லாம் இந்தக் கணக்கில் வரமாட்டோம் இல்லையா? இதில் குழந்தைகளும் பெண்களும் அடக்கம். கடை வாசல்கள், மேம்பாலத்திற்கு அடியில் என எங்கெல்லாம் பொந்து கிடைக்கிறதோ அங்கெல்லாம் அவர்கள் தங்களைச் சொருகிக் கொள்கின்றனர்.

பொந்துகளில் வசிக்கும் எலிகளுக்கும் அவர்களுக்கும் வித்தியாச மில்லாத வாழ்க்கையைதான் அவர்களுக்கு இந்தப் பளபளப்பான

நகரம் வழங்கியிருக்கிறது. மாதவரம், ராயபுரம், திரு.வி.க நகர், வளசரவாக்கம், திருவொற்றியூர், மணலி ஆகிய பகுதிகளில்தான் இதுபோல அதிகமான வீடில்லாத ஆதரவற்றோர் சாலைகளில் தங்கியிருக்கின்றனர். இதில் மூன்று தலைமுறைகளாக அப்படித் தங்கியிருப்பவர்களும் இருக்கிறார்கள் என்கிறது அந்த ஆய்வு. உச்சநீதிமன்றம் இப்படித் தங்கியிருப்பவர்களுக்கான மீட்பு மையங்களை உருவாக்க வேண்டுமென உறுதியான குரலில் உத்தரவிட்டிருக்கிறது. 75 தங்கும் மையங்களைத் துவங்கச் சொல்லி உத்தரவிட்டிருக்கிறது நீதிமன்றம். ஆனால் இந்த நிமிடம் வரை அதை இந்த அரசு செய்யவில்லை. 28 மையங்கள் மட்டுமே நடைமுறையில் செயல்படுகின்றன என்கிறது அந்த ஆய்வு. ஆனால் அந்த மையங்களைப் போய்ப் பாருங்கள். யார் தங்கியிருக்கிறார்கள் என்பது உங்களுக்கே தெளிவாகத் தெரியும்.

அரசால் எத்தனையோ குடியிருப்புகள் கட்டப்படுகின்றன. அவற்றில் ஏதேனும் சிலவற்றை இவர்களுக்கு ஒதுக்கித் தரமுடியாதா? கவுன்சிலர்களின் ஆதரவு இருந்தால் ஒழிய அந்தக் குடியிருப்பு களுக்கான டோக்கன்களை வாங்கவே முடியாது. சமீபத்தில் தினமலர் நாளிதழில் புகைப்படப் பதிவு ஒன்றை வெளியிட்டிருந்தார்கள். அந்தப் பதிவில் பெண் கவுன்சிலர் ஒருவர் தன்னுடைய ஆடி காரில் ஏறத் தயாராகும் புகைப்படம் ஒன்றும் வெளியாகியிருந்தது. ஐந்தாண்டுகளுக்கு முன்பு அந்த அக்கா எந்தக் காரில் போனார் என்று அவர் தொகுதியில் விசாரித்தால், கதை கதையாகச் சொல்வார்கள். கவுன்சிலர்கள் நினைத்தால் அடுத்த பத்து நாட்களில் தீர்க்கப்பட முடிந்த பிரச்சினை இது. ஆனால் மனமும் ஆர்வமும் இல்லாத நிலையில்தான் ஒவ்வொரு வருடமும் இந்த மக்கள் மழையை அச்சத்துடன் எதிர்நோக்கிக் கொண்டிருக்கிறார்கள்.

ஒரு மழைக்கே புலம்பி ஒப்பாரி வைத்த சென்னை மக்கள் வருடம் தோறும் நடக்கும் இந்தத் துயரைக் கண்டும் காணாமல் கடந்து போய்க் கொண்டிருக்கிறார்கள். வாழ்க்கை புரட்டிப் போட்டால் நாமும்கூட ஒருநாள் அப்படி சாலையோரவாசிகளாக மாற நேரிடலாம். யார் கண்டது? பத்திரிகைகள் நினைத்தால், அடுத்த ஒரு வாரத்திற்கு இதைப் பற்றி எழுதி உடனடியான தற்காலிகத் தீர்வையாவது இந்த விஷயத்தில் கொண்டுவர முயற்சிக்கலாம். காதுள்ளவர்கள் கேட்கக் கடவார்களாக!

அதிகாலையில் காசிமேடு மீன் மார்க்கெட்டிற்குச் செல்லும்போதோ, அல்லது பேப்பர் விளம்பரங்கள் வைப்பதற்காகச் செல்லும்போதோ அவர்களை நெருக்கத்தில் பார்த்திருக்கிறேன். வயதிற்கு வந்த

பெண்பிள்ளை ஒருத்தர் அச்சத்தோடு போர்வையை கண்ணுக்குப் பக்கத்தில் ஒதுக்கிப் பார்த்த காட்சி எப்போதும் வந்து போகும். தூங்காத விழிகளோடு எப்போதும் விழித்திருப்பவர்களை அங்கு கண்டிருக்கிறேன். தாம்பத்யம் துவங்கி அத்தனை ஆசாபாசங்கள் எல்லாமும் வானைத்தைப் பார்த்தபடிதான் நடக்கிறது. தலைக்கு மேல் ஒரு கூரை என்பதுதான் மனிதனின் அதிகபட்ச எதிர்பார்ப்பு.

வாழ்வில் எப்போதாவது ஒருநாள் அண்ணாந்து பார்த்து நட்சத்திரங்களை எண்ணி குதூகலப்படலாம். ஆனால் திறந்த வானத்தின் அடியிலேயே வாழ்க்கை விதிக்கப்பட்டால் என்ன செய்வது? இந்தக் கட்டுரையை இந்தியா முழுமைக்கும் விரித்து ஹிந்தியிலும்கூட அப்படியே மொழிபெயர்க்கலாம். 'ரொட்டி கப்டா மக்கான்' என அதற்குத் தலைப்பும் வைக்கலாம். இந்தியாவில் உள்ள அத்தனை கட்சிகளுமே இந்த கோஷத்தை ஒலித்திருக்கிறார்கள். சாமான்யனான நான் என்ன செய்துவிட முடியும் என்று கேட்கலாம். அதுவும் உண்மைதான். முடிந்தால் போர்வைகளையாவது கொடுங்கள். மயிலுக்கே போர்வை கொடுத்ததாகச் சொல்லப்படும் சமூகத்திலிருந்து வந்த நம்மால் இதைக்கூட செய்ய முடியாதா என்ன?

33

மருந்துக் குப்பிகளுக்குள் நம்பிக்கை துரோகங்கள்

காசநோய்க்காக தொடர்ந்து மாத்திரைகளை உட்கொள்பவர் அவர். ஒருநாள் தற்செயலாக தனக்குக் கொடுக்கப்பட்ட மாத்திரை கேப்சூல் ஒன்றைத் திறந்து பார்க்கிறார். அதனுள் மருந்து எதுவும் இல்லை. கேப்சூல் காலியாக இருக்கிறது. ஆடிப் போய்விட மாட்டோமா? அதேபோல் முன்பெல்லாம் காய்ச்சல் எடுத்தால் மருந்தகத்தில் ஒருவேளை அல்லது இரண்டு வேளை மருந்து சாப்பிட்டாலே குணமாகிவிடும். இப்போதோ நாலைந்து நாட்களுக்குத் தொடர்ந்தாற்போல சாப்பிட வேண்டியிருக்கிறது. நமது உடலில் எதிர்ப்புசக்தி குறைந்துவிட்டதோ என பதறி மருத்துவரிடம் விழுந்தடித்துக்கொண்டு ஓடுகிறோம். அவரும் அதெப்படி இது சாத்தியம் என பதறிப் போய் மேற்கொண்டு பரிசோதனைகளைச் செய்யச் சொல்வார். மருத்துவத் துறையில் இருக்கும் மருத்துவர், அவர்களை மட்டுமே நாடி நம்பி வாழும் நோயாளிகள் என இரண்டு தரப்பினர் கண்களிலும் மண்ணைத் தூவும் ஒரு போலி அல்லது தரமற்ற மருந்துச் சந்தை ஒன்று அசுர பலத்துடன் இயங்குவதை அறிவார்களா?

அரசல் புரசலாக தரமற்ற மருந்துகள் பிடிபட்டன என்றெல்லாம் செய்தித் தாள்களில் பார்த்திருப்பீர்கள். ஆனால் அது மருந்துச் சந்தைக்கு நிகரான பெரிய சந்தை என்பதை உணரவேண்டும். ஒட்டுமொத்த உலக மருந்துச் சந்தை மதிப்பில் 20 சதவிகிதம் போலிச் சந்தைப் பங்கு என புள்ளிவிவரங்கள் சொல்கின்றன. வருடத்திற்கு 1

லட்சம் பேர் இதுபோன்ற தரமற்ற மருந்துகளை உட்கொள்வதால் உயிரிழப்பதாகவும் சொல்லப்படுகிறது. உலக சுகாதார நிறுவனத்தின் புள்ளி விவரப்படி இந்த இருபது சதவிகிதச் சந்தையில், 75 சதவிகிதம் இந்தியாவில் இருந்து தயாராகும் போலி மருந்துகள் என சுட்டிக் காட்டப்பட்டுள்ளது. சமீபத்தில் நைஜீரியன் அரசு ஒரு பெரிய கப்பல் கன்டெய்னர் முழுக்க தரமற்ற போலி மருந்துகளை ஏற்றி அந்நாட்டிற்குள் நுழைந்த கப்பலைத் தடுத்து நிறுத்தி விசாரித்ததில் அது இந்தியாவில் இருந்து வந்தது என கண்டறியப்பட்டுள்ளது.

இந்தியாவில் இருந்து தயாராகி அப்படியே வெளிநாடுவாழ் மக்களின் தேவைகளுக்காக இவை ஏற்றுமதி மட்டுமே செய்யப்படுகின்றன என்று நம்பிக் கொண்டிருந்தால், நம்மைப்போல ஏமாளிகள் யாரும் இருக்க மாட்டார்கள். காசநோய்க்கான மாத்திரைகளை உண்ட அந்த நபர் தன்னிடமிருந்த ஐம்பது மருந்துகள் அடங்கிய அட்டையைப் பரிசோதித்தபோது, அதில் 5 கேப்சூல்கள் மருந்து ஏதும் அடைக்கப் படாமல் வெறுமையாக இருந்தன. இந்திய மருந்துக் கட்டுப்பாடு அமைப்பின் கடந்த வருட ஆய்வின்போது பரிசோதனைக்குட் படுத்தப்பட்ட மருந்துகளில் 180 வகைகள் போலியானவை என்று கண்டறியப்பட்டுள்ளது. மருந்துக் கட்டுப்பாட்டு அமைப்புகளின் கண்களில் மண்ணைத் தூவிவிட்டு, இந்தப் போலிச் சந்தை சாம்ராஜ்ஜியம் எங்கும் நீக்கமற நிறைந்திருப்பதாக இந்தத் துறை சார்ந்த வல்லுநர்கள் குறிப்பிடுகின்றனர். மருந்தில் அதென்ன போலி, அதென்ன தரமற்றவை என்று நீங்கள் கேட்பீர்களானால், அதுபற்றியும் சொல்லியாக வேண்டிய அவசியம் இருக்கிறது.

ஒரு மருந்தின் வீரியம் என்பது 100 சதவிகிதம் என்று வைத்துக் கொண்டால், அது வெய்யில் பட்டோ, காற்று பட்டோ ஒரு பத்துசதவிகித வீரியம் குறையலாம் என்கின்றனர். ஆனால் அதே மருந்தின் வீரியமே 40 சதவிகிதம்தான் என்னும் போதுதான் அது போலி மருந்தாகவோ தரமற்ற மருந்தாகவோ மாறிப் போகிறது. காய்ச்சல் குறையாமல் இருக்கிறது. அதனாலென்ன என்று கேள்வி கேட்க முடியாது. ஏனெனின் பல மருந்துகள் கரையாமல் நம் கல்லீரலைப் பதம் பார்த்துவிடும் என்பதும் இதிலுள்ள இன்னொரு அச்சமூட்டும் அம்சம். இப்போது காய்ச்சல் மருந்துகளைத் தயாரிக்க உதவும் பாரசிட்டமால் என்ற வேதிப் பொருளையே எடுத்துக் கொள்வோம். கிலோ 1000 ரூபாய் பாரசிட்டமாலின் விலை என்று வைத்துக் கொண்டால், போலிச் சந்தையில் கிலோ 150 ரூபாய்க்குக் கூட அவை கிடைக்கின்றன. இதுபோல் சல்லிசாக தரமில்லாமல் கிடைக்கும் பல்வேறு மூலப் பொருட்களைக்கொண்டு தயாரிக்கப் படுபவையே தரமற்ற மருந்துகள் அல்லது போலி மருந்துகள்.

பலநேரங்களில் மருந்துக் கடைக்காரர்களுக்குத் தெரியாமலும், சில நேரங்களில் தெரிந்தும் இவை நோயாளிகளுடைய வீட்டினுள் நுழைகின்றன. நம்பி உட்கொள்ளும் மருந்துகளில் இப்படி நச்சும் கலந்து வருவது நமக்குத் தெரியுமா என்ன? சென்னை பாரீஸ் பகுதியிலுள்ள புகழ்பெற்ற அந்தத் தெருவிற்குள், நீங்கள் வெளிநாடுகளுக்கு மருந்து ஏற்றுமதி செய்யும் ஆர்டரைக் கையில் வைத்திருப்பவர்போல உள்நுழைந்து பாருங்கள். உள்ளூர் கம்பெனியிலிருந்து உலக கம்பெனி வரையேயான தயாரிப்புகளை இங்கேயே தயாரித்துத் தர ஆட்கள் இருக்கிறார்கள். உண்மையான கம்பெனி செய்யும் பேக்கிங் தொழில்நுட்பத்தை அப்படியே அச்சுஅசலாய் பிரதியெடுத்து அடித்துத் தருவார்கள். எது நிஜம் எது பொய் என்பதை நம்மால் பிரித்தறிய முடியாது. நாம் எதிர்பார்க்கிற விலையை மட்டும் சொன்னால் போதும், அதற்குத் தகுந்த தரத்தில் மருந்துகளை போலியாக உற்பத்தி செய்து தர தயாராகவே இருப்பார்கள்.

மக்களின் உயிரைப் பணயமாக வைத்து இதுபோல் விளையாடும் விளையாட்டுகளைப் பற்றி அரசுக்கு இதுவரை தெரியாது என்பதை நீங்களும் நானும் நம்பிதான் ஆகவேண்டும். ஏனெனில் நம்பிக்கை தானே வாழ்வு. இது விபரீதம் என்று தெரிந்துவிட்டது. வேறு என்ன தான் செய்வது? தரமான மருத்துவர்கள் பரிந்துரைக்கும் மருந்துகளைத் தரமான மருந்துக் கடைகளில் வாங்குங்கள். மருந்து அட்டைகளில் இருக்கும் தேதி மாதம் இவற்றைப் பரிசோதியுங்கள். அதில் சந்தேகம் இருப்பின் மருத்துவர்களிடம் சென்று காண்பியுங்கள். மருத்துவர்களுக்கும் தெரியவில்லை எனில்? நம்முடைய தலையெழுத்து அதுதான் என திருப்திப் பட்டுக்கொள்ள வேண்டியதுதான். வேறுவழியில்லை. இனி அரசுதான் இந்த விஷயத்தில் தலையிட்டுத் தீர்க்கவேண்டும்.

34

இதனை இவனால் இவன் முடிப்பான்...

Hands off, Hands on. இந்த இரண்டு வகைகள்தான் இருக்கின்றன. உலகம் முழுக்க இதுதான் நிலைமை. இந்த இரண்டு வகைமைகளை மாதிரியாக வைத்துக்கொண்டு உலகில் உள்ள எல்லா விஷயங் களுக்கும் நீட்டித்துக்கொண்டே போகலாம். மேனேஜ்மெண்ட் துறையிலும் இது மிக முக்கியமானது. பெரிய நிறுவனங்களை விடுங்கள். அதைப் பற்றி நாம் பேசவே கூடாது. அவர்களுக்கு அறிவுரை சொல்கிற டக்கு உண்மையிலேயே இருந்தால் நாம் ஏன் இப்படி இருக்கப் போகிறோம். இந்த இரண்டு வகைமைகள் சிறு நிறுவனங் களில் செயல்படும் விதத்தை மட்டுமே முன்னிறுத்த விழைகிறேன்.

எல்லா வேலைகளையும் தகுதியான நபர்களிடம் ஒப்படைத்துவிட்டு லகானை மட்டும் கையில் வைத்திருப்பது. எல்லா வேலைகளிலும் மூக்கை நுழைத்து அதன் அடிப்படை விஷயங்களில்கூட தலையைப் போட்டு உடைத்துக் கொண்டிருப்பது, இரண்டாவது வகை என்று எளிமையாகப் புரிந்து கொள்ளலாம்.

விடுதலைப் புலிகள் தலைவர் பிரபாகரன் ஒரு பேட்டியில் சொன்ன விஷயமொன்று நன்றாக ஞாபகம் இருக்கிறது. 'தலைவனின் கடமை என்பது அந்த அமைப்பின் நோக்கங்களையும் இலட்சியங்களையும் வடிவமைத்து நகர்த்துவது. அன்றாடப் பணிகளை மேற்கொண்டு நடத்துவது அல்ல' என்று அவர் தெளிவாகச் சொல்கிறார்.

போர்க்களம் என்றாலும், அவர் சொன்னது வணிகத்திற்கும் பொருந்திப் போகும். இதைதான் மேனேஜ்மெண்ட் துறையில் வேறொரு

புகழ்பெற்ற சொற்றொடர் வழியாகச் சொல்வார்கள். சி.இ.ஓக்கள் கோல்ப் விளையாட வேண்டும் என்பார்கள். அப்படியென்றால் என்னவென்று நேரடியான அர்த்தத்தில் எடுத்துக் கொள்ளாதீர்கள். அடிநாதத்தை மட்டும் எடுத்துக் கொள்ளுங்கள்.

வேலையே செய்யாமல் கோல்ப் மட்டும் ஆடுவது ஹை சூப்பரு என்று எடுத்துக்கொண்டால் நான் பொறுப்பாளியல்ல. இந்த இரண்டு வகைகள் அரசியலிலும்கூட உண்டு. கலைஞர், அம்மா என சொல்வதால் வேறு எதுவும் இல்லை. அவர்கள் இருவரும் அறியப்பட்ட பெயர்களிலேயே அழைப்பதில் என்ன சிக்கல் வந்துவிடப் போகிறது? கலைஞர் ஹேண்ட்ஸ் ஆஃப். ஜெயலலிதா ஹேண்ட்ஸ் ஆன். நுணுக்கமாகப் பாருங்கள் விவரம் தெரியவரும்.

சிறு நிறுவனங்களைப் பொறுத்தவரை ஆரம்பத்தில் ஐஸ் உடைக்கிற வேலைகளைக்கூட நாம்தான் இழுத்துப்போட்டுச் செய்யவேண்டும். அதைத் தவிர்க்கமுடியாது. ஆனால் நிறுவனம் வளரும்போது, ஹேண்ட்ஸ் ஆஃப் மோடிற்கு நகர்ந்து விடவேண்டும். அதுதான் நிறுவனத்தின் வளர்ச்சிக்கு நல்லது. நாம் இல்லாவிட்டாலும் நிறுவனம் ஒரு இயந்திரம் மாதிரி சுவிட்ச்சைத் தட்டினால் ஓடிக் கொண்டிருக்க வேண்டும்.

நான் இல்லாவிட்டால் ஒரு வேலையும் நடக்காது என்று பெருமையாகச் சொன்னீர்கள் என்றால் நிறுவனத்தில் ஏதோ பெரிய கோளாறு என்று அர்த்தம். அது இயற்கையான வளர்ச்சி அல்ல. ஜெயலலிதா என ஒரு அம்மா இல்லாமல் போனதும் அந்த நிறுவனம் எப்படிக் கலகலத்துப் போனது என்று பாருங்கள். அதனால்தான் பெரிய நிறுவனங்களில் கெதியாக இருக்கும்போதே வாரிசைக் கொண்டுவந்து நாற்காலியில் அமர்த்திவிடுகின்றனர்.

இதனை இதனால் இவன் முடிப்பான் என்றாய்ந்து அவன் கையில் விட்டு விட்டு லகானை மட்டும் பிடித்துக் கொள்வதுதான் மிகச் சிறந்த வழி. எல்லாவற்றிலும் உடைசலைப் போடும் மனநிலையிலிருந்து உடனடியாக வெளியேற வேண்டும். நண்பன் ஒருத்தன் கம்பெனியில் இருபதாயிரம் ரூபாய் செலவழித்து பேமென்ட் கலெக்ஷனுக்கு ஆளை அனுப்புவான். அவர் அங்கிறங்கியதும் அங்கிருப்போர், ‘ஓங்க ஓனரு நேத்து நைட்டே பேமென்ட் பத்தி டீடெய்லா பேசிட்டாரு. எல்லாம் பேசி முடிச்சிட்டோமே’ என மோர் கொடுத்துத் திருப்பி அனுப்பி வைப்பார்கள்.

இருபதாயிரம் ரூபாய் எப்படிக் கரியாய்ப் போகிறது பாருங்கள். அதைவிட மடத்தனமாக இப்படி மனித உழைப்பை வீணடிக்கலாமா?

'சந்தோஷ் சுப்ரமணியம்' பட பிரகாஷ் ராஜ்போல வீட்டில் இருக்கலாம். அதேமாதிரி நிறுவனத்தில் இருந்தால், எதற்காக இத்தனை பேரை வேலைக்குப் போட வேண்டும்? அதற்காக முற்றிலும் ஒதுங்கி யிருக்கச் சொல்லவில்லை. நம்பிக்கை வைத்து ஆட்களை வேலை செய்ய விடவேண்டும் என்பதும் முக்கியமானது இல்லையா?

அதுதான் மிகச் சிறந்த நிர்வாகிக்கான அழகு. ஒருநாள் ஹிந்து வேலைவாய்ப்புப் பத்தியை உற்று நோக்குங்கள். நிர்வகிக்கதான் ஆட்கள் இங்கு தட்டுப்பாட்டில் இருக்கிறார்கள். இது ஏதோ வளரும் தொழில் நிறுவனங்களுக்கு மட்டுமில்லை. ஏதோவொரு நிறுவனத்தில் உயர்பொறுப்பில் இருப்பவர்களுக்கும் இது பொருந்தும். கீழே இருப்பவனை நம்பாமல் எல்லா வேலைகளிலும் அதிகப்படியான தலையிடல்களைச் செய்வது. உங்களுக்குப் பக்கத்து சீட்டிலேயே அப்படியானவர்கள் இருக்கக்கூடும்.

அடிப்படையில் இவர்கள்தான் நிறுவன வளர்ச்சிக்கு எதிரானவர்கள். இவர்களால் மெயின்டெய்ன் செய்ய முடியுமே தவிர, தாங்கள் சார்ந்த நிறுவனத்தில் பாய்ச்சல்களை நிகழ்த்த முடியாது.

அப்படி இதுமாதிரி செய்து கொண்டிருந்த நண்பரிடம் ஏன் இப்படிச் செய்கிறீர்கள் என்று கேட்டேன். 'எல்லா வேலைகளிலும் தலையிடா விட்டால் சும்மா இருப்பதுபோல குற்றவுணர்வு வந்துவிடுகிறது' என்றார். 'தேவையில்லாத வேலையைச் செய்வதன் வழியாக ஒட்டு மொத்தமாக பலருக்கு குற்றவுணர்வும் வெறுப்பும் வருகிற மாதிரி நடந்து கொள்கிறீர்களே? உங்களுடைய நிறுவனம் அதற்கா உங்களுக்கு சம்பளம் தருகிறது?' என்று பதிலுக்குக் கேட்க நினைத்து அடக்கிக்கொண்டேன். ஆனால் உண்மை இதுதான்.

இதனை இதனால் என்று சொன்ன வள்ளுவர் முட்டாளா என்ன? அதைச் செய்வதில் இவர்களுக்கு என்ன தயக்கம்? உண்மையில் எல்லா கிரெடிட்டையும் நாம் ஒரு ஆளே எடுத்துக்கொள்ள வேண்டும் என்கிற பேராசை. தலைமைப் பொறுப்பில் இருப்பவர்களுக்கு இருக்கவே கூடாத பொதுக்குணம். பொதுவாகவே தமிழர்கள் இப்போதுதான் மெல்ல மேல் நோக்கி நகர்வதால், இயல்பாகவே இன்செக்யூரிட்டி உடையவர்களாக இருக்கிறார்கள் இந்த விஷயத்தில். தொட்டால் சிணுங்கிகளாகவும் இருக்கிறார்கள் சில சமயங்களில்.

நிறுவனத்தைப் பொறுத்தவரை தலைவர் என்பவர் ஜாக்கி மாதிரிதான். குதிரை மாதிரி என்று தவறாக நினைத்துக் கொள்ளும்போதுதான் சிக்கலே எழுகிறது. குதிரையா? ஜாக்கியா? அதுதான் நிறுவனத்தின் தலையெழுத்தைத் தீர்மானிக்கும்.

35

சிறுதுரும்பும் பல்குத்தும்

நேற்று பயணத்தில் ஒரு விஷயத்தைக் கவனித்தேன். ஒரே ஓபன் ஸ்பேஸ். அதில் டீக்கடை ஒருத்தர் நடத்துகிறார். பஜ்ஜி கடை ஒருத்தர். சாட் அயிட்டங்கள் ஒருத்தர். பேப்பர் சிகரெட் இன்னொருத்தர். ஐஸ்க்ரீம்காரர்கூட சிநேகிதமாய்ச் சிரித்தார். எல்லோரும் தனித்தனி. ஆனால் ஒரு குடையின் கீழ் வாடகையைப் பிரித்துக் கொள்கின்றனர். எல்லா தொழிலையும் நான்தான் பார்ப்பேன் என டி. ராஜேந்திரர் மாதிரி அடம்பிடிக்கவில்லை. இது ஒரு வகையிலான பயோ டைவர்சிட்டி மாதிரி.

இப்போது என்னையே எடுத்துக் கொள்ளுங்கள். தினமும் அபரிமித மாக ஐஸ் வாங்குகிறேன். அதற்காக ஐஸ் யூனிட் ஆரம்பிக்க முடியுமா? எல்லோரும் இப்படி கடை விரிப்பதன் வழியாக ஒரு சார்புப் பொருளாதாரத்தை மெயின்டெய்ன் செய்ய முடியும். புலி தின்று முடித்த மிச்சத்தை எறும்புத்தின்னி புசிப்பதுபோல. சிங்கப்பூர் போன்ற நாடுகளில் இந்த கான்செப்ட் எப்போதோ வந்துவிட்டது.

காலையில் ஒருத்தர் அந்த இடத்தில் கடை போடுவார். மாலையில் ஒருத்தர். இரவில் இன்னொருத்தர். ரெடிமேடாக மாற்றிக்கொள்ள முடியும். இங்கேயும் அது மாதிரி விரைவில் வந்துவிடும் என்றுதான் நினைக்கிறேன். ஏற்கெனவே சில இடங்களில் பலவித வடிவங்களில் செய்து பார்த்துக்கொண்டுதான் இருக்கின்றனர். ஷெல்ஃப் ஷேரிங் மாதிரி. ஒரு இடத்தில் கூடும் பொருட்காட்சி வடிவங்களைச் சொல்லவில்லை இங்கே.

ஒரே கடைக்குள், ஒரே குடைக்குள் நடக்கும் ஆக்டோபஸ் டைப் வியாபாரம் விரைவில் வந்துவிடும் என்றுதான் தோன்றுகிறது. கடை வாடகை கொடுத்துக் கட்டுப்படியாகவில்லை. உரிமையாளர்கள் இன்னும் உச்சத்தில் இருந்து குனிந்து பார்க்கவில்லை. கண்ணுக்குத் தெரியாத ஒரு தேக்க நிலை நிலவுகிறது. ஆஹா ஓஹோவென்று நீங்கள் நினைக்கும் பல பிராண்டட் நிறுவனங்கள் ரொட்டேஷனில் தான் ஓடிக் கொண்டிருக்கின்றன.

ஒன்று, அவர்கள் யாருக்காவது பெண்டிங் வைக்கிறார்கள். அல்லது அவர்களுக்கு யாராவது பாக்கி வைக்கிறார்கள். இப்படிதான் ஓடிக் கொண்டிருக்கிறது. செலவில் பெரும்பகுதி வாடகைக்கே போகிறது. உரிமையாளர்கள் உள் வாடகையை அனுமதிப்பதில்லை. அவர்களுக்கான காரணங்களும் இருக்கின்றன. எனக்குத் தெரிந்து ஒருத்தர் கடையை 23000 ரூபாய்க்கு உள் வாடகைக்கு விட்டார். இத்தனைக்கும் ஆயிரம் சதுர அடியில் முன்னூறை இப்படி விட்டார். அவர் கொடுப்பது 21000 ரூபாய். இப்படி இருந்தால் ஓனர்கள் எப்படி விடுவர்? நமக்குக் கோரைப் பற்கள் முளைத்தால், அவர்களுக்குக் கடவாய்ப் பற்கள் முளைக்காதா?

இரு தரப்பும் அமர்ந்து பேசவேண்டிய தருணம். இல்லாவிட்டால் நம் கண்ணெதிரிலேயே நிறைய மூடு விழாக்களைப் பார்க்க வேண்டியிருக்கும். கூடி வாழ்ந்தால் கோடி நன்மை என்கிற அரதப் பழசான வார்த்தைகளுக்கு வேலிடிட்டி பீரியட் இன்னமும் இருக்கிறது. ஒரு வகையில் நவீனம் என்பதே பழைமையை பட்டி டிங்கரிங் பார்ப்பதுதான். பழைய பில்லா படத்தில் ஸ்ரீப்ரியா அக்கா போட்டிருந்ததைதான் இப்போது ‘பழாஸோ’ என்கிறார்கள் என்றால் பார்த்துக் கொள்ளுங்கள்.

૩૬

மனிதர்களும் சிலந்தி வேட்டையும்

புலி வேட்டையைப் பற்றிச் சொல்கிறோம். சிறுத்தை வேட்டையைப் பற்றிச் சொல்கிறோம். நரி வேட்டையைப் பற்றிக்கூட பல சமயங்களில் சிலாகிக்கிறோம். இந்தச் சிலந்தி வகையறாக்களெல்லாம் எப்படி வேட்டையாடுகின்றன? உண்மையிலேயே பாவம்தான். சீப்பிடித்த வேலையாக இருக்கிறது அந்த வேட்டை என்றுதான் பொதுவான புத்தி சொல்கிறது. ஆனால் வாழ்வதற்காக அப்படியான வேட்டைகளில் ஈடுபட்டுதான் ஆகவேண்டும். அம்மாம்பெரிய காட்டில் அப்படி ஒரு சிறு இரையைத் தட்டிக்கொண்டு வருவதற்கே நச்சுப் பிடித்து அலைய வேண்டியிருக்கிறது. காலையிலேயே கிளம்பிப் போக வேண்டியிருக்கிறது.

ஒரு இஞ்ச்கூட இல்லாத அந்த சிலந்தி தன் வாயிலிருந்து இருபத்தைந்து மீட்டருக்கு இழையைத் துப்புகிறது. அது அப்படியே காற்றில் பறந்து போய் பரவுகிறது. இந்த இழைகள் நரம்பை விட வலிமையானவை என்கிறார்கள். அப்படி அது கட்டிக் கொண்டிருக்கும் போதே லோக்கல் தாதா பூச்சிகள் சில அந்த வலையை ஆக்கிரமித்து அறுத்து விடுகின்றன. மீண்டும் அந்த இருபத்தைந்து மீட்டர் நீளமுள்ள இழையை வாய் மற்றும் கால்களால் இழுத்து விழுங்குகிறது. மறுபடி கோப்ராக்கள் துப்புவது மாதிரி அந்த இழையைத் துப்பி மறுபடியும் ஒரு வலையை உருவாக்குகிறது. அப்படிக் கட்டப்பட்ட வலையில் சிக்கும் சிறு பூச்சிகளுக்காக அது நாள் முழுவதும் காத்திருக்கிறது. தும்பி மாதிரியான பூச்சி என்று வைத்துக் கொள்ளுங்கள். புலி, சிங்கம் மாதிரி சாப்பிட்டுவிட்டு மிச்சம் வைத்து விட்டெல்லாம் வர முடியாது. கிடைப்பதே இத்துணூண்டு என்கிறபோது என்ன செய்ய முடியும்?

சிலந்திகள் மட்டுமல்ல, ஓணான்களின் கதையைக் கேட்டால் கண்ணீர் வருகிறது. நேரே இரை என கருதப்படும் ஒரு ஆப்ஜெக்ட் முன்பு போய் நின்றுவிடுகிறது. அந்த ஆப்ஜெக்ட் சிறு அசைவை வெளிப்படுத்தினால்தான் அது பூச்சி என்றே ஓணான்களுக்குத் தெரிகிறது. அசையாமல் அட்டெண்டன்ஸில் நின்றுவிட்டால் தப்பித்துவிடலாம். இப்படிதான் சிறுவேட்டைகள் நிதமும் பெருங் காட்டில் நடந்து கொண்டிருக்கின்றன. கொஞ்சம் வியாபார விஷயத்தில் இதைப் பொருத்தி யோசித்தால் சில சிந்தனைகள் எழுகின்றன.

வியாபாரத்தில்கூட புலி வேட்டைகள்தான் கொண்டாடப் படுகின்றன. பொறுமையாய் வலை பின்னி சின்னதாய் ஆடப்படும் தும்பி வேட்டைகளுக்கு இங்கே இடமேயில்லை. நமக்கு மானை அடித்து உலையில் போட்டால்தான் பெரிய வேட்டை என்கிற புரிதல் இருக்கிறது. அதைதான் கொண்டாடவும் செய்கிறோம். ஆனால் புலி வாழ்கிற காட்டில் சிலந்திகளும் வாழத்தானே செய்கின்றன. இன்றைய தேதியில் பெரிய பெரிய கடை போட்டவர்களெல்லாம் திக்கித் திணறிக் கொண்டிருக்கின்றனர். கடை வாடகை கொடுக்க முடியவில்லை. கடையைத் தூக்கிக் கடாசி விட்டுத் தெருவில் இறங்குவதற்கு கௌரவம் இடம் கொடுக்கவில்லை. தங்கப்பதக்கம் சிவாஜி கணேசன் மாதிரி மொடமொடவென்று சட்டை போட்டுக் கொண்டு பொய்யாகவேணும் அலைய வேண்டியிருக்கிறது. சட்டையில் அழுக்குப் படாத வேலை என்றுதான் நினைக்கிறோம். சட்டைப் பாக்கெட்டிற்குள் பணம் சேரவேண்டும் என்பது முக்கியம் அல்லவா? ஊரை அடித்து உலையில் போடும் மறைவு வியாபாரங்கள் பற்றிச் சொல்லவில்லை.

ஓடிச் சம்பாதிக்கும் நேர்மையான வணிகத்தைப் பற்றி மட்டுமே சொல்கிறேன். புலிவேட்டைகளுக்கு நிகராக சிலந்தி வேட்டையிலும் பணம் இருக்கிறது. ஆனால் ஒரு சிலந்தியைப் போய் சிலாகிப்பானேன் என்று சொல்லி கடந்துவிடுகிறோம். எனக்குத் தெரிந்த ஒரு நண்பர் ஹோட்டல் போட்டிருந்தார். லைட்டு மைக் செட்டெல்லாம் உண்டு அந்த ஹோட்டலில். தினம்தோறும் இரண்டாயிரம் ரூபாய் சம்பாதிப்பதற்குள் நாக்கு தள்ளிவிடும் அவருக்கு. மிகச் சரியாக அவருடைய ஹோட்டலுக்கு தென்மேற்குத் திசையில் அமைந்திருக்கிற அந்தக் கையேந்தி பவனை, விருதுநகரில் இருந்து வந்து நடத்திக் கொண்டிருக்கிறார் ஒருத்தர்.

தினமும் லாபமாக மூவாயிரத்திற்கும் குறைவாக எடுத்துப் போகாமல் இருக்க மாட்டார். இரண்டாயிரத்து ஐந்நூறு சம்பாதித்தால், ''ஏவாரம் கொஞ்சம் டல்லுதாண்ணே… என்னமோ பிரதோஷமாம். நமக்கு

எதுக்குண்ணே அதெல்லாம். கவுச்சி வாட இல்லாமல் சாப்பிடற தெல்லாம் ஒரு சாப்பாடாண்ணே?'' என்பார். அந்தப் பிராந்தியத்தில் அவரை மாதிரி சுத்தமாக பீஃப் ஃப்ரை போடுவதற்கு ஆள் இல்லை. கூட்டம் அள்ளும். அவரே கடைக்குப் போய் மிளகு துவங்கி எல்லா விஷயங்களையும் பார்த்துப் பார்த்து வாங்குவார். எடுபிடிகள் வைத்துக்கொள்ள மாட்டார். பெரிய ஆட்களைப்போல அவுட் சோர்ஸ் செய்ய மாட்டார். அதுதான் அவருடைய வெற்றியின் ரகசியம். பெரிய வேட்டையாடுகிறீர்களா, சிறிய வேட்டையாடுகிறீர்களா என்பதெல்லாம் முக்கியமில்லை.

மிகச் சரியாக இரைக்குக் குறிவைக்கிறீர்களா என்பதுதான் முக்கியம். பக்கித்தனமாகப் பாய்ந்து மானைத் தப்பித்து ஓட விடுகிற கையாலாகாத புலிகளும் இருக்கின்றன. ஆப்ஜெக்டில் சின்ன அசைவு வருகிற வரை பொறுமையாக நாக்கைத் தொங்கப் போட்டு அமர்ந்திருக்கிற ஓணான்களும் இருக்கின்றன. மறுபடி மறுபடி துப்பி வலையை உருவாக்கிக் கொண்டிருக்கும் சிலந்திகளும் இருக்கின்றன. யாராக இருந்தாலும் பிரச்சினையில்லை. வணிகத்தைப் பொறுத்த வரை சிந்தாமல் சிதறாமல் இரையெடுக்க வேண்டும். இரை என்பதை இங்கே பணம் என்று வைத்துக் கொள்ளுங்கள்.

பெரும்பசி இருந்தால்தான் இரை குறித்த பெருங்கவனமும் வரும். இரை குறித்த அடங்காத வெறி என்பதுதான் வணிக தர்மம். அதை விடுத்து இரையைக் கிண்டலடித்துக் கொண்டிருந்தால், இரையைக் குறித்து எதிர்மறையான சிந்தனைகள் இருந்தால், இரை குறித்த தத்துவார்த்த ஏளனம் இருந்தால், இரை தட்டுப்படவே படாது என்றார் நண்பர் ஒருத்தர். அவர் சொன்னதை அப்படியே தருகிறேன். எனக்கும் அது திறப்பாக இருந்தது. 'பணம் தன்னை முழுமையாக நேசிப்பவனிடம்தான் போய்ச் சென்று சேர விரும்புகிறது. பணத்தின் தன்மை அதுதான். பள்ளம் இருக்கிற இடத்தில்தான் அது பாயும்!'

37

எம்.பி.ஏ படித்த செந்நாய்கள்!

நேற்று தொலைக்காட்சி ஒன்றில் ஐந்து ஓநாய்கள் சேர்ந்து ஒரு காட்டெருதை வேட்டையாடிய காட்சியைப் பார்த்தேன். இந்த ஓநாய் ஃபேமிலி வகையறாக்கள் எல்லாமும் ஒருவகையில் புத்திசாலி யானவை. மிகப்பெரிய அந்தக் காட்டெருதின் பக்கத்தில் இந்த ஓநாய்கள் ஏதோ குட்டி குட்டியான பட்டன்களைப்போல நிற்கின்றன. இந்தப் பக்கமும் அந்தப் பக்கமுமாக காட்டெருதைப் போக்கு காட்டிக் கொண்டிருந்தன. ஆனால் தொடர்ச்சியாக அந்தக் காட்டெருதை சுத்துப் போடுவதன் வழியாக அதைச் சோர்வுறச் செய்து கடைசியில் வேட்டையும் ஆடின. இதே மாதிரி ஒரு விஷயம் எனக்கு செந்நாய்கள் விஷயத்தில் நேர்ந்திருக்கிறது.

மேகமலையில் ஒருதடவை எதையாவது சாகசமாகச் செய்தே ஆகவேண்டும் என்கிற கட்டாயத்தின் பேரில் ஒரு படகை எடுத்துக் கொண்டு அங்கு வளைந்து நெளிந்து ஓடும் அணை நீர்ப் பரப்பிற்கு நடுவே சென்றுவிட்டேன். குறைந்தது எட்டு அடி ஆழமாவது இருக்கும். கொஞ்ச தூரம் படகில் நீந்திப் போனால், நடுவே ஒரு சிறுமரமும் ஒரு மணல் திட்டும் இருக்கும். நடுவே படகு போய்க் கொண்டிருக்கும்போது அந்தத் திட்டில் மான் ஒன்று வந்து நின்றது. மிளா என்றுதான் அதைச் சொல்ல வேண்டும். நெயில் கட்டரில் விதவிதமான கத்திகள் இருப்பதைப்போல, அந்தக் கொம்புகள் இருந்தன. ஒரே குத்தில் யானையைக்கூட குத்தி விடலாம். அந்தக் கொம்புகளைப் பார்த்தால் புலிக்குக்கூட கொஞ்சம் கிலி பிடிக்கும் என அதிகப்படியாகக்கூட சொல்லலாம்.

அப்போதுதான் அந்த நான்கு செந்நாய்களும் அந்த மிளாவைச் சூழ்ந்தன. செந்நாய்களைப் பார்த்திருப்பீர்கள்தானே? பார்ப்பதற்கு பிஸ்கெட் வாங்கிப் போடலாம் என்கிற ரீதியில் அழகாகவும் அமைதியாகவும் இருக்கும். ஆனால் ரௌத்ரமானவை. வச்ச குறி தப்பாது என்கிற வார்த்தைகளையெல்லாம் செந்நாய்களுக்குதான் சொல்ல வேண்டும். அடிப்படையில் அவை மிக மிகப் பொறுமை யானவை. எல்லா விலங்குகளும் வேட்டை விஷயத்தில் பொறுமை யானவைதான். ஆனால் இந்த ஓநாய் வகையறாக்களின் பொறுமை எல்லை கடந்தது. சொன்னால் நம்ப மாட்டீர்கள். அந்த நான்கு செந்நாய்களும் கிட்டதட்ட மூன்று மணி நேரம் அந்த மிளாவைச் சுற்றுப் போட்டன. நானும் ஒரு திண்டில் ஏறி அமர்ந்து அவை சுத்துப் போடுவதையே பார்த்துக் கொண்டிருந்தேன். மானை அந்தப் பக்கமும் இந்தப் பக்கமும் ஒரு இஞ்ச் கூட நகர விடவில்லை.

மானுக்கு முன்னே இருப்பது ஒரே வழிதான். அந்த வழியில் நீர்ப் பரப்பு விரிந்திருந்தது. அது திரும்பக் காட்டிற்குள் ஓடவேண்டு மெனில் தண்ணீருக்குள் குதித்து நீந்திதான் போக வேண்டும். இந்த விஷயம் இரண்டு தரப்பிற்குமே தெரியும். யார் அதிக பொறுமை காப்பது என்பதில்தான் போட்டி நடந்து கொண்டிருந்தது. செந்நாய் களுக்கும் மானுக்கும் இடையிலான இடைவெளி சுமார் பத்து மீட்டர் இருக்கும். ஆனால் அவை நான்கும் மிகச் சரியாக அந்த மிளாவைச் சூழ்ந்து நின்று கொண்டிருந்தன. அதைவிட முக்கியமான விஷயத்தைக் கூர்ந்து கவனித்தேன். செந்நாய்கள் மானின் கண்களைத் தவிர வேறெதையும் பார்க்கவில்லை. மிளாவின் கண்ணசைவிற்கு ஏற்ப அவை முன்னும் பின்னும் நகர்ந்து கொண்டிருந்தன. மூன்று மணி நேரப் பொறுமையான காத்திருப்பிற்குப் பிறகு அவை அந்த மானை வேட்டையாடின.

பொதுவாகவே விலங்குகள் என்றாலே பொறுமை என்பது அதன் அடிப்படையான குணமாக இருக்கிறது. ஒரு புலி வேட்டைக்காக எவ்வளவு பொறுமையாகக் காத்திருக்கிறது என்பதைப் பாருங்கள். ஒருமுறை சத்தியமங்கலத்தில் நாங்கள் போன காரை என் உயரம் இருக்கிற கரடியொன்று மறித்தது. விளக்கு வெளிச்சத்தில் அந்தக் கரடியைப் பார்த்தேன். அதிகாலை வெளிச்சத்தில் அந்தக் கரடியின் கண்களைப் பார்த்தபோது மிதமிஞ்சிய ஒரு பொறுமை தெரிந்தது. பதற்றப்படவில்லை அது. அமைதியாக காரை உற்றுப் பார்த்துவிட்டு, சில நிமிடங்கள் கழித்து பொறுமையாக எங்களைக் கடந்து போனது.

இது என் இடம், நீ ஏண்டா உள்ளே வந்தே என்பதுபோல இருந்தது அந்தப் பார்வை. ஏற்கெனவே கிருஷ்ணமூர்த்தி என்கிற யானையைப் பற்றி எழுதியிருக்கிறேன். அதைப் பற்றிய கட்டுரையொன்று ஹிந்து தமிழ் சித்திரை மலரிலும் வரலாம். கிருஷ்ணமூர்த்தி கண்களைச்

சந்தித்தபோது இதே அமைதியைப் பார்த்தேன். வேட்டையாடும் போது இருக்கிற பரபரப்புகளைக் கடந்து வேட்டையைக் குறிவைத்துக் காத்திருக்கும் அந்தப் பொறுமையை நான் இழந்துவிட்டேனோ என்றுகூட பல சமயங்களில் நினைத்திருக்கிறேன்.

வேட்டையாடும்போது பதற்றம் கூடவே கூடாது என்பதை அந்தக் காட்சி எனக்கு உணர்த்தியது. விளையாடுவதற்கு மூன்று மணி நேரங்களுக்கு முன்பிலிருந்தே வேறு வேலைகள் எதையும் செய்ய விடமாட்டார்கள். அமைதியாய் அமர்ந்திருக்க வேண்டும். பதற்றத்தைக் குறைத்து பொறுமையை அதிகரிக்க வேண்டும் என்பதுதான் அதற்குப் பின்னணிக் காரணம். நான் பல தடவை அந்தப் பதற்றம் அடங்குவதைக் கூர்ந்து கவனித்திருக்கிறேன். வேறு ஒன்றும் செய்ய வேண்டாம். இருபது நிமிடம் அப்படியே அமைதியாக உட்கார்ந்த இடத்திலேயே அமர்ந்துகொண்டு, எந்தச் சிந்தனையையும் துரத்திப் பிடிக்காமல் அதன் போக்கில் விட்டுவிட வேண்டும்.

அது அலைபாயும். இங்கிருந்து அது மதுரை போகும். அப்படியே சிங்கப்பூர் போகும். மெதுவாக பப்புவா நியூகினியாவின் தங்கச் சுரங்கங்கள் குறித்த கனவை நோக்கிப் போகும். அப்படியே மத்தியானம் வீட்டில் கட்டிக் கொடுத்திருக்கிற காரக் குழம்பு பக்கம் போகும். மெல்ல அப்படியே நைட் அடிக்கப் போகும் ப்ளாக் லேபிள் பக்கமாய்ச் சுற்றி நாளை மறுநாள் நடக்கப் போகும் மச்சினியின் திருமணத்தில் வந்து நின்று, அவசரப்பட்டுட்டோமா என பதற்றத்தில் போய் முடிந்து, அப்புறம் இவ்வளவுதாம்பா வாழ்க்கை என வட்டத்தில் வந்து முடியும் பாருங்கள். அங்கே பொறுமை நிலை கொண்டுவிடும். அதற்கப்புறம்தான் நிறைவான வேட்டையும் விளையாட்டும் சாத்தியமாகும்.

அப்படியான பொறுமைக்கான ப்ராசஸிங் வேலையில்தான் கடந்த ஒன்றரை வருடங்களாக இருந்து கொண்டிருந்தேன். உட்கார்ந்து சாப்பிட்டால் குன்றையும்கூட உடைத்து உடைத்துச் சாப்பிட்டு விடலாம் என்று சொல்வார்கள். அதைப்போலதான். வேறு வேட்டைக்குக் கிளம்ப வேண்டும். செந்நாய்களின் பொறுமை வாய்க்க வேண்டும். காடுகளைத் தேடி, புதிய புதிய வேட்டை நிலங்களைத் தேடி புறப்பட வேண்டிய காலம் வந்துவிட்டது. ஏற்கெனவே வேட்டை நிலங்களில் பெற்ற வேட்டை வெகுமதிகளைத் தின்று தீர்த்தாகிவிட்டது. சட்டி காலியாகிவிட்டதோ என்கிற சந்தேகமே வந்துவிட்டது. உன் சட்டியில் ஒன்றும் இல்லை என்று அடுத்தவர்கள் சொல்வதற்கு முன்பு தயாராகிவிட வேண்டும். வேட்டைக் களத்தை நோக்கி நகர வேண்டும். துப்பாக்கியை வைத்து கொசுவைச் சுட்டுக் கொண்டிருக்கக் கூடாது என்கிற ஒருவசனம் எனக்கு எப்போதும் பிடிக்கும்.

38

தோளில் சுமக்கும் தகப்பன்கள்

நான் தைமூரில் இருந்தபோது அமெரிக்கரான ரிச்சர்ட் என் பக்கத்து அறைத் தோழர். வயது எழுபது இருக்கலாம். பெட்ரோலியத் துறையில் படு பிஸ்தா என்பதால் உலகளாவிய நிறுவனங்கள் அவரைத் துரத்துகின்றன. மனைவி இறந்துவிட்டார். தொழில்தான் மனைவி என இருந்தவருக்கு இலங்கையில் இருந்தபோது காதல். அந்தம்மா விற்கு அறுபது வயது இருக்கும். இருவருக்கும் குழந்தைகள் இல்லை. இரண்டு பேரும், காதலில் விழுந்தபடி உலகம் சுற்றுகிறார்கள்.

ரிச்சர்டும் அந்தம்மாவும் கைகோர்க்காமல் நடந்து நான் பார்த்ததே இல்லை. இருவரும் சேர்ந்து ஊர் சுற்ற வேண்டும் என்பதற்காகவே ஒரு கம்பெனியில் இருக்க மாட்டார் ரிச்சர்ட். இன்றும் உலகத்தில் அல்லது அவர் இப்போது இருக்கும் பிரேசிலில் ஏதோ ஒரு மூலையில் எனக்காக சிவாஸ் ரீகல் நாலு பெக் காத்திருக்கிறது. ரிச்சர்டும் காத்திருப்பார். நாவலெல்லாம் எழுதியிருக்கிறேன் என்று சொன்னால் சந்தோஷத்தில் கூடுதலாக ரெண்டு பெக் அவர் அடிப்பார். ரிச்சர்டுக்கு கிண் பாடி. அதனால் தாங்கும்.

ரிச்சர்ட் என பெயரைச் சொல்கிறேன் என்று பார்க்கிறீர்களா? தாத்தா அப்படிதான் கூப்பிட வேண்டுமென ஸ்ட்ரிக்டாகச் சொன்னார். அவரது மனைவி சிங்களர் என்பதால், தமிழ் கொஞ்சம் அவருக்குத் தெரியும். இலங்கைத் தமிழர்கள் என்றால் ரிச்சர்ட் உருகிவிடுவார். அவர் தொழிலில் அவர்களோடு சேர்ந்து வேலை பார்த்தும் இருக்கிறார். விமர்சனங்கள் இருக்கின்றன அவருக்கு. ஆனால் பாசம் அதிகம். நான் தமிழன் என்பதால் அலாதி ப்ரியம். என்னை

எப்படியாவது கரை சேர்த்துவிட வேண்டும் என நிறைய தொடர்பு களை ஏற்படுத்திக் கொடுத்தார். தினமும் ஏழு மணிக்குச் சந்தித்து விடுவோம்.

ரிச்சர்ட் அவருக்குப் பிடித்த சிவாஸ் ரீகலோடு காத்திருப்பார். லேட்டாக வந்தால் முகத்தைத் தூக்கி வைத்துக்கொள்வார். அந்தம்மா சிரித்துக்கொண்டே இருவரையும் சமாதானம் செய்து வைப்பார். ஒருமுறை கெட்ட மூடில் இருந்திருப்பார்போல. தாமதம் செய்பவர் களைக் கண்டால் மோதி மிதித்துவிடுவேன் என்றெல்லாம் ஆர்ப்பாட்ட மாய் ஆங்கிலத்தில் என்னை வறுத்தெடுத்துக் கொண்டிருந்தார். நானும் போதையில் 'போய்யா லூசு' என்றேன். அவருக்கு அது புரிந்து விட்டது. 'யார் முட்டாள் என்பதை காலம் முடிவு செய்யும்' என்றார் பொறுமையாக. எனக்கு வெட்கமாகப் போய்விட்டது. ஆனால் பக்கத்தில் உட்கார்ந்திருந்த அந்தம்மா, 'எதுக்கு மெதுவா சொல்ற? உண்மையதானே சொல்ற... சத்தமா சொல்லு' என்று சொன்னார்.

நேரம் தவறாமை என்பதை அவரிடம் இருந்தும் கற்றுக்கொண்டேன். அதற்குப் பிறகு ஆறு ஐம்பத்தொன்பதிற்குப் போய் கரெக்டாக நிற்பேன். வாட்சைப் பார்த்துவிட்டுப் புன்னகைப்பார். அவர் என் நடை உடை பாவனைகளை மாற்ற முயற்சி செய்தார். நான் இந்திய பாணியில் டேக்கிங் பாத் என்றால் ஷவர் என்று திருத்துவார். அவர் என்னிடம் பூமியில் இருக்கும் அத்தனை விஷயங்கள் குறித்தும் பேசுவார். அவரிடம் நான் ஒருநாள்கூட தயங்கியதில்லை. அவரிடம் முரண்பட்டிருக்கிறேன். எனக்குத் தெரிந்த மொழியில் சண்டை யெல்லாம் போட்டிருக்கிறேன். அவர் ஒருபோதும் எனக்கான இடத்தை மறுக்கவில்லை. அவருடைய தோழனாகவே உணரச் செய்தார்.

அவரை மீறி மேலேறியபோது ஈகோ இல்லாமல் தோளில் அமர வைத்து உலகத்தைக் காட்டினார். ரிச்சர்ட் மட்டும்தான் என்றில்லை. இளைஞர்களைக் கையாளும் விஷயத்தில் உலகளாவிய அளவில் இதுபோல் பல மாற்றங்கள் வந்திருக்கின்றன. இன்னமும் இங்கே தெரியாத்தனமாகக் கூட காலாட்ட முடியாது. ஒருதடவை தெரியாமல் காலாட்டியதற்காக சித்தப்பா ஒருத்தர் போட்டு மொத்து மொத்தென்று மொத்தி எடுத்தார். நாகரிகமாகக்கூட எதிர்த்து ஒரு வார்த்தை இங்கே பேச முடியாது.

எல்லா துறைகளிலும் கட்டம் கட்டி விடுவார்கள். பெரும்பாலும் தொட்டாச் சிணுங்கியாக இருப்பார்கள். ஆனால் தொட்டால் சிணுங்கியாக இருக்காதே என வகுப்பு எடுப்பார்கள். ஒரு கட்டத்தைத் தாண்டி அவர்களிடம் பேசவே முடியாது. இந்தச் சிக்கலைக்

கடந்தவர்களும் இருக்கிறார்கள். ஆனால் பெரும்பான்மை அந்தப் பக்கம்தான் என்பதையும் அழுத்திச் சொல்கிறேன். இந்த பிரமீடு ஸ்ட்ரக்ச்சரில் உட்கார்ந்திருக்கிற அனைத்து வயதுப் பிரிவினருக்கும் இது போன்ற கவலைகள் இருக்கின்றன.

ரிச்சர்ட் போன்றவர்கள் இதை உடைத்து எறிகிறார்கள். அப்படிதான் அவர் இப்போதும் வழிகாட்டுகிறார். நாம் செய்ய வேண்டிய தெல்லாம் சிம்பிளான மேட்டர்தான். நமக்கொரு ரிச்சர்டைத் தேர்வு செய்துகொள்ள வேண்டும். உள்ளூரில் நிறைய ரிச்சர்ட்கள் இருக்கதான் செய்கிறார்கள். அவர்களது பெயர் குப்புசாமியாகவோ மாடசாமியாகவோகூட இருக்கலாம்.

39

கெட்டாலும் மேன்மக்கள்...

இந்த பென்ஸ் விளம்பரத்தை நண்பர் ஒருத்தரின் பக்கத்தில் பார்த்ததும் கொஞ்சம் விரித்து எழுதத் தோன்றிவிட்டது. பி.எம்.டபிள்யூகாரர்கள் 100 ஆண்டுகளைப் பூர்த்தி செய்ததை வாழ்த்தி பென்ஸ் சார்பில் கொடுக்கப்பட்டிருக்கிற விளம்பரம். ஹைலி புரஃபஷனல் டச். பென்ஸ் ஆரம்பித்து 130 வருடங்கள் ஆகிவிட்டன. பி.எம்.டபிள்யூ இல்லாத அந்த 30 வருடங்கள் போரடித்ததாகச் சொல்லியிருப்பது அழகு.

வியாபாரத்தில் உள்ள போட்டி மனப்பான்மை குறித்த விவரணை இது. தயவுசெய்து வெல்வெட் கேக் கணக்கில் சேர்த்து கும்மி விடாதீர்கள். ஆல்டோ என்றால் அடிக்க வர மாட்டீர்கள். ஆனால் பென்ஸ், பி எம் டபிள்யூ என்றால் வேறு மாதிரி சிந்திக்கத் துவங்கி விடுகிறோம். நல்ல வியாபாரிக்கு குண்டூசியும் ஒன்றுதான். பென்ஸும் ஒன்றுதான். வியாபாரத்தில் போட்டியாளர்களை அணுகும் விதங்கள் குறித்த விஷயம் இது.

குழிபறிக்கும் வேலைகள் இங்கேயும் உண்டு. அதையும் தாண்டி சக போட்டியாளரோடு வியாபாரத்தைப் பகிர்ந்துகொள்வதும் உண்டு. தொழில் ஆரம்பிப்பவர்களைப் பொறுத்தவரை ஆரம்ப கட்டத்தில் இந்தச் சிக்கல் வருவதுண்டு. நம் வீட்டில் சேரைப் போட்டு உட்கார்ந்துகொண்டு எதிர் வீட்டுக் கடைக்காரன் கல்லாவைப் பார்த்துக் கொண்டிருப்போம்.

'FISHIN' துவங்கிய ஆரம்ப காலகட்டத்தில் அந்தப் பதற்றம் எனக்கும் இருந்தது. புதிதாகத் தொழில் துவங்கி நடத்தும் பலருக்கும் இது

இருந்திருக்கலாம். அப்போதெல்லாம் பக்கத்துத் தெருவிலோ பக்கத்து ஏரியாவிலோ யாராவது மீன் கடை ஆரம்பிக்கப் போகிறார்கள் என செய்தி வந்தாலே பதறுவோம். உளவாளிகளை அனுப்பிக் கண்காணிப்போம். மனதில் ஒரு சஞ்சலம் இருந்தபடியே இருக்கும்.

இதைக் கவனித்த மூத்த மொத்த வியாபாரி அழைத்தார். சிந்தாதிரிப் பேட்டை மீன் மார்க்கெட்டில் மூன்று தலைமுறைகளாக வியாபாரம் செய்யும் குடும்பத்தில் மூத்தவர். அந்த மார்க்கெட்டில் பக்கத்து பக்கத்திலேயே கடை போட்டிருப்பதைக் காண்பித்து, 'ஒருத்தருதுல இன்னொருத்தர் தலையிட மாட்டோம். கஸ்டமர்களின் முகத்தைக் கூட பார்க்க மாட்டோம். எங்கள் தரத்தில் மட்டும் கவனமாக இருப்போம்' என்றார். எனக்கு அது புது திறப்பாக இருந்தது. போட்டியும் தேவை என்பதை உணர்ந்தேன். பதற்றம் குறைய ஆரம்பித்தது. எங்கள் தரத்தில் கவனம் செலுத்தினோம். கஸ்டமர்களுக்காகக் கவலைப்பட்டோம். சண்டையிட்டுக் கொண்டோம். கஸ்டமர்கள்தான் கடவுள் என்றார் காந்தி. பல நேரங்களில் கடவுள்களே சோதனை கொடுப்பார்கள். வேண்டுமென்றே சந்தேகத் தோடு திருப்பி அனுப்புவார்கள். சிலர் வீட்டுச் சண்டையை எல்லாம் இதில் காண்பிப்பார்கள். 'அவ என்ன சொல்றது வேண்டாம்னு. நான் சொல்றேன் வேண்டாம்' என்பார்கள். சிலருக்கு ஆர்டர் பண்ணிய பிறகு மட்டன் சாப்பிட ஆசை வந்துவிடும். நாம் டெலிவரி கொடுக்கப் போய்க் கொண்டிருக்கும்போதே அழைத்து, 'அவசரமா குடும்பத்தோட வெளியே போறோம்' என்பார்கள். வெட்டியது விலை போகாது. கூடிச் சாப்பிட்டு திருப்திப் பட்டுக்கொள்ள வேண்டியதுதான். நஷ்டம் என்று சொல்லி புலம்பத் தயாராக இல்லை.

கஸ்டமர்களை எஜுகேட் செய்தோம். எங்கள் தரப்பை எடுத்துச் சொன்னோம். எங்கள் தரத்தில் உறுதியாக இருந்தோம். சுவரில் அடித்த பந்துபோல கஸ்டமர்கள் திரும்ப வந்தார்கள். கடவுள்கள் காப்பாற்றினார்கள். சோதிப்பதை நிறுத்தினார்கள். இந்த மந்திரத்தை தான் அந்த மூத்த பாய் எனக்குப் போதித்தார்.

எல்லா துறைகளிலும் இதுபோல் மூத்த பாய்மார்கள் இருக்கிறார்கள். அவர்கள் மிகக் கோடிகளைக் குவிக்காவிட்டாலும்கூட தொழில் அறிவை விட்டுச் செல்கிறார்கள். அவர்கள் உலகம் முழுக்க விரவியிருக்கிறார்கள். சக போட்டியாளனையும் கொண்டாடச் சொல்லித் தருகிறார்கள். பென்ஸ் அதை இப்போது செய்திருக்கிறது. குண்டூசி வியாபாரத்தில் இது நடந்தாலும் ஆதரிக்க வேண்டியதே!

40

புறாக்கூண்டிற்கு வாடகை பத்தாயிரம்

ஜாக்கிங் போய்க் கொண்டிருந்தபோது, டி.டி.கே சாலையில் இந்த இரண்டு முக்கியமான பிராண்டட் நிறுவனங்கள் கடையைக் காலி செய்துவிட்ட காட்சியைப் பார்த்தேன். நகரை உற்றுக் கவனியுங்கள். பிராண்டட் நிறுவனங்கள் மட்டுமல்லாமல் இன்னபிற சிறு நிறுவனங்கள்கூட மூடப்பட்டு வருவதைப் பார்க்க முடியும். அந்தக் கடையில் வியாபாரம் இல்லை என்று நினைத்து நாம் கடந்து விடுவோம். ஆனால் உண்மையில் இது ஒரு முக்கியமான பிரச்சினை. ஏன் பெரிய பிராண்ட்கள்கூட இப்படி பாதியில் இழுத்து மூடுகின்றன? அதிகப்படியான வாடகைதான் அடிப்படையான பிரச்சினை. நான் ராயப்பேட்டை பாலாஜி நகரில் பிபிஓ ஒன்றை நடத்திக் கொண்டிருந்தேன். லாபகரமான நிறுவனமாகதான் அது செயல் பட்டுக் கொண்டிருந்தது. ஏற்கெனவே அதிக வாடகை கொடுத்துக் கொண்டிருந்தோம். ஒருகட்டத்தில் மூன்று மடங்கு அதிக வாடகையைக் கேட்டார் அதன் உரிமையாளர். உடனடியாகக் காலி பண்ண முடியாத நிலையில் இருந்ததால், நீதிமன்றத்திற்குப் போனோம்.

மூன்றாண்டுகள் இழுத்தடித்த பிறகு, உரிமையாளருக்குச் சாதகமாகவே தீர்ப்பு வந்தது. ஒரு அதிகப்படியான தொகையைக் கொடுக்க வேண்டி யிருந்ததால், வேறு வழியில்லாமல் நிறுவனத்தை வேறு ஒரு ஆளுக்கு கைமாற்றி விட வேண்டியதாகிவிட்டது. அப்புறம் விசாரித்துப் பார்த்ததில், வாடகைதாரர்கள் சட்டம் கட்டட உரிமையாளர்களுக்குச் சாதகமாக வடிவமைக்கப்பட்டிருப்பதாக என்னுடைய வழக்கறிஞ நண்பர் சொன்னார். இப்போதுகூட ஒரு மீன் உணவக மெஸ் ஒன்றை ஆரம்பிப்பதற்காக, ஒரே நேரத்தில் குறைந்தது ஐம்பது பேர் அமர்ந்து

சாப்பிடும்படியான ஒரு இடத்தைத் தேடிக் கொண்டிருக்கிறோம். இங்கேயும் அதிகப்படியான வாடகைப் பிரச்சினை வந்து குதியாட்டம் போடுகிறது.

இப்படி வியாபாரத்தில் அதிகப்படியான வாடகை மிக முக்கியமான பிரச்சினையாக உருவெடுத்து நிற்கிறது. முன்பெல்லாம் வியாபாரத் தளங்களுக்கு மூன்றாண்டுகளுக்கு ஒப்பந்தம் போட்டுத் தருவார்கள். ஆனால் இப்போது பேராசை பிடித்த உரிமையாளர்கள் பதினொரு மாத கால ஒப்பந்தத்தையே போடுகின்றனர். வணிக இடங்கள் மட்டுமல்ல, வீட்டு வாடகையும் நாளுக்கு நாள் அதிகரித்தபடியே இருக்கிறது. நண்பனொருவன் வீட்டிற்கு பால் காய்ச்சுகிறேன் என்று சொல்லி வரச் சொன்னான். போய்ப் பார்த்தால் அந்தப் புறா கூண்டிற்கு வாடகை ஐயாயிரம் ரூபாய். அவன் வருமானத்தில் 40 சதவிகிதத்தை வாடகைக்காக மட்டுமே கொடுக்கிறான் என்பதை நினைத்தபோது வருத்தமாக இருந்தது. இதைப் பற்றி என் சக பத்திரிகை நண்பர்கள் எழுதினால் சந்தோஷப்படுவேன். எது எதற்கோ தீர்மானம் போடும் கட்சிகள், நியாயமான வாடகைக்கு உத்தரவாதம் தருவோம் என்று தீர்மானம் போட்டால் நன்றாகதான் இருக்கும். ஆனால் அவர்கள் எப்படிப் போடுவார்கள்? அவர்கள்தான் பேராசை பிடித்த கட்டட உரிமையாளர்களின் பிரதிநிதிகள் ஆயிற்றே!

41

நம்பிக்கையின் கயிறு!

தெரிந்த நண்பர் ஒருவர் இன்று பல கோடிகளுக்கு அதிபதி. அன்புள்ளம் கொண்டவர். சென்னையில் சில தொழிற்சாலைகளை நடத்திவருகிறார். அவர் நடத்தி வருகிற தொழிற்சாலையில் கடைநிலை ஊழியராக எடுபிடி வேலைகளைச் செய்து வந்தவர். ஒரு கட்டத்தில் அவருடைய முதலாளி தொழிற்சாலையை நடத்த முடியாமல் கஷ்டப்படுகிறார். வட்டிக்கு மேல் வட்டிக்கு வாங்கி நடத்த முயன்றும் தோற்றுப் போய் ஒரு நாள் ஊரை விட்டே ஓடிவிட்டார். கடன்காரர்கள் தொழிற்சாலைக்கு வந்து குவிந்துவிட்டனர்.

அப்போது கடைநிலை ஊழியராக இருந்த நண்பர், கடன்காரர்களிடம் பேசி தொழிற்சாலையை எடுத்து நடத்தி இன்று அதன் உரிமையாளராகவும் உயர்ந்து வியாபாரத்தில் கொடி கட்டிப் பறக்கிறார். கடன்காரர்கள் வந்த அன்று என்ன நடந்தது என்று கேட்டேன். ''நானும் உங்களது நெருக்குதல்களுக்குப் பயந்து ஓடிவிட்டால், அப்புறம் உங்களது பணத்தை எப்படித் திரும்பப் பெறுவீர்கள் என்று கேட்டேன். நான் இருக்கிற வரை, இந்தத் தொழிற்சாலை இருக்கிற வரைக்கும்தான் உங்களது பணம் திரும்ப வருவதற்கான உத்தரவாதம். அது இல்லாவிட்டால் உங்கள் பணமும் இல்லை என்பதை விளக்கிச் சொன்னேன். இரண்டு வாரங்களில் திரும்பவும் வந்தார்கள். தொழில் தழைப்பதைப் பார்த்துவிட்டு மேலும் கடன் கொடுத்தார்கள். நான் எல்லோருடைய கடனையும் அடைத்தேன். தொழிலையும் வளர்த்தேன்'' என்று சொன்னார்.

நாம் பல நேரங்களில் பிரச்சினையை நேருக்கு நேர் உடனடியாகச் சந்தித்துவிடுவதுதான் புத்திசாலித்தனம் என்றும் சொன்னார். அந்த முதலாளி என்ன ஆனார்? திரும்பவும் வந்திருக்கிறார். தொழிற்சாலையின் வளர்ச்சியைப் பார்த்துவிட்டு, சொற்ப பணத்தை மட்டும் வாங்கிக்கொண்டு நேர்மையாக ஒதுங்கி நின்று வேடிக்கை பார்க்கிறார். அப்போது அந்த முதலாளி ஒதுங்கியது தவறு. இப்போது ஒதுங்கியது சரிதானே? பல நேரங்களில் பிரச்சினையை நேருக்கு நேர் சந்தித்தாலே போதுமானது என்பதை இது போன்ற கதைகள் உணர்த்துகின்றன.

42

ஆடத் தெரியாதவருக்குத் தெரு கோணலாம்!

சில வருடங்களுக்கு முன்பு பத்திரிகையொன்றில் பணியாற்றிய போது, தமிழகம் உருப்பட பத்து யோசனைகள் என்கிற தலைப்பில் கட்டுரையொன்று எழுத யோசனைகள் வரவேற்கப்பட்டன. அதில் பலதுறை சார்ந்தும் நிறைய பேர் யோசனை சொல்லியிருந்தார்கள். அதில் ஒரு யோசனை மிகவும் கவர்ந்தது. அதை அனுப்பியது ஒரு குக்கிராமத்தைச் சேர்ந்த ஒருத்தர். சினிமா ஓடும் நேரத்தை இரண்டரை மணி நேரம் என்பதிலிருந்து ஒன்றரை மணி நேரமாகக் குறைக்க வேண்டும் என்று சொல்லியிருந்தார். கிண்டலாகக்கூட இதை எடுத்துக் கொள்ளலாம் அந்தத் துறை சார்ந்தவர்கள் இதை. ஆனால் நேரம் விரயம் என்பதைத் தாண்டி இன்னொரு அம்சத்தையும் அந்த யோசனை சுட்டிக் காட்டுகிறது. அந்தத் துறையின் பட்ஜெட்டும் சுருங்கும் என்பதே அது.

இன்னொரு விளக்கத்தையும் இந்த இடத்தில் சுட்டிக்காட்ட வேண்டியிருக்கிறது.

மீன் அங்காடியை நாங்கள் ஆரம்பித்த சமயத்தில் மக்கள் வாங்கிப் போகும் பாலிதீன் கவரில் எங்களது லோகோவைப் பொறிக்க வேண்டும் என்று யோசித்துக் கொண்டிருந்தபோது ஏர்செல் சிவசங்கரன் தற்செயலாக கடைக்கு வந்திருந்தபோது, அவர் ஒரு கேள்வியை எழுப்பினார். ''உங்களது மீன் கவரை மக்கள் பத்திரப்படுத்துவார்கள் என்று நினைக்கிறீர்களா?'' என்று கேட்டார். ''இல்லை. நிச்சயமாக அதன் வாடை காரணமாகக் குப்பையில் தூக்கிப் போட்டுவிடுவார்கள்'' என்றோம். ''குப்பையில் தூக்கிப் போடும் ஒரு விஷயத்தில் தேவை

யில்லாமல் உங்களது பெருமிதத்தைக் காட்ட முயற்சி செய்து, அந்தச் செலவையும் சேர்த்து ஏன் கஸ்டமர்களின் தலையில் கட்ட முயற்சி செய்கிறீர்கள்?'' என்று கேட்டார். அது சரியென்றே பட்டது.

பொதுவாகவே ஒருதுறையில் வீக்கம் வருகிறபோது மாற்றங்களை அந்தத் துறைக்குள்ளிருந்தே ஆரம்பிப்பார்கள். செலவைக் கட்டுப் படுத்துவது என்பதுதான் முதல் நோக்கமாக இருக்கும். அது முடியாத பட்சத்தில்தான் கஸ்டமர்களின் தலையில் கட்டுவதற்காக யோசனை களையே முன்னெடுப்பார்கள்.

ஒரு பத்திரிகையின் விலையை ரெண்டு ரூபாய் ஏற்றுவதற்கு தலையங்கமெல்லாம் எழுதி கதறுகிற காட்சிகளைப் பார்த்துதான் கடந்து வந்திருக்கிறோம். லக்ஸ் சோப் நிறுவனம் நஷ்டத்தில் இயங்குகிறது என்பதற்காக வாரா வாரம் விலையை ஏற்றிக் கொண்டே இருந்தால் வாங்குவீர்களா? நஷ்டத்தைக் குறைக்க தேவை யில்லாத கூட்டத்தைக் கட்டுப்படுத்துவதில் துவங்கி நிறுவனத்தின் தேவையில்லாத செலவுகளைக் கட்டுப்படுத்துதல் என ஆரோக்கிய மான மாற்றங்களை முன்னெடுப்பார்கள்.

இதை ஏதோ போகிற போக்கில் ஒன்றும் சொல்லிவிடவில்லை. சமீபத்தில் இன்ஃபோஸிஸ் நிறுவனத்தின் நிறுவனர் நாராயணமூர்த்தி அந்த நிறுவனத்தின் உயரதிகாரிகளின் சம்பள விகிதத்தைக் கட்டுப் படுத்த வேண்டும் என்று பொதுவெளியில் யோசனை தெரிவித்திருக் கிறார். அடுத்த தலைமுறைக்கும் அவருக்கும் இடையில் ஒரு கோடு விழுந்துவிட்டதன் காரணமாக இதை அவர் சொல்லியிருக்கலாம் என்றாலும், அவர் சொன்னதன் அர்த்தம் மிக அடர்த்தியானது. இதை எல்லா நிறுவனங்களுக்கும் துறைகளுக்கும் நீட்டித்துக்கொண்டே போகலாம். ஓரளவு சினிமாத் துறை சார்ந்த பரிச்சயமும் இருக்கிறது என்பதால், அரைகுறை புரிதல்களோடு இந்த விவாதத்தைக் கிளப்ப விரும்புகிறேன்.

சமீப காலமாகவே சினிமாத் துறை மிகுந்த நஷ்டத்தில் இயங்கிக் கொண்டிருப்பதை இல்லையென்று மறுக்கவே முடியாது. பணம் போட்ட தயாரிப்பாளர்கள் அடிமடியில் நெருப்பைக் கட்டிக்கொண்டு, சூதாட்டம் போன்ற இந்த வணிகத்தில் நடமாடிக் கொண்டிருக் கிறார்கள். அப்புறம் எதற்காகப் படம் எடுக்கிறார்கள் என்கிற கேள்வியை எழுப்பவே முடியாது. வாழ்க்கை முழுவதும் மாம்பழம் விற்றுப் பழகியவனிடம், திடீரென சைனா செட் மொபைல் விற்கப் போகலாம் இல்லையா என்று எப்படிக் கேட்க முடியாதோ, அப்படிதான் இதுவும்.

இந்த நஷ்டத்தை உருவாக்குகிறவர்கள், தியேட்டருக்குப் போகாமல் குறுந்தட்டில் சினிமா பார்க்கும் மக்கள் மட்டுமா? அதுவும் ஒரு காரணம் என்பதில் மாற்றுக் கருத்தே இல்லை. தியேட்டரில் பப்ஸ் விற்பவரை பத்து ரூபாய்க்குதான் விற்க வேண்டும் என்று கட்டாயப் படுத்துகிறோம். தியேட்டரில் டிக்கெட்டின் விலையை ஏற்ற வேண்டும் என்று கதறுகிறோம். இதுவும் முக்கியம்தான். தியேட்டருக்கு யாரும் பப்ஸ் சாப்பிடுவதற்காக மட்டும் வரவில்லை என்பது எளிய புரிதல்.

அந்தத் துறைக்குள் என்ன மாற்றத்தை முதலில் அவர்கள் கொண்டு வந்தார்கள்? சமீபத்தில் ஒருபடம் பார்த்துக் கொண்டிருந்தேன். நாயகனும் நாயகியும் ரயிலில் இருந்து பிளாட்பாரத்தில் இறங்குகிறார்கள். ஒட்டுமொத்த ரயிலையும் ஹெலிகாப்டரில் பறந்து பறந்து காட்சிப் படுத்தியிருந்தார்கள். இந்த ஷாட் அவசியமா என்பதை விவரம் தெரிந்தவர்கள்தான் சொல்ல வேண்டும்.

இப்படிதான் ஷாட் வைக்கவேண்டும் என எந்தக் கலைஞனுக்கும் பாடம் எடுக்க முடியாதுதான்.

தயாரிப்பாளர்கள் ஏற்கெனவே நொந்து வெந்து கிடக்கையில் இது அவசியமா என்றுதான் கேள்வி எழுப்புகிறேன். இதெல்லாம் தனிக்கதை. இனி அந்தத் துறைசார்ந்தவர்கள்தான் சினிமாவிற்குள் ஆகும் இதுபோன்ற வெட்டிச் செலவுகள் குறித்து யோசிக்க வேண்டும். இன்னொரு அம்சத்தில் இன்னொரு விஷயத்தைச் சுட்டிக் காட்ட விரும்புகிறேன். எனக்குத் தெரிந்த நண்பரின் படத்தின் பட்ஜெட்டிற்கு நிகரான இன்னொரு மிகப் பெரிய தொகையை விளம்பரச் செலவாக இன்னொரு வெளியீட்டு நிறுவனத்திற்குக் கொடுக்க வேண்டியிருந்தது.

படத்தின் பட்ஜெட் மூன்றரை கோடி ரூபாய். அந்தப் புகழ்பெற்ற வெளியீட்டு நிறுவனத்திற்கு நாலு கோடி ரூபாய் என பேசப்பட்ட அந்தக் கலந்துரையாடலில் நானும் பங்கேற்றிருந்தேன். என்னங்க இது அநியாயமா இருக்கு என்றேன். ''ஒண்ணும் பண்ண முடியாது. தியேட்டரெல்லாம் அவங்க கைல இருக்கு. கொடுத்தாதான் படத்தை ரிலீஸ் பண்ண முடியும்'' என்றார்கள்.

அந்தப் படத்திற்கு நான் பணிபுரிந்த டீ.விக்கு மூன்று இலட்சத்திற்கு மட்டுமே விளம்பரம் கொடுத்தார்கள். காரை எடுத்துக்கொண்டு தெருநாய் மாதிரி சுற்றிச் சுற்றி வந்தோம். சென்னையில் பல்லாவரம் தாண்டி போஸ்டர்களே ஒட்டவில்லை. பத்திரிகைகளில் மட்டும் பத்துக்கு பத்து என நான்கு நாட்கள் விளம்பரம் வந்தது.

அப்புறம் அது மெதுவாகச் சுருங்கி இரண்டுக்கு இரண்டு என்றாகி ஒருநாள் காணாமல் போய்விட்டது. அவர்களது பெயரைப் பயன்படுத்திக் கொண்டதற்கு அந்தக் காசு. அவ்வளவுதான். தியேட்டர் கலெக்ஷன் என்று சொல்லி ஒரு லிஸ்ட் கொடுத்தார்கள். மதுரையில் ஒரு தியேட்டரில் ஆட்களை விட்டு ஒரு நான்கு நாட்கள் தலைகளை எண்ணச் சொன்னோம். முன்னூறு, இருநூறு என்றெல்லாம் எங்களுடைய கணக்கு வந்தது. அவர்கள் கொடுத்த ரிப்போர்ட் எல்லாம் முப்பது நாற்பது என்றிருந்தது.

மாநிலத்தை ஆண்ட அரசியல் பின்புலம் கொண்டவர்களிடம் எதையும் கேட்க முடியாது என்பதால் அந்தப் புதிய தயாரிப்பாளர் அமைதியாகிவிட்டார். கிடைத்த பெயர் போதும், அடுத்த படத்தில் பார்த்துக் கொள்ளலாம் என்று விரக்தியில் ஒதுங்கிவிட்டார். அதற்கடுத்து இதுவரை அவர் அடுத்த படத்தை எடுக்கவே இல்லை.

அதற்கு நேரெதிரான சித்திரமும் கொட்டிக் கிடக்கிறது இங்கே. கோலி சோடா என்று ஒரு படம் வந்தது. அந்தப் படத்தின் சேட்டிலைட் உரிமை சம்பந்தப்பட்ட பேச்சுவார்த்தைகளில் இருந்தவர்களோடு இருந்தவன் என்கிற முறையில் சொல்கிறேன். படத்தின் பட்ஜெட் இரண்டு கோடிக்கும் கீழ்தான் என்று சொன்னார்கள்.

ஆனால் சேனல் தரப்பிலேயே மூன்றரை கோடிக்கு அந்தப் படத்தை வாங்கினோம். அதுதவிர அந்தப் படம் பதினான்கு கோடி ரூபாய் வசூல் செய்ததாகவும் பேசிக் கொண்டார்கள். சரக்கிருந்ததால் முறுக்கிக் கொண்டது அதன் வியாபாரம். இதுபோல இந்த இடத்தில் இந்தக் கோணத்தில் இதைப் படிக்கிறவர்களே ஆயிரம் உதாரணங்களை அடுக்க முடியும்.

இதையெல்லாம் விட உடனடியாக முன்னெடுக்க வேண்டிய அவசரத் தடுப்பு நடவடிக்கை ஒன்று இருக்கிறது. அதைப் பற்றி யாருமே யோசிக்கத் தயாராகயில்லை. நடிகர்களின் சம்பளம் என்பதுதான் அது.

எதற்காக இவ்வளவு சம்பளம்? இந்தியாவில் எந்தத் துறையில் இருப்பவர்களுக்கு ஆறுமாத உழைப்பிற்கு இருபது கோடி ரூபாய் கிடைக்கிறது சொல்லுங்கள்? இஸ்ரோவில் பணியாற்றுகிற இன்னொரு கிரகத்திற்கு ராக்கெட் விடுகிறவருக்கே பிடித்தமெல்லாம் போக ஒருலட்ச ரூபாய்தான் சம்பளம். எதற்காக நடிகர்கள் மட்டும் பலநூறு மடங்கு சம்பளத்தைக் கோருகிறார்கள்? அந்தத் துறையின் முதலாளிகளான தயாரிப்பாளர்களுக்காக அவர்களது சம்பளத்தைக் குறைத்துக்கொள்ள முன்வர மாட்டார்களா? இதைதான் முதலில்

அவர்கள் பேச வேண்டும். நியாயமான கூலி எல்லோருக்கும் அருளப் பட வேண்டும்.

எதற்காக தயாரிப்பாளர்கள் அவர்கள் பின்னால் ஓடவேண்டும் என்று கேள்வி வரலாம். யாருக்கோ வாக்கப்பட்டு விட்டு குத்துதே குடையுதே என்று சொல்ல முடியாது என்று கிராமத்தில் ஒரு பழமொழி சொல்வார்கள். அதைப்போலதான் இதுவும். வியாபாரச் சங்கிலியில் இருப்பவர்கள் ஒருத்தருக்கு ஒருத்தர் பிடிக்கிறதோ இல்லையோ, முடிகிறதோ இல்லையோ இயங்கியபடி தீனி போட்டுக்கொண்டே இருக்க வேண்டும் என்பது அடிப்படை விதி. வெளியே போய் வேறு விளையாட்டு ஆட முடியாது.

இதுபோன்ற மாற்றங்களையெல்லாம் முதலில் செய்யாமல், பப்ஸ் விற்கிறவர், பொட்டுக் கடலை விற்பவர், படம் பார்ப்பவர்களின் தலைகளில் எல்லாம் சுமையைச் சுமத்துவது குறித்த யோசனைகளை முன்னெடுக்கவே கூடாது. ஓடாத படத்திற்கு சக்ஸஸ் பார்ட்டி வைத்து அப்படியும் ஒரு வெட்டிச் செலவை மேற்கொள்பவர்களிடம் பேசிப் பயனில்லை என்று புரிகிறது. இது போன்ற செய்கைகள் எதை நிலைநிறுத்தும்? குறுந்தட்டுகளில் படம் பார்ப்பவர்களிடம் கொஞ்சத்திற்குக் கொஞ்சமாவது இப்போது குற்றவுணர்வு இருக்கிறது. இனி அது இருக்காது. குறுந்தட்டு எங்கள் பிறப்புரிமை என அவர்கள் கோஷம் போடும்போது அவர்களிடம் அறம் போதிக்க முடியாது!

43

தடை அதை உடை!

கடையில் இருந்த தம்பி ஒருத்தன் நீண்ட நாள் கழித்துச் சந்திக்க வந்தான். அவன் கடையில் இருக்கும்போதே, ஏதாவது தனியாக வியாபாரம் செய்ய வேண்டும் என சொல்லிக்கொண்டே இருப்பான். அவன் நினைவில் காட்டுள்ள மிருகம் என்பது தெரிந்ததால் அவன் போக்கில் விட்டு விட்டோம். பெசன்ட் நகரில் உள்ள சர்ச்சிற்குப் பக்கத்தில் சாட் அயிட்டங்கள் விற்கிற கடையொன்றை ஆரம்பிக்கப் போவதாகச் சொன்னான். சந்தோஷமாக வழியனுப்பி வைத்தோம். வியாபாரம் செய்ய வேண்டும் என்கிற மனநிலையை 'Itch' என்பார்கள். அது இல்லாவிட்டால்தான் சிக்கல். அவன் துவங்கிய அந்தச் சிறு கடையில் வியாபாரம் நன்றாக இருக்கிறது.

ஆனால் அந்த இடத்திலிருந்து அதை அப்புறப்படுத்தச் சொல்லி ஆயிரத்தெட்டு தொந்தரவுகள் வருவதாகச் சொன்னான். பொது வாகவே இங்கே அடிமட்டத்திலிருந்து கிளம்பித் தனியாகத் தொழில் துவங்க வேண்டும் என்று நினைக்கிற அத்தனை பேருக்கும் ஆயிரம் சிக்கல்கள். முதலில் குடும்பத்திலேயே ஆதரவு கொடுக்க மாட்டார்கள். மாதம் பிறந்தால், சுளையாய் சில ஆயிரம் ரூபாய்கள் வருவதைக் கெடுத்துக்கொள்ளவே விரும்ப மாட்டார்கள். இன்னும் ஒருபடி மேலே போய், 'கால் காசானாலும் கவர்மென்ட் காசு' என்பார்கள்.

குடும்பத்தைப் போராடிச் சரிக்கட்டி அடுத்த கட்டத்திற்கு நகர்ந்தால், குடிப்பதற்குக்கூட பெர்சனல் லோன் கொடுப்பார்கள். ஆனால் வியாபாரம் செய்வதற்கு யாரும் ஒரு துரும்பைக்கூட கிள்ளிக் கொடுக்க மாட்டார்கள். சிறு குறு கடன் உதவி என்று பேப்பர்களிலெல்லாம்

போட்டிருக்கிறார்களே என வங்கிகளுக்குப் போனால், மூன்று வருட ஐ.டி. ரிட்டர்ன்ஸ் இருக்கா என கேட்டு அதிர வைப்பார்கள்.

கடை ஒன்றை வாடகைக்குப் பிடிக்கப் போனால், இருபது மாத அட்வான்ஸ் தந்து விடுங்கள் என்பார்கள் கூலாக. பிறகு என்னதான் செய்வது? ரோட்டோரங்களில்தான் கடை பரப்பி முன்னுக்கு வரவேண்டும். முட்டி மோதி ஜெயித்த பிறகு மட்டும், 'சேற்றில் முளைத்த செந்தாமரை' என்றெல்லாம் கட்டுரை எழுதுவார்கள். ஆனால் நொந்து வேகும்போது, அதுகுறித்து ஒருத்தரும் கேள்வி கேட்கக்கூட தயாராக இருக்க மாட்டார்கள். கூடவே ஆக்கிரமிப்புகள் பாரீர் என அவர்கள்தான் எரிகிற தீயில் இன்னமும் கொஞ்சம் பெட்ரோல் ஊற்றுவார்கள்.

சென்னையில் உள்ள சாலையோர வியாபாரம் செய்பவர்களிடம் ஒரு தடவை கேட்டுப் பாருங்கள். அரசு அமைப்புகளால் அவர்கள் படும் அவமானங்களைப் பட்டியலிடுவார்கள். சாலையோர வியாபாரம் தான் என்றில்லை. இதுமாதிரியான சிறிய தொழில்களைத் துவங்குபவர்களுக்கு எதிரான மனநிலையைதான் அரசு அமைப்புகளும் அதற்கு ஒத்து ஊதும் இன்னபிற அமைப்புகளும் கொண்டிருக்கின்றன. ஆனால் கூர்ந்து கவனித்தால், இதையெல்லாம் மீறித் தமிழகத்தில் இப்போது தொழில்முனைவு என்பது எல்லா மட்டங்களிலும் வேர்விட ஆரம்பித்திருக்கிறது.

டாஸ்மாக்கில் வீழ்ந்து கிடக்கிறார்கள் என்பதை மட்டும் அழுத்திச் சொல்லும்போது, இந்த வேர்விடும் முயற்சிகளையும் அடையாளப் படுத்த வேண்டியிருக்கிறது. அவர்களின் பிரச்சினையையும் கவனத்தில் கொண்டு வர வேண்டியிருக்கிறது. எப்போதும் குஜராத் வேறொன்றிற்காகதான் அறியப்பட்டிருக்கிறது என்றாலும், அங்குள்ள தொழில்முனைவு மனநிலையை உதாரணத்திற்குச் சுட்டிக் காட்டுகிறேன். வி.ஆர்.எஸ் திட்டம் அறிமுகப்படுத்தப்பட்டபோது அங்குள்ள உள்ளூர் வங்கியொன்றில் எல்லோரும் முன்வந்து வி.ஆர்.எஸ் படிவத்தை நிரப்பித் தந்திருக்கிறார்கள். நிர்வாகம் அதிர்ந்துவிட்டது. அத்தனை பேரும் அதற்கு தொழில் துவங்கப் போகிறோம் என்பதைக் காரணமாகச் சொல்லியிருக்கிறார்கள்.

அந்தளவிற்கு இல்லாவிட்டாலும், இப்போது இங்கும் தொழில் முனைவிற்கான மனநிலை மெல்லத் தலையெடுத்து வருகிறது. ஆனால் அதை முளையிலேயே கிள்ளி எறியும் வேலைகளை அத்தனை அமைப்புகளும் கன சுத்தமாகச் செய்து வருகின்றன. தி.நகரில் இல்லாத ஆக்கிரமிப்புகளா? அதையெல்லாம் சொல்ல மாட்டார்கள்.

ரோட்டோரத்திலோ நடைபாதைக்கு ஓரத்திலோ நாலு சீப், ரெண்டு பாக்கெட் பொட்டுகளை வாங்கிக் கடைபரப்பி விற்பவனை மட்டும் ஆக்கிரமிப்பாளர்கள் என பட்டம் சுமத்துவார்கள். பொருட்களை சாலையில் விசிறியடிப்பார்கள்.

ஒருமுறை குற்றாலத்திற்குப் போனபோது, மெயின் அருவிக்குப் பக்கத்தில் இளைஞர்கள் பலர் சின்னதாய் ஒரு புது ஐடியாவை கடை பரப்பியிருந்தனர். சபரிமலைக்குப் போகும் சாமிகள் சந்தனம் குங்குமம் விபூதி வைத்துக் கொள்வதற்கு வசதியாய் கண்ணாடி உள்ளிட்ட அத்தனை பொருட்களையும் வைத்து அதற்கு இரண்டு ரூபாய் வசூலித்துக் கொண்டிருந்தனர். காவல்துறையினர் வந்து அத்தனை பேரையும் துரத்திவிட்டனர். அவர்களது கண்ணாடிகளைக் கீழே போட்டு உடைத்தார்கள். இதுதான் ஒட்டுமொத்த அரசு எந்திரத்தின் மனநிலை. இந்த மனநிலைதான் பூ விற்கும் அம்மாவிடம் தினமும் பத்து ரூபாய் லஞ்சமாக வாங்க வைக்கிறது. தராத பட்சத்தில் பூக்கூடையை எட்டி உதைக்கச் சொல்கிறது.

பானிபூரி விற்பவரிடம் இருபது ரூபாய், இளநீர் கடை போட்டிருப்பவரிடம் ஐம்பது ரூபாய். இட்லி கடை போட்டிருப்பவரிடம் நூறு ரூபாய் என டாரிஃப் கார்ட் ஒன்று இருக்கிறது தெரியுமா? போனால் போகிறது என கொடுத்துத் தொலைத்துவிடலாம். ஆனால் பத்து நாட்களுக்கு ஒருதடவை வந்து கடையை அப்புறப்படுத்திவிட்டுப் போனால் என்ன செய்வது? சட்டம் தன் கடமையைச் செய்கிறதாம். தொழில்முனைவிற்கு எதிரான மோசமான மனநிலைகொண்ட இந்த அமைப்பிலிருந்து தப்பித்து ஜெயித்துக் காட்டியவர்களையெல்லாம் கோயில் கட்டிதான் கும்பிட வேண்டும். ஒருநாள் எங்கள் கடையில் இருந்து கிளம்பிப் போய் சாட் அயிட்டங்கள் விற்கிற கடை ஆரம்பித்த அந்தத் தம்பிக்கும் கோயில் கட்டுவதாக உத்தேசம்!

44

கோடாரிக் காம்பினன்கள்

அதிகாலையிலேயே வந்து கதவைத் தட்டினான் களையடிக்கிற வண்டி ஓட்டுகிற தம்பி ஒருத்தன். 'சார் ஒரு பத்தாயிரம் ரூபாய் கிடைக்குமா? தெரிஞ்சம்மா ஒருத்தங்க அஞ்சு லட்ச ரூபாய் பேங்க் லோன் வாங்கித் தர்றாங்க. முன்பணமா முப்பதாயிரம் ரூபாய் தரணும். இருபது ரூபா ரெடி பண்ணிட்டேன். மீதியத் தேத்த முடியலை. பத்து மணிக்குள்ள வராட்டி முடியாதுன்னு சொல்லிட்டாங்க' என்றான் பதறியபடி. எந்த பேங்க்டா தம்பி என்றால், தெரியவில்லை என்றான். அந்தம்மா நம்பர் கொடு என்று கேட்டு வாங்கி, எனக்கும் வாங்கணும் எந்த பேங்க்கா என்று கேட்டேன். 'ஏன், எந்த பேங்க்குன்னு தெரிஞ்சாதான் காசு வாங்குவீயா... வேணும்னா காச கொண்டுவந்து கொடு' என்று சொல்லிவிட்டு தயவுதாட்சண்யம் இல்லாமல் ஃபோனை கட் பண்ணிவிட்டது.

இது ஒரு உதாரணம்தான். எளிய மக்களை இந்த புரோக்கர்கள் அநியாயத்திற்கு ஏமாற்றுகிறார்கள். டாடா டி.டி.எச் ரிப்பேர் ஆகிவிட்டது. அதைச் சரி பண்ணிக் கொடுத்த வகையில், எழுநூறு ரூபாய் வாங்கியிருக்கிறார்கள் பெரியவர் ஒருத்தரிடம். மும்பைக்கு அழைத்து கம்ப்ளைன்ட் பண்ணிவிடுவேன் என்று சொன்ன பிறகு, இருநூறு ரூபாயை எடுத்துக்கொண்டு மீதி ஐந்நூறைத் திருப்பிக் கொடுத்துவிட்டு, 'நாசமாய்ப் போயிருவடா நீயி' என கண்ணிலேயே கந்தகத்தைக் கக்கிவிட்டுப் போனான்.

போன வாரம் ஒருத்தன், வேறு மாதிரியாக ஆட்டையைப் போட்டிருக்கிறான். ஏ.டி.எம் கார்டு தபாலில் வந்திருக்கிறது. இப்படி ஐந்து

பேருக்கு வந்திருக்கிறது. அதற்கு பாஸ்வேர்ட் செட் செய்ய ஐம்பது ரூபாய் கட்டணம் என்று சொல்லி வாங்கிப் போயிருக்கிறான். நானே போய் ஒரு நாலு பேருக்கு பாஸ்வேர்ட் செட் செய்து கொடுத்தேன். ‘என்ன நம்பர் வைக்கட்டும்? உங்க பிறந்த வருடம் என்ன? உங்க பிள்ளைகள் வருடமாவது தெரியுமா?’ என்றபோது எதுவும் அவர்களுக்குத் தெரியவில்லை. குத்துமதிப்பாக இருபது இருபது, முப்பது முப்பது, பத்து பத்து என செட் செய்து கொடுத்துவிட்டு வந்தேன்.

கொஞ்ச காலத்திற்கு முன்பு கார்த்திக் சிதம்பரம் பெயரைச் சொல்லி (கார்த்திக் சிதம்பரத்தை பழனியில் போய்ப் பார்த்தோம் என பெரியவர் அடித்துச் சொல்வது வேறு கதை) மாடு வாங்கித் தருகிறோம் தலைக்கு ஐந்நூறு ரூபாய் கட்டவேண்டும் என்று ஏமாற்றியிருக் கிறார்கள். கோம்பட்டி என்கிற சின்ன ஊரில் மட்டும், நாற்பது பேர் இப்படிக் கொடுத்து ஏமாந்திருக்கிறார்கள்.

இவையெல்லாம் உதாரணங்கள்தான். கைவசம் இருக்கிற ஏமாந்த கதைகளை டைப் செய்தால் அது சாயந்திரம் வரை சளைக்காமல் போகும். பெருவிரலும் பாவம்தானே என்பதால் இத்தோடு விட்டு விடலாம். இப்படி ஏமாற்றுபவர்கள் யாரென்று பார்த்தால் அத்தனையும் குலக் கொழுந்துகள். கோடாரிக் காம்பினன்கள். உள்ளூர் அரசியல் கட்சிப் பிரதிநிதிகள். எல்லா கட்சிகளும் அடக்கம் இதில். காலை ஆறு மணிக்குத் துவங்கி மதியம் இரண்டு மணி வரை வேகாத வெய்யிலில் வேலை பார்த்தால் 180 ரூபாய் கிடைக்கும். அதைதான் இப்படி அடித்துப் பிடுங்குகிறார்கள்.

அப்படி அடித்துப் பிடுங்கும் தறுதலை ஒருத்தனை டீக்கடையில் பார்த்தேன். டீ சொல்லட்டுமாண்ணே என்றான் பாந்தமாக. சொல்லுடா தம்பி என்றேன். ‘அண்ணே உங்களுக்கு ஏதாச்சும் பண்ணணும்னா பண்ணிடலாம்ணே. இப்பிடி குறுக்க கட்டய போட்டுக்கிட்டே இருக்காதீங்க. வெவரமெல்லாம் அவங்களுக்குச் சொல்லித் தராதீங்கண்ணே’ என்றான். இதைத்தாண்டா இத்தனை வருசமா செஞ்சுக்கிட்டு இருக்கீங்க என்று சொல்ல நினைத்து அடக்கிக் கொண்டேன். அதைச் சொல்லவும் முடியாது. சொன்னால் என்னையும் கோடாரிக் காம்பினன் லிஸ்ட்டில் சேர்த்துவிடுவார்கள்.

45

பனிவிழும் மலர்வனத்திற்கு வாடகை?

இந்த இளையராஜா சார் மேட்டரில் புதிதாக என்ன நடந்துவிட்டது? கால காலமாக கூழ் ஊற்றுகிற விழாக்களில் எல்லாம் அவர் பாட்டைப் பாடிக்கொண்டுதானிருக்கிறோம். பூப்புனித நீராட்டு விழாக்கள் அவருடைய பாடல் இல்லாமல் நிறைவு பெறாது. சென்னையில் பார்களில் வியாழக் கிழமை என முறை வைத்துப் பாடுகிறோம். உலகில் பல இடங்களில் பாடிக் கொண்டிருக்கிறார்கள். ஒருதடவை மலேசியா போயிருந்தபோது, மதுரை பப்பில் முழுக்கவே அவருடைய பாடல்களைப் பாடிக் கொண்டிருப்பதைக் கேட்டேன்.

அதேமாதிரி எங்கெல்லாம் தமிழ் மைக்குகள் இருக்கிறதோ அங்கே யெல்லாம் பாடுகிறார்கள். இதெல்லாம் தெரிந்தே நடந்தவை. அறிவித்துவிட்டு நடந்தவை. வாரா வாரம் ஒரு கட்டிங்கைப் போடப் போனாலே தெரிந்துவிடும். எந்தந்த பப்பில் எப்போதெல்லாம் அவருடைய பாடல்களைப் பாடுகிறார்கள் என்று. அப்போதெல்லாம் பிரச்சினை இல்லையே? இப்போது மட்டும் ஏன்? அநேகமாக இனி மேடையில்கூட பாட முடியாது என்று சொல்வதற்கும் வாய்ப்பிருக்கிறது.

யுவன் சங்கர் ராஜா செட்டிலாகிவிட்டார். தனிக் குடித்தனமும் போய்விட்டார். கார்த்திக் ராஜா அவருடைய அப்பாவின் பாட்டுக் களை உலகமெல்லாம் கொண்டுபோய் செட்டிலாக நினைக்கிறார். அந்தப் பணிகளைச் செய்தும் கொண்டிருக்கிறார். எஸ்.பி.பியும் அதே பணிகளை தன்னுடைய மகன் வழியாகச் செய்து கொண்டிருக்கிறார். அப்பாவின் பாடல்களையெல்லாம் முறைப்படுத்தி சம்பாதிக்க

எக்ஸ்டஸி | 141

நினைக்கிறார் கார்த்திக். அதனால்தான் எஸ்.பி.பி அவர்கள் சம்பந்தப் பட்ட சர்ச்சையும் வந்தது.

தப்பென்றும் சொல்ல முடியாது இல்லையா? தசரதனுக்கே புத்திர பாசம் வரவில்லையா? சொல்லுங்கள். தவிர இந்த ராயல்டி விவகாரத்தில் அவர் கேட்டால் என்ன தப்பு? எல்லோரும் கேளுங்கள். அதே மாதிரி சம்பந்தப்பட்ட பாடலாசிரியர்களுக்கும், தயாரிப்பாளர்களுக்கும் தரவேண்டும். அதுதான் முறை. அவர்களை மட்டும் திராட்டில் விடுவது தப்பில்லையா?

நம்ம வீட்டு முருங்கை மரத்தில் காயை முற்ற விட்டாலும் விடுவோமே தவிர, அடுத்தவனுக்கு ஒரு காய் கொடுப்போமா? நிலைமை இப்படியிருக்க அவர் கேட்பதில் நியாயம் இருப்பதையும் புரிந்து கொள்ளுங்கள். ஸ்மூல் ஆப் விஷயத்தையே எடுத்துக் கொள்ளுங்கள். உலகில் மற்ற இடங்களில் இசையமைப்பாளர்களுக்கு முறைப்படி காசு தருவதாக இளையராஜா தரப்பு சொல்வதையும் சரியான அர்த்தத்திலேயே எடுத்துக்கொள்ள வேண்டும்.

கொஞ்சம் வெளிப்படையாகச் சொல்ல வேண்டுமெனில், வெளியில் இருந்து பார்க்கும்போது கோடீஸ்வர வாழ்வு என்பதாகத் தெரியும். உள்ளே நுழைந்து பார்த்தால்தான் சிக்கல்கள் புரியும். தெருவில் இறங்கி நடக்க முடியாது. கார் வேண்டும். டிரைவர் வேண்டும். பெட்ரோல் வேண்டும். அதுவும் அந்தக் கார் லிட்டருக்கு ரெண்டு கிலோ மீட்டர்தான் கொடுக்கும். அதை நிறுத்த ஒரு பெரிய வீடு வேண்டும். பராமரிக்கப் பலதும் செய்ய வேண்டும். வருமானம் நின்றுவிட்டால் என்னாகும்? எனக்கு உனக்கு நமக்கென இது எல்லோருக்குமே பொருந்திப் போகிற விதிதான்.

தவிர இளையராஜா பீக்கில் இருந்த காலங்களில் எல்லாம் இந்தளவிற்கு சம்பளமில்லை. சினிமாவின் பட்ஜெட்டெல்லாம் 2000த்திற்குப் பிறகுதான் எகிறியது. ஆர்மோனியப் பெட்டியைத் தூக்கிக்கொண்டு பிரசாத் ஸ்டூடியோவில் உட்கார்ந்தால், பொங்கல் வாங்கித் தருவதுதான் அதிகபட்ச செலவே அப்போது. இப்போது அவரது மகன் மாதிரி பாங்காக்கிற்கெல்லாம் கிளம்பிப் போக முடியாது. ஆழியாறு பார்டரில் அறையெடுத்துத் தருவார்கள். டேம் மீனை வைத்துக் குழம்பு வைத்துத் தருவார்கள்.

அந்தக் கால முதலாளிமார்கள் சோற்றைப் போட்டே இவர்களை வசியம் செய்து வைத்திருக்கின்றனர். இவருக்கு மட்டுமா இப்படி? ஒருதடவை பூண்டி போனபோது இவர்தான் பூண்டி ராமையா என்றார்கள். எம்.ஜி.ஆருக்கு சமைத்துக் கொடுத்திருக்கிறாராம்.

பூண்டி அணைக்குப் பக்கத்தில் கூரைக் கடை போட்டிருக்கிறார். மீன் குழம்பில் பின்னி எடுக்கிறார். இப்படிதான் அந்தக் கால பெருசுகள் சாப்பாட்டிற்காக சொத்தையே எழுதித் தந்திருக்கின்றனர்.

இளையராஜாவும் அதற்கு விதிவிலக்கா என்ன? பட்ஜெட் விரிந்தபோது அவருக்கு மார்க்கெட் இல்லை. இப்போது வேறு ஒரு மார்க்கெட் அவருக்கு உருவாகியிருப்பதை அவருடன் இருப்பவர்கள் புரிந்து கொண்டிருக்கின்றனர். தன்னுடைய வீட்டில் இதுவரை இலவசமாகக் குடியிருந்தவர்களிடம் வாடகை கேட்கிறார். கஷ்டப் பட்டு லோன் போட்டு ஈசிஆரில் வாங்கிய வீட்டில் இலவசமாகக் குடியிருக்க விடுவீர்களா? அதைப்போலதான் இதுவும்.

நானெல்லாம் பனி விழும் மலர்வனத்தில் குடியிருக்க வாடகை கேட்கும் முன்னரே எடுத்துக் கொடுத்து விடுவேன். அதுதான் நியாயமும்கூட. அதற்காக இன்னும் பல படிகள் மேலே போய் தனியாக அவருடைய பாடலைப் பாடியபடியே சுகமாக ஒண்ணுக்கடித்துக் கொண்டிருப்பவனிடமும் இனி காசு கேட்டுவிடுவார்களோ என்பதை நினைக்கையில் கொஞ்சம் சங்கடமாகதான் இருக்கிறது.

46

தலைப்பக்கம் மலையுடையவர்கள்

எனக்கு விவசாயம் சார்ந்த குழப்பங்கள் வரும்போதெல்லாம் அவரிடம் தான் போய் நிற்பேன். கொடைக்கானல் அடிவாரத்தில் எழுபது ஏக்கரில் பழ விவசாயம் மட்டும் செய்கிறார். இது தவிர தென்னை உள்ளிட்ட பிற விளைச்சலும் உண்டு. அந்தப் பழங்களை ஏற்றிக் கொண்டு போகத் தனியாகவே தார் ரோடு போட்டிருக்கிறார் நிலத்தில்.

அவரிடம் இல்லாத உபகரணங்களே இல்லை. அவசரத் தேவைகளுக்கு அவரிடம்தான் போய் நிற்பேன். எனக்காக அவருடைய சொந்த வண்டியை வைத்து வண்டல் மண் லோடு அடித்துத் தர முன் வந்தார். நான்தான் வேண்டாம் என்று மறுத்துவிட்டேன். ஒருதடவை கைநிறைய எலுமிச்சை, சீதாப் பழக் கன்றுகளைக் கொடுத்துவிட்டார். சில நாட்கள் பழக்கத்தில்தான் இத்தனையும் செய்தார்.

அவரை முதல் தடவை பார்க்கப் போனபோது என்னைப் பேச விட்டுக் கேட்டுக் கொண்டிருந்தார். தினமும் உங்களுடைய நாள் எப்படி என்று கேட்டார். டீ, வடை வாங்கிக் கொடுக்கப் போவதில் துவங்கி, அன்றாட மேற்பார்வை வேலைகளைப் பட்டியலிட்டேன். மம்பட்டிய தொடறதில்லை அப்படிதானே என்றார். நானும் ஆர்வமாக ஆமாமாம் என்று சொல்லும்போது அமைதியாகக் கேட்டுக் கொண்டார். அடுத்த தடவை போகும்போது என்னுடைய கார் கதவை அவர் ஓடி வந்து திறந்துவிட்டபோது, எனக்குச் சங்கடமாகப் போய்விட்டது.

இருவருக்கும் பொதுவான நண்பரிடம் அவருடைய பெருந்தன்மையைப் பார்த்தீர்களா என்றேன். ‘‘சார் நீங்க நோகாம நொங்கு திங்கறவரு. அழுக்குப் படாமல் வேலை செய்றவருங்கறத அப்படி டீசன்ட்டா

குத்திக் காட்டுராரு'' என்றார் பொது நண்பர். எனக்கு ஆர்வம் பீறிட்டு விட்டது. நேரடியாக அந்தப் பெரியவரிடமே ''அப்படியா?'' என வெட்கத்தை மூட்டைகட்டி வைத்துவிட்டுக் கேட்டபோது, ''ஆமாம்'' என்றார் என் கண்களைப் பார்த்தபடி.

அமைதியாய் நான் அவரது அருகில் அமர்ந்திருந்தபோது அவருடைய கதையைச் சொல்ல ஆரம்பித்தார். அவருடைய அப்பாவிற்கு இவர் ஒரே பையன். இரண்டு அக்காக்கள். கொஞ்சம் நில புலன்கள் உண்டு. சின்ன வயதிலேயே திருமணமும் செய்துகொண்டார். இரண்டு குழந்தைகள் பிறந்த பிறகும் இவர் தன்னுடைய ஆட்டத்தை நிறுத்திக் கொள்ளவில்லை.

சினிமா எடுக்கப் போகிறேன் என்று சென்னைக்கு ஓடி வந்துவிட்டார். அவருடைய அப்பாவின் மறைவிற்குப் பிறகு கொஞ்சம் கொஞ்சமாக நிலங்களை விற்று சினிமாவிற்குச் செலவழிக்க ஆரம்பித்திருக்கிறார். மீசைக்கார நடிகரின் அறையில்தான் தங்கியிருக்கிறார். இரண்டு பேரும் சேர்ந்து படம் எடுப்பதாகத் திட்டம். ''நான் 85ஆம் வருடத்தில் அவருக்குக் கொடுத்த பத்தாயிரம் ரூபாய் அட்வான்ஸை இது வரைக்கும் திருப்பிக் கேட்கவில்லை'' என்றார்.

சென்னை வாழ்க்கையில் நிறைய சீப்பட்டு விட்டார். ஒருகட்டத்தில் ஊருக்குத் திரும்பிப் போகவே காசில்லை. வேறு வழியில்லாமல் சொந்த ஊருக்கே எல்லாவற்றையும் இழந்து திரும்பி வந்தவரிடம் இரண்டு ஏக்கர் நிலம் மட்டுமே மிச்சமிருந்தது. அப்புறமும் சும்மா இருக்கவில்லை. மனைவி வழியில் வந்த சொத்துக்களை விற்று ஏதேதோ செய்து பார்த்திருக்கிறார். எதுவும் சுத்தப்பட்டு வரவில்லை.

அப்புறம் எப்படி இப்படி விஸ்வரூபம் எடுத்து வளர்ந்தீர்கள் என்று கேட்டேன். ''என்னுடைய தூரத்து வழி தாய்மாமா எனக்கு இரண்டு உபதேசங்களைப் போதித்தார். அவர் நிறைந்த பௌர்ணமி நாளன்று என்னுடைய நிலத்தின் நடுவில் நிறுத்தி அதைச் சொன்னபோது அது ஆணியடித்த மாதிரி பதிந்து போய்விட்டது. வெறுங்கையோடு இருந்தபோது கேட்ட உபதேசம் அது'' என்றார்.

நான் ஆர்வத்துடன் அதைச் சொல்ல முடியுமா என்றேன். ''உனக்கு எது தெரிகிறது என்பதைவிட எது தெரியாது என்பதில் தெளிவு வேண்டும்'' என்றார். இன்னொரு உபதேசம் உனக்குப் புரியுமா என்று தெரியவில்லை என்றார். அவர் கட்டிக் கொண்டிருக்கிற வீட்டிற்கு அருகில் நடந்து வந்தோம். அந்த வீட்டைச் சுட்டிக்காட்டி ''நான் உங்களுக்கு ஒன்று சொல்லவா?'' என்றேன்.

எக்ஸ்டஸி | 145

"தலைப்பக்கம் மலையும் கால்பக்கம் கடலும் கொண்ட சீன வாஸ்துபடி கட்டப்பட்ட இந்தக் கட்டடம் உங்களுக்கு மேலும் அதிர்ஷ்டத்தைக் கொண்டுவரும்" என்று சொன்னபோது பெருமிதமாகச் சிரித்துக் கொண்டார். அவர் வளர்க்கிற ஆறு குதிரைகளில் ஒன்றை எடுத்துக்கொண்டு போய் வளர்க்கிறாயா என்று பாசமாய்க் கேட்டார்.

எனக்கு குதிரை வளர்க்கிற அம்சம் இன்னும் கூடி வரவில்லை என்று சொன்னபோது கூர்மையாய்ச் சிரித்தபடி அந்த இன்னொரு மந்திரத்தை எனக்குச் சொன்னார். "ஆள்க்காரர் பார்த்தால் அத்துவானம். மகன் போய்ப் பார்த்தால் மத்திமம். தான் போய்ப் பார்த்தால் உத்தமம்." எனக்குத் தெளிவாகப் புரிந்து விட்டது என்பதுபோல் சிரித்தேன். அவரும்கூட சேர்ந்து சிரித்தார். எங்கள் இருவரின் தலைப்பக்கமும் மலையும் கால்பக்கம் கடலும் இருந்தன.

47

வழிப்போக்கனின் வாழ்வில்...

வழக்கமாகப் போகும் டீக்கடை மாஸ்டர் அண்ணன், ''தம்பி, பக்கத்தில எங்கயாவது கார்ல கூட்டிட்டு போறியா?'' என்றார். லா மார்ட்டின் குவார்ட்டர் ஒன்றை வாங்கிக்கொண்டு வந்தார். அடிவாரத்தைப் பார்த்த மாதிரி காரை நிறுத்திப் போட்டேன் அவர் சொன்ன மாதிரி.

''தரமாதான் குடிக்கறது தம்பி. கோடி ரூபா கொடுத்தாகூட குவார்ட்டருக்கு மேல குடிக்கறதில்ல'' என்றார் மீசையை நீவியபடி. நிச்சயம் டை அடித்திருக்கிறார். அண்ணன் காரில் அவராகவே பாடலை ஒலிக்க விட்டபடி அவருடைய கதையைச் சொல்ல ஆரம்பித்தார்.

ட்ரைவிங் தொழிலில் இருந்தவர் அவர். மூன்று மகன்கள். ''பொம்பளைப் பிள்ளை இருந்தா இப்படி நம்மள தெருவில அலைய விட்டுருக்குமா தம்பி.'' அண்ணன் அடிக்கடி யாரையாவது போட்டு அடித்து விடுவார். இடையில் ஒரு ஆக்ஸிடெண்ட். ''ஆக்சிலேட்டர் மிதிக்கிற கால்ல நரம்பு கட்டாயிருச்சு. பாத்தா தெரியாது. தனிச் செருப்பு அதுக்கு இருக்கு. செருப்பு அங்குற மாதிரி இருந்தா ஒரு மாசத்துக்கு முன்னயே இன்னொண்ணு ரெடி பண்ணிடுவேன்'' என்றார்.

மனைவி இறந்துவிட்டார். ட்ரைவிங் தொழிலை விட்டது மனைவியின் இறப்பைவிட பேரிழப்பு அவருக்கு. ''வண்டித் தொழிலு தவிர வேறெதயும் கத்துக்கலை. திடீர்னு எதப் பாத்தாலும் கோபம்.'' ஊரில் நிறைய அடிதடிகள். மருமகள்கள் வழி ஏகப்பட்ட அவமானங்கள். ''பேத்திய மடீல வச்சு கொஞ்சிக்கிட்டிருந்தேன். படக்குனு வந்து தூக்கிட்டு போயிட்டா'' என்றார்.

வெறுத்துப் போனவர் பழனி பாதயாத்திரை போன கும்பலோடு ஒருநாள் சேர்ந்து நடக்கத் துவங்கி விட்டார். அப்படியே மூட்டை சாமி சமாதியில் தங்கிவிட்டார். ''மூணு நாளுக்கு மேல இங்க இருக்கக் கூடாதுன்னு ஒருத்தர் சொல்லிட்டார். லெஃப்ட் ரோட்டுல போகட்டா, ரைட் ரோட்டில போகட்டான்னு முக்கில நின்னு யோசிச்சுக்கிட்டு இருந்தேன்.''

சமாதியில் இவரைப் பார்த்த இன்னொருத்தர் அவரை மீண்டும் அங்கேயே அழைத்துப் போய் தங்க வைத்திருக்கிறார். அண்ணன்தான் அங்கே பாத்ரூமைக் கட்டியது. எல்லா வேலைகளையும் இழுத்துப் போட்டு செய்திருக்கிறார். அந்த இடத்தின் பொறுப்பாளர் பக்கத்து ஊரில் டீக்கடையில் வேலை வாங்கித் தந்திருக்கிறார்.

''பயபக்தியா புது தொழிலொண்ண கத்துக்கிட்டேன். இப்ப டெய்லி நானூறு ரூபா சம்பாதிக்கிறேன் தம்பி. இடையில அப்பப்ப ஊருக்குப் போய் பேரன் பேத்திக கைல கொஞ்சம் திணிச்சிட்டு வருவேன். இங்க வந்து சாந்தமாயிட்டேன். ஊர்ல எல்லாரும் சந்தோஷமா சிரிக்கிறாங்க. மருமகள்க மரியாதையா நடந்துக்கறாங்க. பாவம், சும்மா குத்தம் சொல்லக்கூடாது.''

''பேசாம ஊர்ல போயி ஒரு டீக்கடை போட்டுர வேண்டியது தானே...'' என்றேன்.

''என்ன தம்பி பொசுக்குன்னு சொல்லிட்டீங்க. எனக்கு இது ரெண்டாம் பிறப்பு. இதான் நான் பிறந்த ஊர். ஒண்ணுமே இல்லாம வந்து நின்ன என்னையும் மதிச்ச ஊரு. இப்ப நல்லா இருக்கும்போது உதறிட்டுப் போறது தப்பு தம்பி'' என்று சொல்லிவிட்டு, காரை விட்டு இறங்கும் போது சொன்னார், ''எப்பயுமே தள்ளி இருந்தாதான் மதிப்பு தம்பி.''

48

எங்கே போனாய் மாமா?

தாய்மாமாக்களைப் பற்றிய கதைதான் இது. எனக்கொரு தாய்மாமன் உண்டு. கும்கி தம்பி ராமையாவும், எம்டன் மகன் வடிவேலு அண்ணனும் சேர்ந்து செய்த கலவை. அப்படியே வடிவேலு மாதிரியே பேசினாலும் கொஞ்சம் சீரியஸானவர். எமோஷனில் உருகி விடுவார். மதுரைப் பக்கமெல்லாம் நீங்கள் பார்த்திருப்பீர்கள்தானே? அச்சுப் பிசகாமல் அப்படியே இருப்பார்.

எப்போதும் என் தொடர்பில் இருப்பார். என்னோடு இருத்தி வைத்துக் கொள்ள எவ்வளவோ முயன்றும் தோற்றுவிட்டேன். அவர் பிஞ்சிலேயே பழுத்தவர். வைரமுத்து சொல்வதைப்போல ஒண்ணிரண்டு தப்பிப் போகும் கணக்கு. பெரிய குடும்பத்தில் ஒருத்தர் நிச்சயம் இப்படி இருப்பார். எந்தக் கட்டுப்பாட்டிற்கும் அடங்காதவர். எங்கெங்கோ இருந்தெல்லாம் அழைப்பார்.

ஒருதடவை காசியில் இருந்து அழைத்தார். ''நாம செஞ்ச பாவத்துக் கெல்லாம் இங்கேயே ப்ளாட் எடுத்து தங்கணும் மாப்ள'' என்றார் ஒரு ரூபாய் காயின் பூத்திலிருந்து. எத்தனை செல்ஃபோன் வாங்கித் தந்தாலும் விற்றுக் குடித்துவிடுவார். இன்னொருதடவை புஜ் பூகம்பத்திற்கு சேவை பண்ண வந்திருக்கிறேன் என்றார். என்ன மாமா இடிபாடுகளில் செயின் அறுக்க போய்ட்டியா என நெஜமாகவே கேட்டுவிட்டேன். ''அட, மாமா திருந்திட்டேன் மாப்ள. சுவாமிஜி ஒருத்தர் நம்ம கன்ட்ரோல்ல இருக்கார். பட்டிவீரன்பட்டில எடம் பார்க்கலாம்னு இருக்கோம்'' என்றார்.

எக்ஸ்டஸி | 149

கர்நாடகாக்காரனையெல்லாம் கொல்லணும் மாப்பிள்ளை என ஒருதடவை லைனிற்கு வந்தார். லாரி ஓட்டிக்கொண்டு போனவரை பிவிசி பைப்பால் அடித்திருக்கிறார்கள். அந்த வலியிலும் கூடுதலாய் இன்னொரு விஷயத்தைச் சொன்னார். 'பத்துப் பன்னெண்டு வயசுப் பிள்ளைகல்லாம் அஞ்சுருவா குடுத்து அமிக்கிக்கோன்னு மார காட்டுதுங்க. கஷ்டமா இருக்கு. நீ பத்திரிகைல எழுது மாப்ள' என்றார்.

இப்படி அவர் கடந்த இருபது ஆண்டுகளில் எனக்கு பல்வேறு நிலக் காட்சிகளைக் காட்டியிருக்கிறார். பல்வேறு சித்திரங்களை வரைந்திருக்கிறார். அந்தச் சித்திரத்தில் அவர் மட்டும்தான் நல்லவர். கடுமையான புத்திசாலி அவர். ஒரு புல்லட்டைக் கழற்றிப் போட்டு மறுபடி மறுபடி மாட்டிக்கொண்டே இருப்பார். வண்டிச் சத்தத்தை வைத்து பிரச்சினையைச் சொல்லிவிடுவார்.

ஏன் வீழ்ந்தார்? குடி. பெருங்குடி. தெற்கத்திப் பக்கம் ஒரு தலைமுறையையே பழி வாங்கிய குடி. செல்ஃபோனை விடுங்கள். வீட்டுப் பத்திரத்தை விற்றுக் குடிப்பார்கள். எனக்குத் தெரிந்த இன்னொரு அண்ணனுக்கு ஒரு பாட்டில் சாராயத்தைக் கொடுத்து விட்டு முழுச் சொத்தையும் அவருடைய பங்காளிகள் எழுதி வாங்கினார்கள். அந்த அப்பத்தா வந்து இதையும் குடிடா என சேலையில் கைவைத்து அழுதுகொண்டே சொன்னது. அந்தண்ணன் தலையைக் குனிந்து நின்றார்.

அந்தத் தலைமுறை விதம் விதமாகக் குடித்தது. வெளிப்படையாகச் சொன்னால் கேஸ் போட்டு விடுவார்கள். மதுரையைச் சேர்ந்த அந்தச் சொக்கத் தங்கமும் எங்களுடைய மாமாக்களும் சேர்ந்து ஜிஞ்சர் குடிக்கப் போவார்களாம். சுவரு முட்டி அடித்துவிட்டு சைக்கிளோடு முள்ளில் போய் விழுந்த பலரைத் தூக்கி விட்டிருக்கிறேன். என் மாமா இதில் பி.எச்டி பண்ணியிருக்கிறார். சகல குடியும் அடங்கும்.

ஒரு பெரிய குடும்பத்திற்குத் துயரமாக மட்டுமே இருந்தார். குழம்புச் சட்டியைக் கவிழ்ப்பார். சோற்றில் எதையாவது தூக்கிப் போட்டு விடுவார். ஒருமுறை கோயில் கொடை ஒன்றில் போதையில் வெண் பொங்கல் சட்டியில் உப்பைக் கொட்டிவிட்டார். இவன் சோத்துக்கு அலைவான் பாரு என ஒரு அக்கா பக்கத்தில் நின்றுகொண்டு மெதுவாய்ச் சொன்னது. எல்லோரும் சேர்ந்து தேங்காயைத் துருவிப் போட்டு அதைச் சமன் செய்தார்கள்.

காலையில் எழுந்தால் எல்லார் காலிலும் விழுந்து துண்ணூரு வாங்குவார். சிலிர்த்து விடும் பெருசுகள். 'இந்தக் குடிக் கெரகம்தான் பிடிச்சு ஆட்டுது. இல்லாட்டி தன்மையான பையன் தாம்ப்பா'

என்பார்கள். உண்மையில் எங்களுடைய மாமாக்களை குடிக் கெரகம் தான் பிடித்து ஆட்டுகிறது. இப்போதும் டாஸ்மாக் வாசலில் பாருங்கள். ஏகப்பட்ட மாமாக்கள் தலைகுப்புறப் படுத்துக் கிடக்கிறார்கள்.

'ஒரு மாசத்திற்கு மேல உன்னைக் கூப்பிடாமல் இருந்தால் போய்ச் சேர்ந்துட்டேன்னு நெனைச்சுக்கோ மாப்பிள்ளை' என்றார் ஒருதடவை. அவர் அழைத்து மூன்று மாதங்கள் ஆகிவிட்டன. பல்வேறு ஊர்களில் டாஸ்மாக்குகளைக் கடக்கையில் என்னை அறியாமல் குப்புறக் கிடக்கும் தலைகளில் அவருடையதைத் தேடுகிறேன். ஒரு தலைமுறையைப் பிரதிபலிக்கும் தலை அது.

49

ரேஷன் அரிசியை நிறுத்த வேண்டுமா?

சத்தமில்லாமல் ஒரு தவறான செயலை ரேஷன் கடைகளில் செய்து கொண்டிருக்கிறார்கள். வெளிநாடுகளில் மனிதர்கள் சாப்பிடத் தகுதியில்லாததாகக் கருதப்படும் கேசரிப் பருப்பு என்கிற வகையை இறக்குமதி செய்யத் திட்டமிட்டிருக்கிறார்கள். பருப்பு இறக்குமதியில் மட்டும் கொள்ளைக் காசு. கமிஷன் தராவிட்டால் எதுவும் நடக்காது. அதிலும் உலகில் இருக்கிற தொழில்களிலேயே அதிகபட்ச கமிஷன் கிடைக்கும் தொழில் இது மட்டும்தான். வெள்ளைச் சட்டை மட்டுமே முதலீடு.

தமிழ்நாடு முழுக்க ரேஷன் பொருட்கள் சரிவரக் கிடைக்கவில்லை. மக்கள் வரிசையில் பரிதாபமாக நிற்கும் காட்சிகளைப் போகிற இடங்களில் எல்லாம் பார்க்க முடிகிறது. மத்திய அரசு ரேஷன் கடைகளை ஒழித்துக் கட்டுவதையே முதல் வேலையாகக் கருதுகிறதோ என்ற அச்சம் நிலவுகிறது. மாநில அரசும் ரகசியமாக அப்படி ஒரு திட்டம் வைத்திருக்கிறதோ என சந்தேகிக்க வேண்டியிருக்கிறது. படிப்படியாக ரேஷன் பொருட்களில் இருந்து மக்களை விலக்கும் நடவடிக்கைகளை மறைமுகமாகத் துவக்குகிறதோ என்கிற அச்சமும் இருக்கிறது.

ரேஷன் அரிசியெல்லாம் இப்ப யாரு சாப்பிடறா சார் என நடுத்தர வர்க்கத்தினர் கேட்கலாம். நமக்குத் தெரிந்த உலகம் என்பது உள்ளங்கை அளவுதான். இலவச அரிசி போன்ற அறிவிப்புகளைச் சாடும் கொள்கைகொண்ட ஒரு நண்பர் ரேஷன் அரிசி கொடுப்பதை நிறுத்தும் மத்திய அரசின் கொள்கை முடிவையும் ஆதரித்துப்

பேசினார். அந்த அரிசியை யாரும் சாப்பிடுவதில்லை என்றும் அது பெரும்பாலும் விற்கப்படுவதாகவும் சொன்னார். இது எந்த அளவுக்கு உண்மை?

தாது வருடப் பஞ்சம்போல் இல்லாவிட்டாலும் மிகக் கொடுமையான வறுமை தென் மாவட்டங்களில் நிலவிய நேரம். தீப்பெட்டி கம்பெனிகளில் ஒட்டுவதற்காக ஏழு இலைக் கிழங்கு மாவு தருவார்கள். மக்கள் வறுமையின் காரணமாக அந்த மாவை வைத்து ரொட்டி சுட்டுச் சாப்பிட்டுவிடுவார்கள். இல்லாவிட்டால் கஞ்சி காய்ச்சிக் குடித்துவிடுவார்கள். அதைத் தடுப்பதற்காக கம்பெனிக்காரர்கள், துத்தநாகம் என்கிற கடுமையான விஷத்தைப் பொடியாக்கி, அந்தத் துகள்களை மாவில் கலந்துவிடுவார்கள். வறுமையின் உச்சம் கண்டவர்கள் மாவைத் தரையில் கொட்டிவிட்டு, பொடிப்பொடி யாகக் கிடக்கும் துத்தநாகத் துகள்களைப் பொறுக்கிவிட்டு மீண்டும் ரொட்டி சுடுவதும் உண்டு. ரேஷன் அரிசி வெகுவாகப் புழக்கத்திற்கு வந்த பிறகே இப்படியான உயிர் பறிக்கும் விளையாட்டுகள் நின்றன.

தமிழகம் முழுக்க ஒருமுறை மழைவெள்ளப் பாதிப்பு ஏற்பட்ட போது, கடலூர் மாவட்டம் கடுமையாகப் பாதிக்கப்பட்டது. ஆற்றோர மாக இருந்த அலுவலகங்கள் சில, அலுவலகர்களோடு வெள்ளத்தில் மூழ்கின. ஆடு மாடுகளெல்லாம் வெள்ளத்தில் அடித்துச் செல்லப் பட்டன. அப்போது மூதாட்டியொருவர் இடிந்து வெள்ளத்தில் அடித்துச் செல்லப்பட்ட தன்னுடைய குடிசையின் முன் நின்று கதறிக் கொண்டிருந்தார். ''வச்சுருந்த ரேஷன் அர்சியெல்லாம் அட்ச்சிட்டுப் பூய்ட்டுதே...'' என்கிற அவருடைய கதறல் அங்கிருந்த பிணவாடையை விட அடர்த்தியாக இருந்தது.

ரேஷன் அரிசி கடத்தல் பரவலாக நடக்கிறதென்றும் அதனால் ரேஷனில் அரிசி போடுவதை நிறுத்திவிடலாம் என்றும் அந்த நண்பர் சொன்னார். ரேஷன் அரிசிக் கடத்தல் நடப்பது தவறுதான். தண்டிக்கப் பட வேண்டிய குற்றம்தான். ஆனால் அப்படிக் கடத்தப்படும் ரேஷன் அரிசி மீண்டும் பாலிஷ் செய்யப்பட்டு தாஜ் ஹோட்டலிலா இட்லியாகிறது? இருபது முப்பது ரூபாய்க்கு சாப்பாடு போடும் தெருவோரக் கடைகளுக்குதானே வருகிறது. அந்தத் தெருவோர உணவுக் கடைகளில் யார் வந்து சாப்பிடுகிறார்கள்? அதனால் கடத்தல் இருந்துவிட்டுப் போகலாம் தப்பில்லை என்று ஒரு தியரியும் இருக்கிறதல்லவா? எனவே, ரேஷன் அரிசியை நிறுத்திவிடுவது பெரும்பாவம் இல்லையா என்று பதில் சொன்னேன். இன்னமும் பல

கிராமப்புறங்களில் ரேஷன் அரிசியை வடித்துவிட்டு குழம்பிற்காக பக்கத்துவீடுகளில் கையேந்தும் அம்மாக்கள் அதிகம் இருக்கிறார்கள்.

இன்னொரு விஷயம். இப்போதெல்லாம் தீப்பெட்டிக் கம்பெனிக்காரர்கள் பசையாகக் கிண்டியே தந்து விடுகிறார்களாம். அப்புறம் துத்தநாக விஷம்? அதுதான் ரேஷன் அரிசியை நிறுத்த வேண்டும் என்று சொல்கிற வார்த்தைகளில் இருக்கிறதே?

௫௦

பிக்பாஸும் சேரியும்

இந்தச் சேரிப் பிரச்சினையை முன்னிறுத்தி யாருக்கும் பாதகமில்லாமல் ஒரு விஷயத்தைப் பேசலாம் என்று தோன்றுகிறது. பிக்பாஸில் அதை எடிட் பண்ணியிருக்கலாமா என்று கேட்டால், ஐந்து நிமிட வேலை. அதையும் மீறி ஏன் அனுமதிக்கிறார்கள்? அங்கிருப்பவர்கள் அதைச் சாதாரணமாகக் கருதுகிறவர்கள்.

இதேநேரம் பார்ப்பனர் என்பதற்கான வசைச் சொல்லாகக் கருதப்படும் சொல்லை பயன்படுத்தியிருந்தால் எடிட் பண்ணியிருப்பார்களா? நிச்சயமாக முதல் வேலையாக அதைதான் செய்திருப்பார்கள் என்பதைச் சொல்லித் தெரிய வேண்டியதில்லை. அந்தத் துறை சார்ந்தவனாகச் சொல்கிறேன். பொதுவாக அவர்கள் மீது கையை வைக்கத் தயங்குவோம். அதிகாரம் இருக்கிற இடத்தில் கொஞ்சம் கவனமாகதான் நடந்து கொள்வோம்.

அது யாராக இருந்தாலும் சரி. 2004 தேர்தலின்போது திமுக நாற்பது தொகுதிகளிலும் ஜெயித்து மந்திரிப் பதவிகளைப் பிடித்த மறுநாள் நள்ளிரவு எனக்கு ஒருவேலை வந்தது. அலறியடித்துக் கொண்டு விஜய் டீ.வியின் அலுவலகத்திற்குப் போனேன். மக்கள் யார் பக்கம் நிகழ்ச்சியில் ஹெச் ராஜா, தயாநிதி மாறனைக் குறிப்பிட்டு வாரிசு அரசியல் என்று பேசியிருந்தார். அமைச்சரான மறுநாள் தயாநிதி இந்தப் பிரச்சினையைக் கையிலெடுத்து சேனலை நெருக்கினார். இரவு முழுவதும் அந்நிகழ்ச்சியை வரிக்கு வரி டைப் செய்து உடனுக்குடன் ஒருத்தர் ஆங்கிலத்தில் மாற்றி மும்பை அலுவலகத்திற்கு அனுப்பினார்.

‘ரெண்டு இடத்தில மட்டும் தெரியாம வந்துருச்சு’ என ஜகா வாங்கிய பிறகு மன்னித்து விட்டார்கள். ஆக மத்தளத்திற்கு எல்லா பக்கத்திலும் இருந்து இடி கன்ஃபார்ம். இந்த சேரி விவகாரத்தில் விஜய் டீ.வி வேண்டுமென்றே செய்ததாகச் சொல்லவே மாட்டேன். அந்த நுண்ணறிவு கொண்டவர்கள் அங்கில்லை என்பதை நானறிவேன்.

பொதுவாகவே விஜய் டீ.வி மேல்தட்டுப் பார்வையாளர்களுக்காக மட்டுமே சிந்திக்கும். கறுப்பான காம்பியர்களை முன்னிறுத்துவதா லேயே அது கிராமப்புற வங்கியைக் குறி வைக்க முடியாது. பிக் பாஸ் நிகழ்ச்சியைக் கிராமங்கள் புறக்கணித்துவிட்டன. மொத்தம் வெறும் நூற்றி நாற்பது ஜி.ஆர்.பி வாங்கியிருக்கின்றனர். தோராயமாக ஆறு TVR. சன் டீ.வியில் ஆறு மணிக்கு ஒரு பாப்பா புரோகிராம் வருமே அதுவே பத்து டிவிஆர் வாங்கும். ப்ரைம் டைம் பற்றியெல்லாம் கேட்கவே வேண்டாம்.

பிக் பாஸிற்கு 12 சதவிகித வெயிட்டேஜ் இருக்கிற நகர்ப்புறத்தில் 250 ஜி.ஆர்பி. 50 சதவிகித வெயிட்டேஜ் இருக்கிற கிராமங்களில் நூற்றிச் சொச்சம் மட்டுமே. விஜய் டீ.விக்கும் ட்ரெண்ட் இப்படிதான் வரும் என்பது தெரியும். நஷ்டம்தான் என்று தெரிந்தே பிராண்டிற்காக ஆடும் ஆட்டம் அது. எல்லா கணக்கு வழக்குகளும் பொதுவில் இருக்கும் காலமிது. அதனாலேயே அது தன் பார்வையாளர்களிடம் மட்டும் கவனமாக நடந்துகொள்ளும்.

பொதுவாகவே இந்த சேரி என்பது போன்ற வார்த்தைகளைப் பேசக் கூடாது என்கிற சென்ஸை ஊட்டி வளர்க்கத் தவறுகிறார்கள். உண்மையைச் சொல்கிறேன். பிராமணப் பசங்களோடு சேராதே என வீட்டில் சொன்னதே இல்லை. ஆனால் எதிர்ப்பக்கம் என்ன சொல்வார்கள்?

இன்னொரு முக்கியமான விஷயத்தைச் சொல்ல விழைகிறேன். உங்களால் ஒரு புரோகிராமை தடை செய்ய முடியும் என்றால் அவர்களாலும் முடியும் என்கிற இடத்திற்கு நகர்ந்துவிட்டனர். வெளி வானத்தை அவர்களும் பார்த்துவிட்டனர். ஆரிய, திராவிடப் போரோ, அக்கப்போரோ எல்லா போர்களும் பேச்சுவார்த்தையை நோக்கிதான் நகர்கின்றன. அதை முறித்துக்கொண்டு எதைச் சாதிக்கப் போகிறோம்?

சமமான தளத்தில் அமர்ந்து, இந்த பிரபஞ்சத்தில் அவரவர்களுக்குரிய பங்கைப் பிரித்துக் கொள்ளதான் போர்கள் எல்லாமும். வார்த்தை களை விசிறியடிப்பதால் யாருக்கும் பயனில்லை.

51

கறுப்பும் வெளுப்பும்!

பொதுவாகவே நாம் இந்த கிராமம் என்று வரும்போது குளோரிஃபை செய்து விடுகிறோம் என்று படுகிறது. அடுத்தவன் வாழ்க்கையில் என்ன நடக்கிறது என்று எட்டிப் பார்ப்பது தமிழர்களின் பொதுவான மனநிலை. தெரு முக்கில் நடக்கும் சண்டையை பி.எம்.டபிள்யூவில் போகிறவர்களும் கண்ணாடியை இறக்கிப் பார்த்துவிட்டுப் போவார்கள். கிராமங்களில் கேட்கவே வேண்டாம்.

பக்கத்து வீட்டு அக்கா எங்கள் சாலை வாசலில் வந்து உட்கார்ந்து கொண்டு விசாரணையைப் போட்டது. நாங்கள் கறுப்புக் கலர் கவர் ஒன்றைக் கொண்டுவந்தோம். அதற்குள் இருப்பது என்னவென்று தெரியாவிட்டால் அந்தக்காவிற்கு மண்டை வெடித்துவிடும். இத்தனைக்கும் அந்தக்கா வீட்டில் மட்டன் சமைத்திருப்பதாகவும் சொன்னது. வெறும் டேம் மீனைதான் சமைக்கிறோம் என்பது தெரிந்த பிறகு திருப்தியாகக் கிளம்பிப் போகிறது. டேம் மீனை எளக்கார மாகவும் பேசிவிட்டுச் செல்கிறது மீனிலேயே புரண்டு வாழ்கிறவன் என்பது தெரியாமல். இது வெள்ளந்தித்தனமல்ல. வெட்டிக் குறுகுறுப்பு.

பொதுவாகவே ஏதோ நகரத்தான் மட்டுமே உலகத்தைக் கெடுக்க வந்தவன் என்கிற மாதிரி ஒரு சித்திரம் வரையப்படுகிறது. சுற்றுச் சூழல் மாசுபாட்டில் கிராமங்களுக்கும் பங்குண்டு. எதையாவது போட்டுத் தேவையில்லாமல் எரித்துக் கொண்டிருக்கின்றனர். அவர்கள் வளர்க்கும் ஆடு மாடுகள் ஒரு தடவை கொட்டாவி விட வாய் திறக்கும் போதும் மீத்தேன் வாயு அவ்வளவு வெளியேறுவதாகவும் நண்பர் ஒருத்தர் சொன்னார்.

உண்மையா என்று தெரியவில்லை. இன்னொரு விஷயம் படித்திருக்கிறேன். பஞ்சாபில் கேன்சர் எக்ஸ்பிரஸ் என ஒரு ட்ரெயின் ஓடுகிறது. எதற்காக அந்தப் பெயர்? அந்த ரயில் சென்றடையும் ஊரைச் சுற்றியுள்ள கிராமங்களில் கேன்சர் அதிகம். தொழிற்சாலைகளா அங்கிருந்தன? விவசாயம்தான் செய்தார்கள். எல்லோருக்கும் அதில் பங்குண்டு.

கிராமங்களுக்குத் திரும்புங்கள் என்று அறைகூவல் கேட்கிறது. நீங்கள் ஒரு டீக்கடை போட்டால்கூட சாதி தெரியாமல் குடிக்க மாட்டார்கள். அந்த மனநிலைக்கு நாளாக நாளாக உங்களையும் தயார் செய்து விடுவார்கள். சாதி சொல்லிதான் எந்தப் பரிவர்த்தனையும் நடக்கிறது. மெயின் மேட்டரிலேயே அவுட் என்றால் வேறு என்ன செய்ய முடியும்?

அடுத்தவன் காடு கருக வேண்டும் என சுருளி கோயிலில் காசு வெட்டிப் போடுபவர்கள் இங்கேயும் உண்டு. மிளகாயை அரைத்து அடுத்த குடும்பம் அழிய வேண்டுமென சாமிகளுக்குப் பூசுகிறவர்கள் இருக்கிறார்கள். ஆக கற்பினை கிராமத்திற்கும் நகரத்திற்கும் பொதுவில் வைப்போம்.

௫௨

தின்னிப் பண்டாரம்

சமீபத்தில் எனக்குக் கிடைத்த பாராட்டுக்களில் முதன்மையானது. உணவு பற்றி போட்டிருந்த போஸ்ட் ஒன்றில் அந்தப் பாராட்டைச் செலுத்தியிருந்தார் நண்பர் ஒருவர். 'நீங்க ஒரு தின்னிப் பண்டாரம் சார்.' யோசித்துப் பார்த்தால் மிகச் சரியான பாராட்டு. 'கிளப்பு கடையிலயே தின்னுட்டுத் திரியுது. எங்க உருப்படப் போவுது' என அப்பத்தா வெத்தலை வாங்கிக் கொடுக்காத கடுப்பில் வஞ்சு தொலைத்திருக்கிறது.

எப்படியோ காசு தேத்திக்கொண்டு அஜந்தா புரோட்டா கடையில் போய் அமர்ந்து விடுவேன். அந்தண்ணன் சால்னாவில் சில பீஸ்களைக் கொண்டுவந்து தருவார். அன்றிலிருந்து துவங்கி விட்டது என் ஹோட்டல் பழக்கம். வேண்டுமென்றே பிரியாணிக் கடையில் பீஸ் சரியில்லை என்பேன். மறுபடி தேடி எடுத்துத் தருவார்கள்.

என் தொழிலும்கூட ஹோட்டல் தொழிலோடு சம்பந்தப்பட்டது தான். சில ஹோட்டல்களுக்கு நான் மீன் சப்ளையரும்கூட. பொது வாகவே சமூகத்தின் பணப் புழக்கத்தில் தாக்கம் வரும்போது முதலில் ஹோட்டல் தொழிலின் மீதுதான் கையை வைக்கும். எங்களை மாதிரியான ஆட்களுக்கும் சிக்கல் உண்டு. பொதுவாகவே மக்கள் பதற்றத்துடன் இருந்தால் உணவில்தான் கையை வைப்பார்கள்.

உணவு பட்ஜெட்தான் சுருங்கும். ஹோட்டல் தொழிலில் பங்கம் வர ஆரம்பித்து விட்டால், மெதுவாக அந்தப் பாதிப்பு மற்ற தொழில் களுக்கும் பரவும். ஹோட்டல் நடத்துகிற நண்பர்கள் நிறைய உண்டு. ஒரு இலட்ச ரூபாய் ஓடிக் கொண்டிருந்த நிலையில் இப்போது

முப்பதாயிரம் ரூபாய்தான் கல்லாவில் விழுகிறது. ஹோட்டல் தொழில்தான் என்றில்லை.

தமிழகத்தின் விற்பனைத் துறை கடுமையான சிக்கலைச் சந்தித்து வருகிறது இதுபோல். வியாபாரம் கடுமையாக அடிவாங்கி யிருக்கிறது. மக்கள் செலவு செய்வதை ஏனோ சுருக்கி இருக்கின்றனர். இதில் தேவையில்லாமல் கார்ப்பரேஷன் உள்ளிட்ட அரசு அதிகாரிகள் குடைச்சலைத் தர ஆரம்பித்திருக்கின்றனர். தண்டல் எடுத்தவரெல்லாம் தலையாரி ஆகிவிட்டனர்.

தேவையில்லாத பேப்பர் வொர்க்குகளைப் பார்க்கச் சொல்லி அரசு தொந்தரவு கொடுக்கிறது. ப்ராஃபிட் மார்ஜினே அடிவாங்கிக் கொண்டிருக்கிற நிலையில், தேவையே இல்லாத பேப்பர் வொர்க் செலவுகள் என திக்கித் திணறுகிறது சிறு வணிகத் துறை. இது இன்னொரு வகையில் நுகர்வோருக்குதான் அதிக பாதிப்புகளை அளிக்கும்.

இன்றைய தேதியில் வஞ்சிர மீனை நஷ்டமில்லாமல் பொறித்து விற்க வேண்டுமானால் ஆயிரம் ரூபாய் விலை வைக்க வேண்டும் எண்பது கிராமிற்கு. விலைவாசி கடுமையாக ஏறியிருக்கிறது. ஹோட்டல் தொழிலில் இருப்பவர்களெல்லாம் விழி பிதுங்கிப் போயிருக்கின்றனர்.

அரசின் தேக்கம் தொழில் துறையிலும் எதிரொலிக்கிறது. ஹோட்டல் களில் தலை தெரியாவிட்டால் கடுமையான நெருக்கடி வரப் போகிறது என்று அர்த்தம். கிராமம்/நகரம் என்று வித்தியாசமில்லை. அடுத்த முறை ஹோட்டல்களுக்குப் போகும்போது தலைகளை எண்ணுங்கள். நான் சொல்வதன் அர்த்தம் விளங்கும்.

53

ஃப்ரைட் ரைஸ் கனவுகள்

பெரியவருக்கு எழுபது வயது இருக்கும். அவரது மனைவியான அந்தம்மாவிற்கு அறுபது இருக்கும். ஒரே மகன் குடிகாரனாகி பொழைக்கத் தெரியாமல் கோவையில் கஷ்டப்பட்டுக் கொண்டிருக் கிறார். பேரப் புள்ளைகள் பற்றிதான் எல்லா கவலையும் அவர்களுக்கு.

என்ன நினைத்தாரோ பெரியவர், ஒரு அதிகாலையில் இருந்து என்னை அவருடைய பையன்போல் நடத்த ஆரம்பித்தார். ''சரவணனுக்கு காபி கொடுத்து எழுப்பு'' என அவர் மனைவியிடம் சொன்னது எனக்குக் கேட்டது. அந்தக் குரலில் ஒரு கனிவு இருந்தது. அவரது அப்ரூவலுக்காகதான் அந்தம்மா காத்திருந்ததோ என்னவோ? வெகு சீக்கிரமே தத்தெடுத்துக் கொண்டார்கள்.

'ரெண்டு மூணு நாளா ஏதோ தட்டிக்கிட்டு இருந்தயே, அதை பண்ணலீயா இப்ப' என்பார் பெரியவர் போலியான கண்டிப்புக் குரலில். அக்கவுண்டன்சி பரிட்சைக்கு முதல் நாள் என்னுடைய அப்பா இதேமாதிரியான குரலில்தான் கேட்டார். அந்தம்மா நூறு நாள் வேலைத் திட்டத்தில் வேலை செய்கிறது. ரெண்டு நாள் சொந்த ஊர். ரெண்டு நாள் இங்கே என காலம் தள்ளும். அந்தம்மா வந்தால் நான், பெரியவர், டைகர், பீனா கானா எல்லோருக்கும் கொண்டாட்டம்.

அசைவ சாப்பாடு நடக்கும். மற்ற நாட்களில் பெரியவர் சமையல் தான். நாங்கள் சமைத்தாலும் விட மாட்டார். நாங்கள் சமைத்தால் டைகரே அதைச் சாப்பிடாது. காடு கரைகளில் ஓசியாய் கிடைக்கும் மாம்பழங்களைக் கொண்டுவரும் அந்தம்மா. இந்த இடத்தில்தான் ஒரு விஷயத்தைச் சொல்ல வேண்டும்.

கிராமங்களில் இருக்கும் வறுமைசூழ் மக்களுக்கு நாம் அநியாயம் செய்து கொண்டிருக்கிறோம். அதைப் பற்றி உரக்கப் பேச மறுக்கிறோம். அரிசிச் சாக்கைத் தைத்துப் போர்வை தயாரிக்கிறார்கள். ஒருதடவை கொய்யா லோடு அடிக்கும் வண்டியில் இருந்து வாய் அடிபட்ட மாதுளம்பழத்தை எடுத்து வைத்திருந்தார். சென்னை பழமுதிர் சோலை போன்ற இடங்களில் அவற்றைக் குப்பைத் தொட்டியில் போடுவார்கள்.

பார்த்து பலமாகச் சத்தம் போட்டேன். வேறு பழங்கள் வாங்கிக் கொண்டு வந்து தருகிறேன் என்றேன். உன் சத்தியமா இனிமே சாப்பிட மாட்டேன் என அவர் தலையில் அடித்துக் கொண்டார் சின்னப் பிள்ளை மாதிரி. நல்லா சொல்லு புத்தி வர மாட்டேங்குது என்று காலை நீட்டிக்கொண்டு வெத்தலையைப் போட்டபடி அந்தம்மா சொன்னது.

இவர்கள் மட்டுமல்ல இப்படி. கழித்துப் போட்ட கொய்யாவில், பிள்ளைகளுக்கு எடுக்கறேன் என்று சொன்ன அக்காவைச் சத்தம் போட்டு கூடைப் பழத்தை எடுக்கச் சொன்னேன். அவர்களும் இது மாதிரி கொண்டுவந்து தருவார்கள். எளக்காரமாகவெல்லாம் நடத்தக் கூட தோன்றாது. எளிய மனிதர்கள்.

அவர்கள் படும் பாடுகளைச் சொல்வார்கள். நாள் முழுக்க ரயில்வே ட்ராக் பக்கத்தில் கார்களின் கண்ணாடிகளைத் தேடி கைகளில் பழங்களை வைத்துக்கொண்டு விற்க ஓடுவார்கள். அவர்கள் முகங்கள் தான் தெரியும் பல நேரங்களில். ஒருநாள் நின்று பார்ப்போம். சன் ஸ்ட்ரோக் வந்து செத்துப் போய் விடுவோம். மிஞ்சிப் போனால் ஒரு இருநூற்று ஐம்பது ரூபாய் கிடைக்கும். அதற்கே காலையில் ஐந்து மணிக்கு ஏலம் எடுப்பதில் துவங்கி வெய்யில் மங்குகிற வரை ஓட்டமும் நடையுமாய் இருக்க வேண்டும்.

நானும் சில நாடுகளில் எளிய மனிதர்களைப் பார்த்திருக்கிறேன். ஓரளவிற்கு அங்குள்ள அரசுகள் அவர்களை மேம்படுத்தப் போராடு கின்றன. தைமூரில், எங்கள் ஆட்களின் சம்பளம் இனி 140 டாலர் என அந்த நாட்டு அரசே ஓனர்களுக்கு எஸ்எம்எஸ் செய்துவிடும். அவர்களுடைய ஊர்த் தலைவர்களுக்கும் அனுப்பிவிடும்.

கிராமப் புற வறுமையை அருகில் இருந்து பார்க்கிறேன். இது நியாயமல்ல. குறைந்தபட்ச ஊதியத்தை அவர்களுக்கு உறுதி செய்ய வேண்டும். வெந்ததையும் நொந்ததையும் அவர்கள் சாப்பிடுவதைக் கண்ணெதிரில் பார்த்தேன். நான் பார்த்த சித்திரம் இது. கண்ணுக்குத் தட்டுப்படாமல் மறைந்து கிடக்கிறது. பெரும்பான்மையாகக்கூட இல்லாமல் இருக்கலாம்.

என் மக்கள் என்கிற எளிய உணர்வுகூட இவர்களுக்கு ஏன் இல்லாமல் போனது. விமர்சனங்களெல்லாம் அவர் மீது இருக்கலாம் உங்களுக்கு. கிராமங்களைப் போய் தரிசியுங்கள். அறிந்து கொள்ளுங்கள் என காந்தி ஏன் சொன்னார் என்பது இப்போது புரிகிறது. எளிய மக்களின் துயரம் மிகவும் முக்கியமானது. சாபம் விடக்கூட தெரியாதவர்கள் இவர்கள்.

இந்த வறுமைக்கிடையிலும் வாழ்வில் அவர்கள் கடைப்பிடிக்கும் ஒழுங்குகள் வியக்க வைக்கின்றன. பையன் மாதிரி தர்றேன் என சொன்னால் ஒழிய ஒரு பொருளை ஏற்க மறுக்கிறார்கள். அவர்கள் தந்தே பழக்கப்பட வேண்டுமென்று நினைக்கிறார்கள். வளரும் நாடுகளில்கூட இதைவிட கொஞ்சம் கௌரவமாக மக்கள் வாழ்வதைப் பார்த்திருக்கிறேன். இதுமாதிரி வாட்டும் வறுமையை வளர்ந்த நாடாகச் சொல்லிக் கொள்ளும் நாட்டில் காணச் சகிக்கவில்லை.

ஊதிய ஏற்றத் தாழ்வுகள் இந்தளவிற்கு இருப்பது நல்லதல்ல. அது நியாயமானதும்கூட இல்லை. உடனடியாக இதைதான் முன்னிறுத்தி விவாதிக்க வேண்டும் என்று தோன்றுகிறது. இத்தனை வருடங்கள் கழித்தும் கிராமப்புற வறுமை ஏன் தொடர்கிறது? உலகம் எல்லா வற்றையும் சுகித்து வாழ்வதற்காகதான் படைக்கப்பட்டிருக்கிறது. ரெண்டு வேளை ஏதாவது சோறு இருந்தால் போதும் என்று இன்னமும் சொல்ல வைத்திருப்பது எவ்வளவு கொடுமை தெரியுமா? அதிலும் விளைவிக்கிற தொழிலில் இருப்பவர்களே தங்கள் குழந்தைகளுக்கு குப்பைத் தொட்டியில் போடுகிற தரத்தில் அடிபட்ட பழங்களைப் பொறுக்குவது... அவர்களுக்கல்ல, நமக்குதான் அசிங்கம்.

54

பிரியாணியும் ஓர் இல் நெய்தல் கறங்கவும்!

சரியாக ராயப்பேட்டை மார்ச்சுவரிக்கு நேர் எதிராக இருக்கிறது அந்த பிரியாணிக் கடை. ஞாயிற்றுக் கிழமைகளில் கூட்டம் அள்ளும். எனக்குப் பல வருடங்களாக பரிச்சயமான கடை. நேற்றும் போயிருந்தேன். விஜய் டீ.வியில் 2000த்தில் வந்த 'குற்றம் நடந்தது என்ன?' நிகழ்ச்சியில் பணிபுரிந்த காலத்தில் இருந்து அந்தக் கடைக்குப் போவதை வழக்கமாகவே வைத்திருக்கிறேன். அப்போதெல்லாம் ராயப்பேட்டை மார்ச்சுவரியே கதி என்று கிடப்போம். பார்க்காத பிணங்கள் இல்லை. சிறியவர்கள் முதல் கோடீஸ்வரர்கள் வரை அத்தனை பிணங்களையும் பார்த்தாகிவிட்டது. ஒருமுறை யானைக் கவுனியில் ஒரு சின்னப் பையனை உடன் வேலை பார்க்கிற பையன்கள் அடித்துக் கொன்று தண்ணீர் இல்லாத தொட்டியில் சாக்கு மூட்டையில் கட்டி உள்ளே போட்டுவிட்டனர். உடலைத் தூக்கிக் கொண்டிருப்பதைப் படம் பிடித்துக் கொண்டிருந்தபோது, திடீரென ஒரு குரல், 'ஒரு கை பிடிங்க சார்' என்றது. யோசிக்காமல் அந்தச் சாக்கு மூட்டையில் கையை வைத்துவிட்டேன். அந்த மூட்டையைத் தொட்ட பிறகுதான் அது பிண மூட்டை என்று சுரணையானது. அந்தப் பிணம் என்னைப் பல காலம் அலைக்கழித்துக் கொண்டிருந்தது.

அந்தச் சிறுவன் என்னைத் தூங்க விடாமல் செய்து கொண்டிருந்தான். அதிலிருந்து மீண்டு வருவதற்கு கோயில் கோயிலாக ஏறி இறங்கினேன். அதற்கப்புறம் பல பிணங்களைப் பார்த்திருக்கிறேன். பெரியளவில் பாதிப்புகளை அவை உருவாக்கவில்லை. வாழ்க்கையின் நிலையாமை குறித்த தெளிவான பார்வையை எனக்கு அந்த மார்ச்சுவரி அனுபவங்கள்தான் கொடுத்தன. பெரும் ஆட்டம் ஆடிய

கோடீஸ்வரர் ஒருத்தர் பிணமாகிப் போனபோது, அவருடன் இருந்தவர்கள் அவரைப் பற்றிய கதைகளை மோசமாகதான் நினைவு கூர்ந்தார்கள். ஆடாத ஆட்டம் ஆடிய என்னுடைய நண்பன் ஒருவன் பிணமானபோது அவனது முகம் அமைதியின் உருவாக இருந்தது. அப்போதுகூட மனம் அதிரவில்லை. இதுமாதிரி பல பிணங்களைப் பார்த்தபோதும் அதிராத மனம், சுனாமி வந்தபோது அதிர்ந்துவிட்டது. சின்னதும் பெரியதுமான மக்கள் மூக்கிலும் காதிலும் மணல் துகள்களோடு ரத்தத் திட்டுகளுடன் வராந்தாவில் கிடத்தப்பட்டிருந்தனர். அந்தக் காட்சி என்னைத் தூங்க விடவில்லை.

பகலிலும் குடிக்கும் பழக்கம் ஏன் அந்தத் தொழிலில் உள்ளவர்களை ஒட்டிக் கொள்கிறது என்பதை அனுபவபூர்வமாக உணர்ந்தேன். அந்தக் காலகட்டத்தில் உடல் முழுக்க ஒருவித வாடை ஒட்டிக் கொண்டது போல தோன்றிக்கொண்டே இருக்கும். அந்த வேலையை விட்டு வெளியேறிய பிறகு அந்தப் பக்கம் போவதைப் பெரும்பாலும் தவிர்ப்பேன். அப்படியே போனாலும் துல்லியமாக என்னால் அந்த வாடையை இனம்காண முடியும். அந்த பிரியாணிக் கடைக்காக சில நேரங்களில் போவதுண்டு. அப்படிதான் நேற்றும் தற்செயலாக அந்தப் பிரியாணிக் கடைக்குப் போனேன். எவ்வளவோ பிணங்களை சாதாரணமாகப் பார்த்த அந்த இடத்தில் நேற்று, வழக்கத்தை மீறி அமானுஷ்யமான உணர்வு இருப்பதுபோல தோன்றியது.

சுவாதி கொலை வழக்கில் குற்றம் சாட்டப்பட்ட ராம்குமாரின் உடல் அந்த மார்ச்சுவரியில்தான் வைக்கப்பட்டிருந்தது. எத்தனையோ பிணங்களைப் பார்த்த போதெல்லாம் வராத நடுக்கம், அவன் அங்கே வைக்கப்பட்டிருக்கிறான் என்பதை யோசித்த தருணத்தில் வந்தது ஏனென்று தெரியவில்லை. அவன் கொலை செய்தானா என்கிற கேள்விகளுக்கெல்லாம் போகவில்லை. ஒரு குக்கிராமத்து இளைஞனின் வாழ்வு தொடங்கிய இடத்தையும் அது முடிந்த விதத்தையும் யோசித்துப் பார்த்தேன். எல்லோரையும்போல வாழ்ந்திருக்க வேண்டிய இளைஞன் இப்படி மர்மமான முறையில் சாகடிக்கப்பட்டிருக்கிறான். அந்தப் பெண்ணும்கூடதான். அதுவும் வாழவேண்டிய பெண்தானே? வாழ்க்கை நினைத்தால் அது எந்த நேரத்திலும் நம்மைப் புரட்டிப் போட்டுவிடும் என்பதை நினைக்கையில் அச்சமாக இருந்தது. ஒரே நேர்கோட்டில் வாழ்க்கை அமையும் என்பது அதிர்ஷ்டவசமானது என்பதை நினைக்கையில் ஒருவித கலக்கம் வந்து ஒட்டிக்கொண்டது.

சங்க இலக்கியத்தில் வரும் பாடல் ஒன்று நினைவிற்கு வந்தது. இதைப்பற்றி ஏற்கெனவே மூத்த எழுத்தாளர் ஜெயமோகன் தன்னுடைய சங்கச் சித்திரங்கள் தொடரில் எழுதியிருக்கிறார். ‘ஓர்

இல் நெய்தல் கறங்க, ஓர் இல்/ ஈர்ந் தண் முழவின் பாணி ததும்ப,/ புணர்ந்தோர் பூ அணி அணிய,/பிரிந்தோர்/ பைதல் உண்கண் பனி வார்பு உறைப்ப,/படைத்தோன் மன்ற, அப் பண்பிலாளன்!/இன்னாது அம்ம, இவ் உலகம்; இனிய காண்க, இதன் இயல்பு உணர்ந்தோரே' என்கிறது அந்தப் பாடல். ஒரு இல்லத்தில் திருமண ஏற்பாடுகள் நடக்கின்றன. ஒரு வீட்டில் சாவுக்கான ஏற்பாடுகள் நடக்கின்றன. இந்த உலகம் இப்படிதான். இன்னாது அம்ம இவ்வுலகம். இதன் இயல்பை உணர்ந்தவர்கள் அதில் உள்ள இனியவற்றை மட்டும் காண்பார்கள் என்பதுதான் இதன் பொருள். நம்புவது நடக்கவேண்டும் என நம்புகிறோம் அவ்வளவுதான். இருக்கிற வாழ்க்கையை நல்ல விதமாக மாற்றிக்கொள்ள வேண்டும் என உடனடியாகத் தோன்றியது.

ஏதோ ஒரு படிப்பினை கிடைத்ததுபோல உணர்ந்தேன். மார்ச்சுவரி வாசலில் சில போலீஸ்காரர்கள் அசிரத்தையாக அமர்ந்து கொண்டிருந்தார்கள். எனக்கு அந்த இடத்தில் நிற்கப் பிடிக்கவில்லை. உடனடியாக அந்த இடத்தை விட்டு விலகிப் போய்விட வேண்டுமென தோன்றியது. ஆர்டர் கொடுத்த பிரியாணியை வேண்டாமென்றேன். தெரிந்தவர் அவர் என்பதால், ஏன் என்றார். புரட்டாசி மாதம் என்பது மறந்து போய்விட்டது என்றேன். அது பொய் என்று அவருக்குத் தெரியும் என்பது எனக்குத் தெரியும்.

55

ஜி.ஆர்.பியும் நூறுநாள் வேலைத் திட்டமும்

ஒரு சின்ன சேஞ்சிற்காக கொஞ்ச நாட்களாக பேப்பர் எதுவும் படிப்பதில்லை. தொலைக்காட்சி எதுவும் பார்ப்பதில்லை என முற்றிலும் துண்டித்துக்கொண்டு வாழ்ந்து பார்த்தேன். இது தவறு என்பது ஒரு செய்தியாளனாய் புரிகிறது. ஆனால் இன்னொரு உலகத்தில் என்ன நடக்கிறது என்பதைத் தெரிந்து கொள்வதற்காக வாழ்ந்து பார்த்துச் சொல்கிறேன்.

சில நேரங்களில் இது உங்களுக்கு உபயோகமாகக்கூட இருக்கலாம். பொழுதுபோக்கு/நியூஸ் இரண்டிலும் ஆதிக்கம் செலுத்திய இடத்தில் இருந்தவன் என்கிற முறையிலும் சொல்கிறேன். முற்றிலும் ஒரு துறை சார்ந்த அலசலை ஒரு எளிய தம்பதியினரின் வாழ்க்கையின் வழியே விவரிக்க ஆசைப்படுகிறேன். நான் நகரத்திற்கு எப்போதாவதுதான் செல்கிறேன். முற்றிலும் துண்டிக்கப்பட்ட தீவு. என்னோடு ஒரு முதிய தம்பதியினர் இருக்கிறார்கள். அவர் ஒரு காட்டில் வேலை செய்கிறார்.

அந்தம்மா சொந்த ஊரில் நூறு நாள் வேலைத் திட்டத்தில் வேலை பார்க்கிறார். கமிஷனை எல்லாம் எடுத்துக்கொண்டு 155 ரூபாய்தான் தருகிறார்கள். சனி ஞாயிறு எங்கே இருந்தாலும் கிளம்பி இங்கே வந்து விடும். பெரியவருக்கும் எனக்கும் கவுச்சி சமைத்துக் கொடுக்கும். அவர்கள் இருவருக்குமிடையிலான காதலைப் பற்றியெல்லாம் இன்னொரு சந்தர்ப்பத்தில் எழுதுகிறேன். அந்தம்மா தலை சீவும் போது இவர் போய் பக்கத்தில் குத்துக்காலிட்டு அமர்ந்து, தலை முடியெல்லாம் கொட்டிப் போச்சு என்பார். போதும் போ என்கும் அது.

அந்தம்மாதான் எங்களுக்கு வெளியில் இருந்து செய்திகளைக் கடத்துவார். அவர்கள் முகநூல் என்றாலே என்னவென்று தெரியாதவர்கள். பால் கறக்க வருகிறவர்கள், போர் போட வருகிறவர்கள், லோடு வியாபாரிகள் என உள்ளே வந்து போகும் எளியவர்களிடம் பேசிப் பார்க்கிறேன். அவர்கள் செய்திகளைக் கடத்துகிறார்கள். ஏதோ ஒருவகையில் அவர்களுக்கு எல்லாமும் வந்து சேர்ந்து விடுகிறது.

ஏதாவது முக்கியமான சந்தர்ப்பங்களில் மட்டுமே செய்தித் தொலைக்காட்சி சேனல்களில் உட்காருகிறார்கள். மற்றபடி பெரும் பாலும் பொழுதுபோக்கு சேனல்கள் பக்கமாக மட்டுமே குவிந்து கிடக்கிறார்கள். செய்தி தேவையில்லையா அவர்களுக்கு?

ஏதோ ஒரு வகையில் அவர்களுக்கு செய்தி கிடைத்து விடுகிறது. பல இடங்களுக்கும் சுற்றுபவர்கள். அவர்களைப் பொறுத்தவரை அவர்களுக்கு வேண்டிய செய்திகள் என்பது, கொடைக்கானல் ரோட்டில் மண் சரிந்து விட்டது. நான்கு விளக்கு ரோட்டில் ரெண்டு எளந்தாரிப் பசங்க ஆக்ஸிடெண்ட் ஆகிட்டாங்க என்பது போன்ற செய்திகள். நொடி வியாபாரத்தில் இருக்கும் நாம் அதைப் பற்றி யெல்லாம் யோசிக்கக்கூட முடியாது என்பது புரிகிறது.

ஒரு ஹூக் நடக்கும்போது மட்டும் இவர்கள் கேலரியில் வந்து ஆட்டோமெட்டிக்காக உட்கார்ந்து கொள்கிறார்களே... அது எப்படி? உண்மையில் அவர்கள் வேண்டும்போது உள்ளே வரத்தான் செய்கிறார்கள். அதனடிப்படையிலேயே கடந்த சில மாதங்களில் செய்திச் சேனல் வரலாற்றில் உச்சமாக சுமார் 120 ஜி.ஆர்.பி வாங்கினார்கள். மற்ற நேரங்களில் அவர்கள் செய்திச் சேனல் பக்கமே வருவதில்லையே, ஏன்?

ஒரு உதாரணத்திற்காகச் சொல்கிறேன். ஒரு செய்திச் சேனல் முப்பது ஜி.ஆர்.பி வாங்கி முதல் இடத்தில் இருக்கிறது என்று வைத்துக் கொள்ளுங்கள். ஏழு நாட்கள், இருபத்து நான்கு மணி நேரம். பொழுதுபோக்கு சேனலில் இதே நம்பரை ஒருமணி நேர புரோகிராம் ஐந்து நாளில் சாதாரணமாக 35 ஜி.ஆர்.பி வாங்கும். அதை அங்கே மதிக்கக்கூட மாட்டார்கள். காரணம் ரீச் இல்லை.

பல படிகள் தாண்டிதான் நியூஸ் சேனல்கள் இந்த இடத்திற்கே வந்திருக்கின்றன என்பது புரிந்தாலும், அவை அடுத்த கட்டத்திற்கு நகர்ந்தாக வேண்டிய கட்டாயம் வந்திருக்கிறது. பழைய பார்வை யாளர்கள் இல்லை இவர்கள். டிஸ்கவரி, ஹிஸ்டரி என பலதையும் தமிழில் பார்த்துப் பழகிவிட்டனர். மிகப் பெரிய போதாமை இருக்கிறது. இரவு விவாதத்தில் பேசுவதை ஒரு ஆமைவடையைக்

கடித்தபடி காலையிலேயே பேசி முடித்து விடுகிறார்கள். அதைத் தாண்டி வேறு விஷயங்களைப் பேச ஆரம்பித்து விடுகிறார்கள்.

இந்த இடத்தைதான் சேனல்கள் மிஸ் செய்கின்றன. செய்தி என்றாலே விரைப்பாகக் கொடுப்பது மட்டும்தான் என தப்பர்த்தம் செய்து கொண்டார்கள். லைசென்ஸில் கூட அப்படி எதுவும் கவர்மெண்ட்டே குறிப்பிடவில்லை. பொழுதுபோக்குக் கூறுகளையும் பற்றிக் கொள்ளலாம் தப்பில்லை. ஜீ தமிழ் என்கிற பொழுதுபோக்கு சேனலில் டாப் டென் நியூஸ் என ஒரு புரோகிராம் வருகிறது. அது வாங்கும் நம்பரை இங்கே வரும் டாப்பான செய்திச் சேனல் விவாத நிகழ்ச்சிகளே வாங்குவதில்லை. டாப்டென் ஐயாயிரம் ரூபாய்க்கும் குறைவான பட்ஜெட்டில் பத்து வருடங்களாக சம்பாதித்துத் தந்து கொண்டிருக்கிறது. ஜீ குழும ஓனர் சுபாஷ் சந்திரா இந்த அடிப்படையில் எனக்குப் பிடித்த நிகழ்ச்சி என ஒரு மீட்டிங்கில் சொன்னார். ஆக பட்ஜெட் மட்டுமே பிரச்சினையும் இல்லை.

என்ன காரணம்? திறந்த விவாதத்தை நடத்த வேண்டும். என்னைப் பொறுத்த வரை பொழுதுபோக்கு சேனல்கள் பக்கமாக இருந்து புதிய உத்திகளை வகுத்து, சொல்லும் முறையில் சுவாரசியங்களைக் கொண்டுவந்து மக்களை இழுக்க வேண்டும். அவர்கள் டிஸ்கவரி தரத்திற்கு ஆல்ரெடி நகர்ந்து விட்டனர் என்பதை உணர வேண்டும். செய்திகளே இல்லாமலும் அவர்கள் வாழதான் செய்கிறார்கள்.

நான் பார்க்கும் மனிதர்கள் பலர் செய்திச் சேனலே பார்க்காதவர் களாகவும் இருக்கிறார்கள். ஒரே மந்திரம்தான். ரீச் ஆக்டிவிட்டிதான் உடனடித் தேவை. அதை உணர்ந்து செயல்பட்டால் பல்ஸ் ரேட் இன்னும் கொஞ்சம் கூடுதல் விலைக்குப் போகும். தலைக்கு மேல் தொங்கும் கத்தியும் ரிலாக்ஸாகத் தொங்கும்.

௫௬

துண்டை உதறித் தோளில் போட என்ன தயக்கம்?

கோடை விடுமுறைக் காலம் வந்துவிட்டது. ஆங்காங்கே மழை விட்டு விட்டுப் பெய்கிறது தமிழ்நாட்டிற்குள். காரில் ஏ.சி போடத் தேவையில்லை சில இடங்களில். பார்க்கிற இடங்களிலெல்லாம் தற்காலிகப் பசுமை கொஞ்சம் எட்டிப் பார்க்கிறது. இந்த நேரத்திலும் வீட்டை விட்டுக் கிளம்பாமல், அலுவலகத்தில் சீட்டை கெட்டியாகப் பிடித்து உட்கார்ந்து கொண்டிருந்தால் என்ன அர்த்தம்? ஆனானப் பட்ட அரசியல்வாதிகளே தலைநகரில் ஒன்றும் பேராமல், சுற்றுப் பயணம் என்கிற பெயரில் ஊர்சுற்றிப் பார்க்கக் கிளம்பிவிட்டனர். இதற்குப் பிறகும் எல்லோரும் சும்மா உட்கார்ந்திருந்தால் டூர் என்கிற வார்த்தைக்கே அசிங்கம்.

இந்த டூர் என்றதும் ஒரு விஷயம் சொல்லத் தோன்றுகிறது. காஷ்மீர் போய் வர இரண்டாம் வகுப்பு ரயில் கட்டணம் மிகச் சொற்பமானது தான் என நண்பர் ஒருத்தர் சமீபத்தில் சொன்னார். உண்மையில் நான் ஆயிரக் கணக்கில் ஆகும், எதுக்கு இந்த நேரத்தில் இப்படியொரு செலவு என யோசித்துக் கொண்டிருந்தேன். என்னைப்போல பலரும் யோசிக்கலாம். உண்மையில் சீட்டில் பெல்ட் கட்டிக்கொண்டு அமர்ந்திருக்கும் மனநிலையில் இருந்து மாறினாலே போதுமானது. ஆக பயணம் செய்வதற்கு பணம் பிரச்சினையில்லை. மனம்தான் பிரச்சினை.

ஒருபக்கம் தொல்காப்பியத்தில் முந்நீர் வழக்கம் என தமிழர்களின் கடல் கடக்கும் வேட்கையைப் பற்றிச் சொல்லி இருக்கிறார்கள்.

முந்நீர் வழக்கம் என்றால், மூன்று நேரம் முறைவைத்து கட்டிங் அடிப்பது என நீங்கள் நினைத்துக்கொண்டால் அதற்கு நான் பொறுப்பாளி அல்ல. கல்விக்காக, செல்வம் சேர்ப்பதற்காக, போர் நடவடிக்கைகளுக்காக என்று பிரித்திருக்கிறார்கள். அதிலும் முந்நீர் வழக்கம் மகடுவோடு இல்லையாம். பெண்களோடு போகக் கூடாதாம். அதனால்தான் முந்நீர் வழக்கம் போகிற இடத்தில் எல்லாம் வப்பாட்டிகளை வைத்துக் கொண்டார்கள்.

அப்பா பெயர் தெரியாத குழந்தைகளை உலகெங்கும் விதைத்து விட்டு குற்றவுணர்வு இல்லாமல் கிளம்பி வந்தார்கள் என்பது தனிக்கதை. இப்படி தமிழ் இனம் ஒரு காலத்தில் பல்வேறு காரியங்கள் நிமித்தமாக சீட்டை விட்டு எழுந்து வெளியே போய்ச் சுற்றி விட்டு வந்தார்கள் என்பதைச் சொல்வதற்காகச் சொல்கிறேன். மற்றபடி உங்களைக் குழந்தைகளை உற்பத்தி செய்கிற தொழிற்சாலை மேனேஜராக மாறச் சொல்லவில்லை. நீங்கள் மாற நினைத்தாலும் முடியாதென சொல்லி பாதுகாப்பான இடத்தை நோக்கி நகர்ந்துவிட்டது உலகம். தந்தை தெரியாத பையன்களை உலகிற்குத் தராமல் இருப்பதற்குக் காரணம் உங்களது தாராளம் அல்ல. ஒரு குட்டியூண்டு சாதனம். அவ்வளவு தான். குற்றவுணர்வைக் கொல்வதுகூட இந்தக் குட்டியூண்டு சாதனம் தான். பயணம் என்றால் பலதையும் மனசு யோசிக்கதான் செய்யும் என்பதால் விட்டு விடுங்கள்.

இப்படி ஒருபக்கம் ஒரு பிரிவினர் உலகம் முழுக்கப் பயணம் செய்தார்கள். ஆனால் இன்னொரு பக்கம் நான் இந்த ஊரு எல்லையைக்கூட தாண்டியதில்லை என்று பெருமை பேசியே செத்துப் போன பல பெரிசுகளை நானறிவேன். பயணம் போவது, புதிய அனுபவம் ஆகியவற்றிற்கு நேர் எதிரான மனநிலையே தமிழர்களின் அடியாழத்தில் புதைந்து கிடக்கிறது. ஒரேயிடத்தில் அமர்ந்து கொண்டு நாட்டாமை செய்வது. விளையாட்டாக இந்த மனநிலையை இப்படிச் சொல்லிக் கிண்டலடிப்பார்கள். சொந்தத் தெருவில் சொறிநாய்கூட குரைக்கும். வெளி இடங்களில் போய் குரைத்துவிட்டு வரலாம் என்றுதானே பலர் பல்வேறு காரணங்களுக்காகப் பயணம் செய்தார்கள் சொல்லுங்கள்.

மிகச் சிலரே இந்த அடியாழக் குறிப்பை உதறியிருக்கிறார்கள். அவர்களையும் பரதேசம் போனவர் என தமிழ்ச் சமூகம் ஒதுக்கி வைத்தே வேடிக்கை பார்த்திருக்கிறது. என்னுடைய குடும்பத்திலேயே இப்படி ஒருத்தர் கிளம்பிப் போய் ஊர் சுற்றி விட்டு ஜடாமுடியுடன் திரும்பி வந்து நின்றார். இந்தியாவில் ஒரு நிலத்தை விட்டு விட்டு இன்னொரு நிலத்திற்கு நகரும்போது ஜடாமுடி பாதுகாப்பு. அப்படி

வந்து நின்றவரிடம் 'துண்ணூறு வாங்கிக்கோடா. நம்ம சித்தப்பன்' என்றார்கள். பிறகு ஓய்வாய் அவர் செய்த பல பயணங்களைப் பற்றி எனக்குச் சொன்னார்.

அவர் செய்த பயணத்திற்கும் ஜடாமுடிக்கும் சம்பந்தமே இல்லை. சோறு திங்கறதுக்கு மட்டும்தான் கோயிலுக்குப் போயிருக்கிறது சித்தப்பூ! ஆனால் இதுபோல ஜடாமுடி போங்காட்டம்போல அல்லாமல் 90களுக்கு அப்புறம் பயணம் செய்வது குறித்த விழிப்புணர்வு கொஞ்சம் பெருகியிருப்பது ஆறுதல் தரும் விஷயம்தான். ஆனாலும் இன்னமும் சாகும் வரை மண்ணை விட்டு வெளியேற மாட்டேன், பயணம் என்று கிளம்பினால் நேரடியாக பரமபதம்தான் என்று சொல்பவர்களை வைத்துக்கொண்டு என்ன செய்ய?

எழுத்தாளர் சுந்தர ராமசாமி வீடுகிளம்புதலை பயணம், ஊர்சுற்றல் என இரண்டு வகையாகப் பிரிக்கிறார். திட்டமிட்டு செய்யப்படுவது பயணம். இலக்கில்லாமல் சுற்றுவது ஊர்சுற்றல். இந்த இரண்டாவது வகையில்தான் புதுப்புது அனுபவங்கள் சாத்தியமாகும். சமீபத்தில் ஒரு செய்தி என்னை மிகவும் கவர்ந்தது. ஒரு டீக்கடை வைத்திருக்கும் குழந்தைகள் இல்லாத வயதான தம்பதி வருடம் முழுக்க மாடாய் உழைக்கிறார்கள். வருடத்திற்கு பத்து நாட்கள் கடையை இழுத்து மூடிவிட்டு நாடு சுற்றக் கிளம்பி விடுகிறார்கள். வாழ்க்கையை ரசனையாகக் கொண்டாடத் தெரிந்தவர்கள் இவர்கள். இவர்களைப் பார்க்கையில் நாமும் அப்படி இருக்க வேண்டுமென சிறகடிக்கிறது மனசு.

உங்களுக்கும்கூட இருக்கலாம். செய்ய வேண்டியதெல்லாம் துண்டை உதறித் தோளில் போடுகிற வேலை மட்டும்தான். உங்களது பாக்கெட்டில் எவ்வளவு இருக்கிறது என்று தெரியாமல், இங்கே போங்கள், அங்கே போங்கள் என்று எப்படிச் சொல்ல முடியும்? சிம்பிளாகச் சொல்ல வேண்டுமெனில் எனக்குத் தோன்றியதைச் சொல்கிறேன். இந்த நிமிடத்தில் என் பாக்கெட்டிலும் அவ்வளவு பணம் இல்லையென்பதால் பாங்காக்கிற்கெல்லாம் போக முடியாது.

இந்தா இருக்கிற மேகமலைக்கு ஒரு எட்டு போய் விட்டு வாருங்கள். கை படாத காடு. தேனி போய் சின்னமனூர் வழியாக மேலேறும் மேற்குத் தொடர்ச்சி மலை. பஸ் வசதி கொஞ்சம் குறைவுதான். விசாரியுங்கள். அதைக்கூட செய்ய மாட்டீர்களா? மேலே இரண்டு டீக்கடைகளில் முறை வைத்து சோறு பொங்கிப் போடுவார்கள். காசு கொடுத்தால் கெடா விருந்தும் நிச்சயம். ஒரு கிலோ சமைத்துத்தர நூற்றியம்பது ரூபாய் என்பது குறைவுதானே?

மற்றபடி மேகமலையில் ட்ரக்கிங் போகலாம். மொட்டைப் பாறையொன்று இருக்கிறது. இன்னும் கொஞ்சம் மேலேறி தேயிலை ஃபேக்டரிகளையும் காஃபி ஃபேக்டரிகளையும் பார்க்கலாம். பசுமையோடு இருப்பதற்கு உத்தரவாதம். இதைதான் ப்ளான்ட்டேஷன் ஸ்டே என்று சொல்லி உலகம் முழுக்கக் கொண்டாடுகிறார்கள். எந்த நேரம் வேண்டுமானாலும் மழை புது மனைவி மாதிரி சிணுங்கிக் கொண்டே இருக்கும். பட்ஜெட்டிற்கு ஏற்ற சிணுங்கல்.

௫7

கறுப்பு டயர்களுக்குள் நம்பிக்கைகள்

திருமங்கலத்தைச் சேர்ந்தவர் ராக்கு. கணவர் இறந்துவிட்டார். மூன்று பெண்குழந்தைகள். குழந்தைகள் சின்ன வயதாக இருக்கும் போதே கணவர் இறந்துவிட்டார். வேறு வழி தெரியாத ராக்கு, கணவரின் பஞ்சர் போடும் தொழிலையே பார்க்க உட்கார்ந்து விட்டார். சைக்கிள் டயரில் துவங்கி லாரி டயர் வரைக்கும் தாட்டியமாக பஞ்சர் பார்ப்பார். பெரிய பெரிய டயர்களைக் காற்றடிப்பதற்காக அவர் கஷ்டப்பட்டு உருட்டிக்கொண்டு போவதை எல்லோரும் பரிதாபத்துடன் வேடிக்கை பார்ப்பார்கள்.

அப்படிதான் பக்கத்தில் உள்ள கல்லூரியில் படித்துக் கொண்டிருந்த ஒரு பையனும் பரிதாபத்துடன் வேடிக்கை பார்த்தார். ராக்குவிற்கு காற்றடிக்கும் கம்ப்ரஷர் ஒன்றை தன்னுடைய அப்பாவிடம் சொல்லி வாங்கிக் கொடுத்தார். இது நடந்து இருபது வருடங்களுக்கு மேல் ஆகிவிட்டது. கம்ப்ரஷர் வந்த நேரத்தால் ராக்குவும் ரெட்டை வடச் சங்கிலி போடும் அளவுக்கு முன்னேறினார். பெண்களை நல்ல இடத்தில் கட்டிக் கொடுத்தார். பேரப் பிள்ளைகளையும் பார்த்துவிட்டார்.

ராக்கு கம்ப்ரஷர் வாங்கித் தந்த பையனான கணேஷை மறக்கவில்லை. அவருடைய வீட்டிற்கு கணேஷ் இல்லம் என பெயர் வைத்தார். பேரனுக்கு கணேஷ் என்று பெயர். இதன் உச்சகட்டமாகத் தன்னுடைய செல்வாக்கைப் பயன்படுத்தி கணேஷ் தெரு என்று வைத்ததெல்லாம் அழிச்சாட்டியம் இல்லையா என நான் கேட்ட போது, சாமிங்க அது என கன்னத்தில் போட்டுக்கொண்டு சிரித்தார். இருபது ஆண்டுகளுக்கு மேல் ஆன பிறகும் நன்றி மறவாத அந்த எளிய

மனுஷி ராக்குவிற்கு நம்மால் என்ன செய்துவிட முடியும்? ராக்குவின் வைராக்கியத்திற்கு என்ன பரிசு கொடுத்துவிட முடியும்?

ஆனால் கொடுக்கத் தீர்மானித்தோம். அந்தச் சின்னப் பையன் கணேஷைக் கொண்டுவந்து நிறுத்தினால் என்ன? பையன்கள் தேடுதல் வேட்டையில் இறங்கினார்கள். நான் இயக்கிய ஒரு தாயின் சபதம் நிகழ்ச்சியில் அந்த உணர்வுபூர்வமான சந்திப்பு நடந்தது. கணேஷ் இப்போது சென்னையில் உள்ள கல்லூரியில் பேராசிரியர். அவரும்கூட இப்படி ஒரு அம்மா நன்றி பாராட்டுவதைப் பற்றிக் கேட்டுவிட்டு வியந்து போனார். ஆர்வத்தோடு கிளம்பி வந்தார்.

அவரை கேலரியின் ஒரு ஓரத்தில் அமர வைத்தோம். 'உங்களுக்கான பரிசு ஒன்றை அந்த கேலரியில் ஒளித்து வைத்திருக்கிறோம்' என்று சொன்னதும் ராக்கு திரும்பிப் பார்த்தார். துல்லியமாக கணேஷை அடையாளம் கண்டுகொண்டார்.

பெருங்குரலெடுத்து அழுதபடி அவரை நோக்கி ஓடினார். அடுத்த பத்து நிமிடங்கள் கணேஷ் அவரை ஆசுவாசப்படுத்திக் கொண்டிருந்தார். எளிய மனுஷியின் நன்றிக் கடனை அந்தக் கண்ணீரின் வழி பெற்றுக் கொண்டார். அவரும் கலங்கிப் போயிருந்தார். அரங்கமும் கலங்கிப் போயிருந்தது. 'எளியோருக்கு உதவி செய்கிறவனும் கடவுள் நிலைக்கு உயர்த்திப் போற்றப்படுவான்' என்கிற செய்தியும் எங்களை அறியாமல் ரெகார்ட் ஆனது.

௫௮

போதையில் தள்ளாடும் மருந்துச் சீட்டுகள்

எண்ணூர் துறைமுகத்திற்கு பின்புறமிருக்கிற ஒரு வெட்டவெளிக்கு ஒரு நண்பர் அழைத்துச் சென்றார். போகும் வழியில் இரண்டு புறமும் நவநாகரிகக் கார்கள் அணிவகுத்து நின்றிருந்தன. சில ஸ்கூட்டிகள் கூட தென்பட்டன. பார்த்தவுடனேயே அது ஒரு மறைவுப் பிரதேசம். மறைவான காரியங்கள் நடைபெறும் இடம் என சொல்லாமலேயே தெரிந்தது. ஆங்காங்கே அமர்ந்து இளைஞர்கள், இளைஞர்களின் பாதுகாப்போடு வந்திருந்த இளைஞிகள் ஊசி வைத்து தங்களது கைகளில் குத்திக் கொண்டிருந்தார்கள். அவர்களிடையே மருந்து அட்டைகள் கைவசம் நிறைய இருந்தன. இதன் உச்சகட்டமாக கண்ட காட்சியொன்று நிலைகுலைய வைத்தது. இளைஞர் ஒருவர் தனது ஆணுறுப்பில் ஊசியைச் சொருகிப் போட்டுக்கொண்டார்.

எந்த வகை போதை ஊசிகள் இவை என்கிற கேள்வியைக் கேட்ட போது, இவை போதை ஊசிகளில்லை. அத்தனையும் மருத்துவர் களால் வெவ்வேறு பிரச்சினைகளுக்காகப் பரிந்துரைக்கப்படும் மருந்துகள் என்றார்கள். பிரசவ காலங்களில் தரப்படும் மருந்துகள், மனநல மருந்துகள், அதிஉயர் வலி மருந்துகள், இருமல் மருந்துகள், தூக்கத்தை உண்டுபண்ணும் மருந்துகள், அறுவை சிகிச்சையின் போது தரப்படும் மயக்க மருந்துகள் ஆகியவற்றை மருத்துவர்கள் பரிந்துரைக்காத நிலையில் அனுமதியில்லாமல் கள்ளத்தனமாக அதை போதைக்காகப் பயன்படுத்தும் போக்கு அதிகரித்திருப்பதாகச் சொன்னார் அந்த நண்பர். ஆல்கஹால் இருக்கிறது. சிகரெட் இருக்கிறது. அந்த போதைகளையெல்லாம் மீறி எதற்காக இந்த விபரீத

விளையாட்டில் ஈடுபடுகிறார்கள் என்பதை ஆராய்ந்தால் பல அதிர்ச்சிதரும் விஷயங்கள் இதற்குள் ஒளிந்திருக்கின்றன.

ஏதோ ஒரு சந்தர்ப்பத்தில், இதுபோன்ற மருந்துகளைப் போதைக்காக உட்கொள்ளும் நபர் பின்னர் அதற்கு அடிமையாகிவிடுகிறார். ஒரே நபர் அவரது உடல்தகுதிக்கேற்ப பத்திற்கும் மேற்பட்ட வலிநிவாரண மாத்திரைகளை எடுத்தால், அது போதைக்கு நிகரானதாக இருக்கும் என்கின்றனர். கர்நாடகா, ஆந்திரா மாநிலங்களில் உள்ள அரசு மருத்துவமனைகள் மற்றும் மொத்த மருந்துக் கம்பெனிகளில் இருந்து கடத்திவரப்படும் இதுபோன்ற மருந்துகள், அதிக விலைக்கு சென்னை போன்ற தமிழகப் பெருநகரங்களில் விற்கப்படுகின்றன. பெரும்பாலான மருந்துக் கடைகள் மருத்துவரின் பரிந்துரைச் சீட்டு இல்லாமல் மருந்துகளைத் தருவதில்லை. ஆனாலும் பணத்திற்கு ஆசைப்படும் சிலர் இதுபோன்ற மருந்துகளைத் தருவதாகச் சொல்கிறார்கள். தவிர இந்த போதைக்கு அடிமையானவர்கள் மருத்துவரின் மருந்துச் சீட்டுகள் மாதிரியாக போலியாக அச்சடித்து அவற்றை வைத்து மருந்துக்கடைகளை ஏமாற்றும் போக்கும் நடைபெறுகிறது. இந்தப் போதைக்கு அடிமையானவர்களை பெரும்பாலும் கண்டுபிடிக்க முடியாது என்பதுதான் இதில் உள்ள சோகம்.

ஆல்கஹால் அருந்தியிருந்தால், அதன் வாடை காட்டிக் கொடுத்து விடும். ஆனால் இதுபோன்ற மருந்துகளை எடுப்பவர்களை வெளித் தோற்றத்தில் கண்டுபிடிக்க முடியாது. அவர்களது பதற்றம், மனச் சோர்வு இவற்றை வைத்துதான் அவர்கள் வேறுமாதிரியான போதையில் நீந்துகிறார்கள் என்பதையே அறியமுடியும். ஆல்கஹால் போன்ற போதைகளில் இருந்துகூட ஒருவரை கொஞ்சம் கஷ்டப் பட்டாவது வெளியே கொண்டுவந்து விடலாம். ஆனால் இந்த வகை போதையில் சிக்கிக் கொண்டவர்களை வெளியே கொண்டுவருவது அதிக ஆண்டுகள் பிடிக்கும் விஷயம் என்று இந்தத் துறையில் இருப்பவர்கள் சொல்கிறார்கள். ''என்னிடம் மட்டுமே இதுவரை 8000 பேர் சிகிச்சைக்கு வந்திருக்கின்றனர். அதிலிருந்து 60 சதவிகிதம் பேரை மட்டுமே மீட்க முடிந்தது. மாதத்திற்கு 3 பெண்களாவது இந்த மருந்துகள் உட்கொண்டு போதையில் சிக்கிச் சீரழிந்து சிகிச்சைக்காக வருகின்றனர். பெரும்பாலும் இளைஞர்கள்தான் இதில் சிக்கியிருக் கின்றனர். ஒருகட்டத்தில் எந்த விலைகொடுத்தாவது அதை வாங்க வேண்டும் என்கிற நிலைக்குத் தள்ளப்படுகின்றனர். இந்த போதைக்கு அவர்கள் ஆட்பட்டுவிட்டால், வேறு எந்த போதையையும் நாடுவதில்லை என்பதால் அதிக விலை என்பது அவர்களுக்குப்

பொருட்டே இல்லை'' என்கிறார் 'ஃப்ரீடம் கேர்' போதை மறுவாழ்வு மையம் நடத்தி வரும் கே.என். வரதன்.

தொடர்ந்து இந்த வகை மருந்துகளை போதைக்காக உட்கொண்டு வந்தால், நரம்பு மண்டலம் கடுமையாகப் பாதிக்கப்படும். உச்சகட்டமாக இதயச் செயலிழப்புகூட ஏற்படலாம். அவர்கள் எப்போதும் நிகழ்காலத்தில் இருந்து துண்டிக்கப்பட்டவர்களாக நடந்து கொள்வார்கள். பதற்றம் என்கிற உணர்வு எப்போதும் அவர்களது தனிச் சொத்தாக இருக்கும். இந்த வகை போதை கிடைக்காமல் போனதற்காகச் சிலர் தற்கொலைகள்கூட செய்து கொண்டிருக்கின்றனர் என்கிறார் வரதன். தொடர்ந்து ஊசிகளை மாற்றி மாற்றிக் குத்திக் கொள்வதால் ஹெப்படைட்டிஸ் பி, பால்வினை நோய்கள் ஆகியவைகள் கூட உருவாகின்றன. போதைக்காக இந்த மாதிரியான மறைவுப் பிரதேசங்களைச் சார்ந்து இருப்பதால், தேவையில்லாத சமூக விரோதக் கூடாரத்தின் பிடியில் சிக்கிக்கொண்டு பொருளாதார இழப்பையும் சந்திக்கிற வாய்ப்பும் இருக்கிறது. இந்த மாதிரியான மறைவுப் பிரதேசங்களில் போதைக்காக மாட்டிக்கொண்ட பெண்களின் கதைகள் கண்ணீரை வரவழைப் பவை. செவிலியர் தொழிலில் இருந்த பெண் ஒருவர் எதேச்சையாக இந்த போதைச் சுழலில் மாட்டிக்கொண்டு கடைசியில் மரணத்தை முத்தமிட்டிருக்கிறார். குடும்பங்கள், மருத்துவர்கள், மருந்துக் கடைகள், காவல்துறை, தன்னார்வத் தொண்டு நிறுவனங்கள் எல்லோரும் கைகோர்க்க வேண்டிய தருணம் இது. இனி உங்கள் பையனோ, பெண்ணோ, அப்பாவோ, அம்மாவோ, தேவைக்கு அதிகமாக மாத்திரை அட்டைகளையோ, ஊசிமருந்துகளையோ வைத்திருந்தால், கொஞ்சம் சந்தேகக் கண்கொண்டே பாருங்கள். அதில் தப்பில்லை. சந்தேகப்படும் நபராக அவர்கள் நம்மைக் நினைத்துக்கொண்டாலும் பரவாயில்லை. நமக்கு அவர்களது நல்வாழ்வு முக்கியம். உச்சகட்ட மாக உடலின் மறைவுப் பிரதேசத்தில் ஊசியைக் குத்திக்கொண்டு அதன் பின்விளைவால் செத்துப்போன இளைஞரைப்போல் இனி யாரும் சாகக்கூடாது.

59

கலைஞனின் மறுபிரவேசம்

முதல் சில தடவைகள் பண்ணும்போதுதான் அது ஆர்ட். அடுத்த தெல்லாம் க்ராஃப்ட் நெய்கிற வேலைதான். அதற்கடுத்து அந்த க்ராஃப்டிற்கு உயிரூட்டுகிற வேலைதான் கலைஞனின் கடமை. அதற்குப் புதிய புதிய வாழ்க்கையை நெருங்கிப் பார்த்தபடி வாழ வேண்டும். அதுதான் கலைஞனை உயிர்ப்போடு வைத்திருக்கும்.

இந்தக் கேரளா பக்கமெல்லாம் பார்த்திருக்கிறீர்களா? அங்குள்ள டைரக்டர்கள் அவர்களது சொந்த ஊரில்தான் இருப்பார்கள். படம் பண்ணும்போது வெளியே வருவார்கள். ஆனால் இங்கே தமிழ் சினிமாவில் சொந்த ஊரில் குடியிருக்கும் ஒரு இயக்குநரைக் காட்டுங்கள் பார்ப்போம். விதிவிலக்குகள் இருக்கலாம். ஆக ஊர் தொடர்பை அறுத்துப் போட்டுதான் சென்னை வந்தார்கள். பிறகு அவர்கள் ஊர் திரும்பவில்லை. இது ஒரு தலைமுறையின் சாபம்.

இப்போது வந்திருக்கிற இளைஞர் கூட்டம் அங்கமாலி டயரீஸ் போன்று பன்றிக் கடைகளைச் சுற்றிப் படம் எடுக்க காகங்களைப்போல சுற்றி வருகின்றனர். பனி மூடிய சிகரங்களில் காகங்களுக்கு என்ன வேலை? ஆனால் காற்று வெளியிடை வழியாக மீண்டும் இந்தக் காலகட்டத்து இளைஞர்களின் மனநிலையைப் பிடிக்கத் தவறியிருக்கிறார் மணிரத்னம்.

அவர் தரையில் இருந்து மேலெழும்பி விட்டார். ஊர் கடந்ததைப் போல. அவர் பக்கா மேல் தட்டுச் சென்னைக்காரர். ஆனால் இப்போதைய மேல் தட்டுச் சென்னை வாழ்க்கையை அவர் நெருங்கிப் பார்க்காமல் இருக்கிறாரோ என்கிற சந்தேகம் எழுகிறது. அடக் கொத்தமல்லிக் கட்டே, ஆசை ராணி என்றா செந்தமிழில் பேசிக்

கொண்டலைகிறார்கள்? டே ங்கோ மவனே என சர்வ சாதாரணமாகப் பேசிக் கொண்டலைகிறார்கள். முட்டுப் போட்டு முரளி மாதிரி பூ கொடுப்பது, வெள்ளைப் புறா ஒன்று என காதல் தோல்வியில் தாடி வைத்தா அலைந்து கொண்டிருக்கிறார்கள்.

ஒன் வீக்தான் டைம். அதற்குள் புறாவைச் சுட்டுச் சாப்பிடத் துடிக்கிறார்கள். அவர்களிடம் ரொமான்டிசேஷன் செத்துவிட்டது. வேறு மாதிரியாக வாழ்க்கையை நெருங்கிப் பார்க்க விழைகிறார்கள். மணிரத்னம் இவர்களிடம் இருந்து சேர்ந்து வாழ்வதை மட்டும் எடுத்துக் கொண்டிருக்கிறார். எப்படி வாழ்கிறார்கள் என்பதை நெருங்கிப் பார்க்கத் தவறுகிறார். போடா இவனே என்று சொல்லி விட்டுப் பெண்கள் கிளம்பிப் போய்விடுவார்கள். த்ரிஷா கிருஷ்ணன் நிச்சயதார்த்தம் முடிந்த பிறகு முறித்துக்கொண்டு வரவில்லையா?

ஆக அந்தக் களத்தையும் அவர் விட்டுவிட்டார். மணி ரத்னம் உடனடியாகச் செய்ய வேண்டியது என்னவெனில், மணி ரத்னம் என்கிற முகமூடியைக் கழற்றி வைத்துவிட்டு தெருத்தெருவாக வாழ்க்கையைத் தேட வேண்டும். திரைத் துறை தவிர்த்த பிற கலைத் துறைகளில் பெருங்கலைஞர்கள் இப்படி அலைந்திருக்கின்றனர். இந்த கிராஃப்டிற்கு உயிரூட்டுகிற பயணத்தை அந்தப் பெருங்கலைஞர் துவங்க வேண்டும். இத்தனை ஆண்டு காலம் நிலைத்திருக்கும் வகையில் அவர் சிங்கம்தான் என்பதில் மாற்றுக் கருத்தில்லை. நானும் அவர் ரசிகன்தான் பாஸ்!

60

தூங்கும்போது பாலியல் பலாத்காரம் செய்துவிட்டார்கள்!

வெளிப்படையாகவே உடைத்துப் பேசலாம். பா.ஜ.க என்ன செய்ய நினைக்கிறது இங்கே? முகநூல் வழியாக ஒரு தேர்தல் வைத்தால் இதில் எந்தக் கட்சிகளெல்லாம் பெரும்பான்மை பலம் கொண்டு வெற்றி பெறும் என்று யோசித்தால், வேடிக்கையாக இருக்கிறது. ஜெ. தீபாவின் கணவர் மாதவன் மிகப் பெரும்பாலான முகநூல் தொகுதிகளைக் கைப்பற்றி ஆட்சியில் அமர்ந்துவிடுவார். ஆனால் களயதார்த்தம் முற்றிலும் வேறாக இருக்கிறது. சில மாதங்களுக்கு முன்பு வரை பா.ஜ.கவை எப்படி மதிப்பிட்டார்கள் இங்கே? தமிழிசை சௌந்தர்ராஜன் அவர்கள் மேடையில் ஒரு திண்டொன்றில் ஏறி நின்று உரையாற்றுவதைக் கிண்டலடித்து நிறைய பதிவுகளைப் பார்த்தேன். கேலியும் கிண்டலுமாய் நிறைய புகைப்படங்களைப் பார்த்தேன். அவர் குமரி அனந்தனின் பெண் என்ற ஒரு காரணத்திற் காகவே அந்தப் புகைப்படக் கிண்டல்களைப் பார்க்கும்போது கொஞ்சம் வருத்தமாகதான் இருக்கிறது. செஞ்சோற்றுக் கடன் தீர்க்க சேராத இடம் சேர்ந்து என இந்தயிடத்தில் சொல்லுவதற்கு உண்மையிலேயே அச்சமாகதான் இருக்கிறது. துப்பாக்கிக் குண்டுகளுக்கு இன்னும் உடல் பழக விரும்பவில்லை.

அது ஒருபக்கம் இருக்கட்டும். உண்மையில் பா.ஜ.க சில முன்னெடுப்புகளைத் துணிந்து இங்கே மேற்கொள்ள ஆரம்பித்து விட்டது என்பதுதான் நிதர்சனம். வளரவே முடியாது என்று கணித்த அவர்கள்தான் நித்தமும் தொலைக்காட்சி விவாதங்களை

அலங்கரிக்கிறார்கள். போன வருடம் வரை இப்படி யாரையாவது அழைத்து மாலை மரியாதை செய்திருக்கிறார்களா என்பதை யோசித்துப் பாருங்கள். தப்போ சரியோ இவர்கள் அந்த வேலைக்குச் சரிப்பட்டு வரமாட்டார்கள் என்று கருதிய அவர்கள்தான் விவாதத்தின் முனைக்கு இப்போது வந்திருக்கிறார்கள். மத்தியில் அறுதிப் பெரும்பான்மையுடன் கிடைத்த அரசியல் அதிகாரத்தைக்கொண்டு சில விஷயங்களை தமிழ்நாட்டில் நிகழ்த்திப் பார்க்கத் தயாராகிவிட்டனர். அதைத் தவறென்று தெளிவான அரசியல் புரிதல் கொண்டவர்கள் சொல்ல மாட்டார்கள். எல்லோருக்குமே அரசியல் செய்ய வாய்ப்பிருக்கிறது இங்கே. இதுவரை கட்டியாண்டவர்கள் மத்தியில் கட்டியாள நினைக்கிறவர்கள் முன்னகர்ந்து செல்வதைத் தவறென்று சொல்லவே முடியாது இல்லையா?

தமிழகம் அரசியல் ரீதியில் மிகச் சிறந்த வேட்டைக்களம் இப்போது. இரண்டு பெரிய திராவிடக் கட்சித் தலைமைகள் இங்கே இல்லை என்பதை நினைவில் கொள்ளுங்கள். அதற்காக கலைஞரின் உயிர்வாழ்வு சம்பந்தமான விஷயத்தை இத்தோடு போட்டுக் குழப்பிக்கொள்ள வேண்டாம். அமங்கலமாக எதையும் சொல்லவில்லை. பருப்பு உளது என சொல்லும் தமிழ் வாழ்க்கை சார்ந்த ஆள்தான் நானும்.

பா.ஜ.க தெளிவாக திராவிடக் கட்சிகள் என்று சொல்லப்பட்ட ஒரு தரப்பைப் போட்டுச் சாய்த்துவிட்டது. ஜெயலலிதாவின் மறைவிற்குப் பிறகு அது அதிமுகவை கபளீகரமும் செய்துவிட்டது. இனி அதிமுக என்று பேசுவதே வீண்வேலை என்பதுதான் உண்மை. நேரடியாக பா.ஜ.க அரசு என்று சொல்லிவிட்டுப் போகலாம். தினகரன் என்கிற போராளி என்று யாராவது சொல்லி என்னிடம் வந்தால் அவர்களுக்கு அன்பாய் குல்பி ஐஸ் வாங்கித் தருவேன். ஏனெனில் இதே பா.ஜ.க அவருக்கு ஆதரவாய் ஒரு சமிக்ஞை கொடுத்தால்கூட போதும் நெடுஞ்சாண்கிடையாக அவர் காலில் விழுந்துவிடுவார். எல்லா பேட்டிகளிலுமே அவர் சமத்காரமாகப் பேசுவதாக நினைத்துக் கொண்டு, ‘நம் வீட்டு ஆட்கள் சரியில்லையென்றால் மற்றவர்களை குறை சொல்ல முடியுமா?’ என்று கேட்டுக் கொண்டிருக்கிறார். உண்மையில் அவருக்கும் அந்தக் குதிரையில் ஏறிப் பயணம் செய்யதான் ஆசை. சின்னம்மாவே வெளியே வந்தால்கூட சித்தப்பாவை மருத்துவமனையில் பார்க்கப் போவதற்கு முன்பு சித்து விளையாட்டு ஆடுபவர்களைதான் முதலில் போய்ச் சந்திப்பார். அது அவர்களுக்கு விதிக்கப்பட்டது. ஆக அந்தப் பக்கம் முடிந்தது கதை. நீதிமன்றங்களும் இந்தக் கதையில் பாத்திரங்கள் ஆன அம்சத்தைப் பார்த்துக்கொண்டு தானே இருக்கிறீர்கள்.

ஒரு தரப்பை முற்றிலும் ஒழித்தாகிவிட்டது. இன்னும் இருப்பது இன்னொரு தரப்பு. செப்டம்பர் இருபதாம் தேதிக்குப் பிறகு திகார் முன்னேற்றக் கழகம் என அழைக்கப்படும் என தமிழிசை முன்னோட்டம் கொடுக்கிறார். இதைச் சாதாரணமாகக் கடந்துவிட முடியாது. ஏனெனில் இதுமாதிரி அவர் சொன்னதெல்லாம் நடந்திருக்கிறது. நீதிமன்றம் படத்தைத் தன்கையில் வைத்துக்கொண்டு ட்ரெய்லர் விடும் அதிகாரத்தை ஒரு தரப்பின் கையில் கொடுத்திருக்கிறதோ என்கிற ஆழமான சந்தேகம் எனக்கு இருக்கிறது. திமுக சார்பில் சம்பந்தப்பட்ட மேக்ஸிம் வழக்கில் கைது செய்யப்படாமல் இருந்த வரலாற்றையும் கொஞ்சம் சந்தேகக் கண்ணோட்டத்துடன் பாருங்கள் என்று இலவச டிப்ஸாகவே சொல்ல வேண்டியிருக்கிறது. இன்னொரு வழக்கில் இருக்கவே இருக்கிறது அபராதம்.

கொஞ்சம் இரண்டு பக்கமும் இறங்கி அடிக்கிற உத்திக்கு பா.ஜ.க தயாராகிவிட்டதைச் சொல்லிதான் தெரிய வேண்டுமா? கள விவகாரம் சம்பந்தப்பட்ட விஷயத்தில், மெல்ல அவர்கள் கிராமங்கள் தோறும் வலுவாகவே இறங்கிக் கொண்டிருப்பதாகவே படுகிறது. கடந்த மாதம் கிருஷ்ண ஜெயந்தி கொண்டாட்டங்களை கிராமங்கள் தோறும் முன்னெடுப்பதைப் பார்த்தேன். விரைவில் அம்மன் கோயில் கூழ் ஊற்றும் விழாக்கள்கூட, 'ஸ்பான்சர்டு பை' என்று வந்தால்கூட ஆச்சரியப்படுவதற்கில்லை. சிறு கடவுளர்களை ஒன்றிணைத்து பெரிய கடவுளர்களோடு ஒன்றிணைக்கும் வேலைகள் அடிக்கட்டு மானத்தில் நடந்து கொண்டிருக்கின்றன. அதைத் தெரியாமல் இது பெரியார் மண் என்று சொல்லி எதிர்க்க வேண்டியவர்கள் தங்களைத் தாங்களே ஏமாற்றிக் கொண்டிருக்கிறார்கள். மொத்தமும் மண்ணாய்ப் போன வரலாற்றை எதிர்காலத்தில் படிக்கதான் போகிறோம்.

அரசியல் ரீதியிலாகவும் அடிக்கட்டுமான ரீதியிலாகவும் சில முன்னெடுப்புகள் இந்த ஆட்சியின் ஆசிகள் வழியாக நடந்து கொண்டிருக்கின்றன. கொடுப்பதற்கு எத்தனையோ பதவிகள் இருக்கின்றன இந்தப் பரந்த தமிழ்நாட்டு அரசாங்கத்தில். எதற்காக சாரணர் இயக்கத்தில் பதவி வேண்டிக் கிடக்கிறது? அடிப்படையில் இருந்து எல்லாவற்றையும் புகற்றினால்தான் அடியாழத்தில் அது பதியும். இது எல்லோருக்கும் பொருந்திப் போவதுதான். உண்மையில் நீங்கள் கிண்டலாக அவர்களைப் போட்டுச் சாய்த்துவிட்டதாக நம்பிக் குதூகலிக்கலாம். ஆனால் ஆழமாக அவர்கள் வேர்விட ஆரம்பித்து விட்டார்கள். 'நான் தூங்கும்போது என்னை பாலியல் பலாத்காரம் செய்துவிட்டார்கள் என்று சொல்கிற பெண்ணையோ தேசத்தையோ யாரும் மன்னிக்க மாட்டார்கள்' என்றார் கார்ல் மார்க்ஸ். இதைச் சொன்னால் கம்யூனிஸ்ட் என்பார்கள். ஆனால் இதைவிட சொல்வதற்கு என்னிடம் உதாரணங்கள் எதுவும் இல்லை.

61

கறுப்புக்கு நகை போட்டு...

பேரன் கறுப்பாய்ப் பிறந்துவிட்டான் என்பதில் ஆச்சிக்கு ரொம்பவும் துக்கம். மூன்று நாளில் ஒரு டப்பா பவுடரைக் கொட்டிப் பூசி முடித்து விடுகிறது என்பதில் தாத்தாவிற்குக் கோபம். மதுரை காக்காத் தோப்பில் போகிறவர்கள் வருகிறவர்கள் எல்லாம், பவுடர் அப்பியிருப்பதைப் பார்த்துவிட்டு சுண்ணாம்புச் சட்டிக்குள் விழுந்த பெருச்சாளிபோல இருப்பதாகச் சொல்லும் போதெல்லாம் ஆச்சிக்கு ஆங்காரம் வந்துவிடுமாம். அப்படிப் புரணி பேசிப் போகிறவர்களை நிறுத்தி, ‘கறுப்புக்கு நகை போட்டு காத தூரம் பாக்கணும். செகப்புக்கு நகை போட்டு செருப்பால அடிக்கணும்’ என்று நீட்டி முழக்குமாம் ஆச்சி. அதெல்லாம் வளர்ந்தப்பறம் காசு பணம் வந்துட்டா கழுதை, காக்காகூட கலராயிடும் என பருத்திவீரன் சித்தப்பா கேரக்டர் மாதிரி மாமாதான் ஆச்சியைத் தேற்றுமாம்.

கல்லூரிக் காலங்களில் ஒயின் குடித்தால் கலராகிவிடுவோம் என எங்கள் ஊர்ப் பையன்கள் எல்லோரும் சேர்ந்து ஒயின் குடித்தோம். அப்புறம் பீரோடு கலந்து குடித்துவிட்டு மதியம் தூங்கினால், மினுமினுப்பு வந்துவிடும் என்று எவனோ ஒருத்தன் கொளுத்திப் போட்டதால் அதையும் செய்தோம். மதியம் ஐஸ்க்ரீம் சாப்பிட்டுத் தூங்கினால் நல்லது என்றார்கள். எவனையாவது பிறாண்டிக் காசு தேர்த்தி அதையும் செய்தோம். கல்லூரிக் காலங்களில் ரஜினியைத் துணைக்கழைத்துக் கொள்வோம். நிறைய பேர் இதுபோல செய்திருக்கவும்கூடும். அண்ணன் ஒருத்தர் கல்லூரிக்குக் கிளம்புவதைச் சொல்கிறேன் கேளுங்கள். முதலில் குளித்து முடித்த பிறகு முகத்திற்கு தேங்காய் எண்ணெய் தேய்ப்பார். அடுத்ததாக அதைத்

துடைத்துவிட்டு அந்த எண்ணெய்ப் பிசுக்கில் பவுடரை அப்புவார். அப்புறம் அதை மேலோட்டமாகத் துடைத்துவிட்டு அதன் மீது, ஃபேர் அண்ட் லவ்லி போட்டுக் கிளம்புவார். தன்னுடைய கைகளுக்கும் அதையே செய்வார் என்றால் பார்த்துக் கொள்ளுங்களேன். அண்ணன் கதகளி ஆட்டக்காரனைப்போல அறையை விட்டு வெளியே வருவதைப் பார்க்க பத்துப் பதினைந்து பேர் குழுமியிருப்போம்.

இப்போதெல்லாம் நிறைய ட்ரீட்மெண்டுகள் வந்துவிட்டதாகச் சொல்கிறார்கள். முந்தாநாள் வரை கறுப்பாக இருந்த நடிகர்கள் திடீரென டாலடிப்பதன் மர்மம் என்ன என்று கேட்டால், கதை கதையாய்ச் சொல்கிறார்கள். கேன்சருக்குக் கொடுக்கும் சில காம்பினேஷன் மருந்துகள் இப்படி டாலடிக்க வைக்கின்றனவாம். எதிர்காலத்தில் பின்விளைவுகள் இருக்கலாம் என்கிறார்கள். ஆனால் இப்போதைக்கு எதையும் உறுதி செய்யவில்லையாம். அழகுக் கலை மருத்துவர் ஒருத்தர் சொன்னார். அது உண்மையா என்று நீங்களே விசாரித்துத் தெரிந்து கொள்ளுங்கள். நான் அந்தளவிற்கெல்லாம் போகவில்லை. கிளைக்காலிக் பீலிங்கில், யெல்லோ பீலிங் வரைக்கும் போய்ப் பார்த்திருக்கிறேன். கரும்பிலிருந்து எடுக்கப்படு வதால் பக்கவிளைவுகள் நிச்சயம் இல்லை என்கிறார்கள். ஆனால் அதுவும்கூட இறந்த செல்களை மட்டுமே உயிர்ப்பிக்கின்றன. இதைக் குறிவைத்து க்ரீம்கள் என்பதையெல்லாம் தாண்டி இப்போது நவீன சிகிச்சை முறைகள் வந்துவிட்டன. அது ஒரு வணிகமாகவும் உருவெடுத்திருக்கிறது. இதன் பின் விளைவுகள் குறித்த கவலைகள் இல்லாமல் ஒரு தலைமுறை இதற்குள் குதித்திருப்பது குறித்த கவலையில்லாமல் இன்னொரு தலைமுறை இருக்கிறது.

கல்லூரியில் தொற்றிக்கொண்ட இந்தத் தாழ்வு மனப்பான்மை பிற்பாடுதான் மறைந்தது. இருப்பது இருந்துவிட்டுப் போகட்டும். இதுவே அழகுதான். இதுதான் அகக் கம்பீரம் என்கிற புரிதல்களுக் கெல்லாம் வருவதற்கு இத்தனை ஆண்டுகள் பிடித்திருக்கின்றன. ஆயிரத்தெட்டு தத்துவங்களை வேறு துணைக்கழைக்க வேண்டி யிருந்தது. ஆனால் நகரங்களுக்குப் படிக்க வரும் கிராமத்து இளைஞர் களின் மிகப் பெரிய பிரச்சினை இதுதான். எங்கள் கல்லூரியில் இப்படி நிறத் தாழ்வு கொண்டவர்களெல்லாம் தனித் தனியாகச் சுற்றிக் கொண்டிருப்பார்கள். சில நேரங்களில் அலுவலகங்களில்கூட இப்படித் தனியாகச் சுற்றுபவர்களை எளிதில் அடையாளம் காண முடியும். இப்போதுள்ள எங்களுக்கு அடுத்த தலைமுறையில் குறிப்பிட்ட சதவிகிதத்தில் நிறத்தாழ்வு இல்லை என்பதைப் பார்க்கையில் சந்தோஷமாக இருக்கிறது.

எல்லோரையும் அந்த இடத்திற்கு அழைத்துச் செல்ல பள்ளி மட்டங்களில் இருந்து முயற்சி செய்ய வேண்டும். இதுவும்கூட கல்விதான் என்கிற புரிதல் வந்தால் நல்லதுதான். அப்புறம் செகப்புக்கு நகை போட்டு என்பதை நான் சொல்லவில்லை. ஆச்சிதான் சொன்னது. சிவப்பாக இருப்பவர்கள் கோபித்துக் கொண்டால், ஆச்சியிடம்தான் நேரடியாகச் சென்று முறையிடவேண்டும். ஆச்சி செத்து பதினேழு ஆண்டுகள் ஆகிவிட்டன என்பதையும் உங்களுக்குச் சொல்ல விரும்புகிறேன்.

62

குவார்ட்டர் கொடூரங்கள்

நெடுஞ்சாலை மதுக்கடைகள் குறித்து ஹிந்து தமிழில் நண்பன் டி.எல். சஞ்சீவ் குமார் எழுதிய ஒரு பத்தியில் ஒரு குறிப்பொன்று வருகிறது. 'இந்த வரலாற்றுச் சிறப்பு மிக்க உச்சநீதிமன்றத் தீர்ப்பிற்குக் காரணம் பா.ம.க நிறுவனர் மருத்துவர் ராமதாஸ், அன்புமணி மற்றும் வக்கீல் பாலு ஆகியோரைப் போய்ச் சேரும்' என்கிறது அந்தக் குறிப்பு. உண்மையில் அவர்களுக்குப் போய்ச் சேரவேண்டும் என்பதில் எந்த மாற்றுக் கருத்தும் கிடையாது. சண்டிகரைச் சேர்ந்த ஹர்மான் சித்து என்பவர் ஒரு பொதுநல வழக்கின் வழியாக உச்சநீதிமன்றத்தின் பார்வையை இந்தியா முழுக்க விதைத்திருக்கிறார். அவருக்கும் சேர்த்து அந்தப் பெருமையைப் பங்கிட்டுக் கொடுத்துவிடுவோம்.

தமிழகத்தைப் பொறுத்தவரை நெடுஞ்சாலையில் இருக்கிற மதுக் கடைகளை மூட வேண்டும் என்பதில் மட்டுமல்லாமல் பூரண மதுவிலக்கைக் கொண்டுவர வேண்டும் என தொடர்ந்து பேசி வருகிறார் மருத்துவர் ராமதாஸ். மதிமுக பொதுச் செயலாளர் வைகோவும்கூட இப்படிப் பேசி வருபவர்தான். மருத்துவரைப் பொறுத்தவரை அவருடைய கட்சியினர் முன்னிறுத்தும் சாதி சார்ந்த செயல்பாடுகளில் எனக்கு ஆர்வமும் கிடையாது. விருப்பமும் கிடையாது. பல நேரங்களில் கண்டனங்களும் உண்டு. சில நேரங்களில் அந்தச் செயல்பாடுகள் சிலவற்றைப் பார்த்து அடியாழத்தில் நடுங்கி யிருக்கிறேன். ஆனால் மதுவிலக்கு மற்றும் விவசாயம் என்கிற இரண்டு விஷயங்களில் ராமதாஸ் அடியாழத்தில் ரகசியக் கனவுகளைக் கொண்டிருக்கிறார் என்பதை உறுதியாகச் சொல்ல முடியும்.

நான் அவரைப் பல முறை பேட்டியெடுத்திருக்கிறேன். திமுக-பா.ம.க கூட்டணி ராமதாஸ் 'கருணாநிதி கருணாநிதி' என வாய்க்கு வாய் சொன்னதால் முறிந்து போனது ஞாபகம் இருக்கிறதல்லவா? அந்தப் பேட்டியை அவர் எங்களுக்குதான் கொடுத்திருந்தார். ஒருதடவை அதிகாலை ஐந்தரை மணிக்கு அழைத்து சம்பந்தா சம்பந்தம் இல்லாமல் என்னைத் திட்டினார். ''சார், அது டெல்லி ஆஃபிஸ்ல இருந்து போட்ட நியூஸ் சார்'' என நான் சொன்னதை அவர் காதிலேயே போட்டுக் கொள்ளவில்லை. அதற்கு முதல் நாள்தான் ஒரு பேட்டி கொடுத்திருந்தார். அந்தப் பேட்டியைத் திருப்பி வாங்கிக் கொள்கிறேன் என்றார். அவருடைய கோபம் எல்லோருக்கும் தெரிந்ததுதான். ஒரு கொதிநிலையிலேயே இருப்பார். ரத்தக் கொதிப்பிற்கான மாத்திரையை எடுத்துக்கொள்வதை என் கண்ணால் பார்த்திருக்கிறேன்.

இந்தக் கொதிநிலையை அவர் மதுவிலக்கு மற்றும் விவசாயம் சம்பந்தமான பிரச்சினைகளைப் பேசும்போது கவனித்திருக்கிறேன். அவர் உண்மையில் அவருடைய தோட்டத்தில் விவசாயிபோல சட்டை போடாமல் 'களை வெட்டும்'படியான புகைப்படங்களை எடுப்பதைதான் அதிகமும் விரும்புவார். அவர்களது அறக்கட்டளை சார்பாக நடக்கும் கல்லூரியில் உள்ள தோட்டத்தில் விளைபவற்றைச் சுற்றிக் காட்டுவதில் அவருக்கு ஒரு அலாதி ப்ரியம். குடிக்கக் கூடாது என்பதை அடிக்கடி தனிப்பட்ட அறிவுரையாகச் சொல்லிக் கொண்டிருப்பார். அதேமாதிரி விவசாயம் சார்ந்த திட்டங்களின்பால் அவருக்கு அதிக அக்கறை உண்டு என்பதையும் மறுக்க முடியாது.

ஆனால் அவர் பேசும் சாதிய அரசியல் இதுபோன்ற பல விஷயங்களை வெளிச்சத்திற்குக் கொண்டுவராமல் செய்துவிட்டது. மரம் வெட்டி என்கிற சுமத்தப்பட்ட பட்டம் மேல் எனக்கு உடன்பாடில்லை. இட ஒதுக்கீடு கேட்டு சாலையை மறைத்தால் அது மரம் வெட்டுவதாகி விடுமா? அப்புறம் எப்படித் திரும்பிப் பார்ப்பார்கள்? ஒரு வளர்ந்து வரும் கட்சிக்கு எதிராக 'யெல்லோ ஃப்ளவர்' ஆபரேஷனை ராணுவம் நடத்துகிற அளவிற்கு ஒரு போராட்டத்தை நடத்தி ஒட்டுமொத்த இந்தியாவையும் திரும்பிப் பார்க்க வைத்த வகையிலும் அதன் மூலம் நன்மைகளைப் பெற்ற வகையிலும் அந்தப் போராட்டம் மிக முக்கியமானது. ஆனால் அதற்கடுத்த அவருடைய நகர்வுகள் எல்லாமும் அவருடைய இயல்புப்படி விடாப்பிடியான குணம்கொண்ட செயல் பாடுகள். பிறர் தரப்பை கவனத்திலேயே எடுத்துக்கொள்ளாத செயல் பாடுகள்.

ஆனால் இந்த இரண்டு விஷயத்தில் அவருடைய அர்ப்பணிப்பு உணர்வை சில தடவை பேச்சுக்களின் வழியாகக் கேட்டிருக்கிறேன்.

நெடுஞ்சாலை மதுக் கடைகளை இழுத்து மூடும் தீர்மானம் உண்மையிலேயே அவசியமானது. ஒருமுறை நான் பார்த்துக் கொண்டிருந்தபோதே ஒரு கார் வேகமாக சாலையை விட்டு விலகி ஒரு பள்ளத்தில் போய் கவிழ்ந்தது. இறங்கி நண்பர்கள் ஓடிப் போய் தண்ணீர் சூழ்ந்த அந்தப் பள்ளத்தில் இருந்த காரிலிருந்த டிரைவரை மீட்டார்கள். முழுக் குடி. நண்பன் ஒருத்தன் மூணு பேரோடு குடித்துவிட்டு வண்டியோட்டிப் போய் அத்தனை பேரும் ஸ்பாட் அவுட். இப்படி நிறைய சொல்லலாம். நெடுஞ்சாலையில் அடைத்து விட்டால் குடிக்கவே மாட்டார்களா? இல்லை, அப்போதும் குடிப்பார்கள். கைக்கு எட்டும் தூரத்தில் இருக்கவிடாமல் செய்வது ஒரு எதிர்ப்பு நடவடிக்கை. அவ்வளவுதான். ஆனால் அந்தச் சிறு எதிர்ப்பு நடவடிக்கைக்கே எவ்வளவு தூரம் தாண்டி வர வேண்டியிருக்கிறது. மக்கள் இப்போது ஆங்காங்கே கடைகளைப் போடவிடாமல் மறிக்க ஆரம்பித்து விட்டார்கள். கும்பகோணத்தில் 23 கடைகள் ஒரே நேரத்தில் மூடப்பட்டிருக்கின்றன. அந்த நகரில் கடைகளே இல்லை என்பது நல்ல விஷயம்தான்.

பூரண மதுவிலக்கு என்பது சாத்தியமில்லை என்பது தெரிந்த விஷயமே. ஆளும் கட்சி மற்றும் ஆண்ட கட்சியின் நடவடிக்கைகள் எல்லாமும் கண் துடைப்புச் செயல்பாடுகள் என்பதைச் சொல்லித் தெரிய வேண்டியதில்லை. அரசின் கஜானாவை நிறைக்கும் அமுதசுரபியை யார் கழுத்தில் கத்தி வைத்து அறுப்பார்கள்? திமுக ஆட்சியில் மிடாஸிடம் இருந்துதான் அதிகமாக கொள்முதல் செய்தார்கள் என்பதை புள்ளி விவரங்களை எடுத்துப் பார்த்தாலே தெரிந்துவிடும். மது ஒழிப்புச் செயல்பாட்டிற்கு இந்த ஒற்றை உதாரணம் போதும். மதுவிலக்கு என்பது சாத்தியமில்லாத நிலையில் மது சார்ந்த கொள்கை வரவேண்டும் என்பதுதான் என்னுடைய நிலைப்பாடு.

உலகமெல்லாம் குடி இருக்கிறது. கொண்டாட்டம் இருக்கிறது. ஆனால் இங்குமட்டும்தான் அது வெறியாக இருக்கிறது. கல்லீரலைப் பதம் பார்க்கும் தரமற்ற மதுவை விற்கச் சொல்லி அரசாங்கமே ஊக்குவிக்கிறது. அரசுக்கு நெருங்கியவர்கள் அதே தரமற்ற மதுவைத் தயாரித்துக் கொண்டிருக்கிறார்கள். உண்மையில் இதையும் உரக்கக் குரலெழுப்பிக் கண்டிக்க வேண்டும். எந்தத் தொழிலாக இருந்தாலும் அதில் லாபம் குறித்த கணக்கு இருக்கிறது. ஐம்பது ரூபாய் தயாரிப்புச் செலவு வந்தால், எழுபது ரூபாய்க்கு விற்கலாம். அதுவே அதிகம். ஆனால் 18 ரூபாய் தயாரிப்புச் செலவு கொண்ட ஒரு குவார்ட்டரை 125 ரூபாய்க்கு விற்பது கொள்ளை லாபம் இல்லையா? அதுவும் தரமற்ற தயாரிப்பு என்று வரும்போது எவ்வளவு கொள்ளை என்பதைப் புரிந்துகொள்ளுங்கள்.

மெல்ல மதுவிலக்கு சம்பந்தமாகவும் மதுக் கொள்கை சம்பந்தமாகவும் குரல்கள் எழத் துவங்கியிருப்பது முக்கியமான விஷயம். அரசு மது வியாபாரத்தில் இருந்து விலகவேண்டிய நேரம் இது. மீண்டும் தனியார்களிடமே விட்டுவிடலாம் என்று சொல்லத் தோன்றுகிறது. குறைந்தபட்சம் தரமான மதுவாவது உத்தரவாதமாகக் கிடைக்கும். தட்டிக் கேட்க முடியாத அரசு வியாபாரத்தில் தரமற்றவைகள்தான் கோலோச்சும். பொதுத் துறை நிறுவனங்களை அரசு ஏற்று நடத்துவதும் மதுவியாபாரத்தை ஏற்று நடத்துவதும் ஒன்றா என்ன? அந்த வகையில் தமிழகம் மதுக் கொள்கை சார்ந்த விவாதத்தைத் துவக்கியிருப்பதாகவே தோன்றுகிறது. அந்த வகையில் இந்தச் சட்டப் போராட்டத்தில் தொய்வில்லாமல் ஈடுபட்ட பா.ம.க பாராட்டுக்குரியது. அத்தனை பெருமையும் அதன் நிறுவனர் ராமதாஸ் அவர்களுக்கே போய்ச் சேரும்.

63

பாவியல்லாதவர்கள் முதல் கல்லை எறியட்டும்!

நடிகரும் அரசியல்வாதியுமான கமலஹாசன் குறித்து சமீபத்தில் உதிர்க்கப்பட்ட ஒரு கருத்து உறுத்தலாகவே இருக்கிறது. அந்தக் கருத்தை உதிர்த்தவர் ஒன்றும் சாதாரண நபர் இல்லை. அணு உலைகளுக்கு எதிரான அரசியல் செயல்பாடுகளின் ஒருங்கிணைப்பாளரான சுப.உதயகுமரன்தான் அந்தக் கருத்தைச் சொல்லியிருந்தார். 'தமிழ்நாட்டு ஆண்களில் தொண்ணூறு சதவிகிதத்திற்கும் மேலானவர்கள் ஒரே திருமண உறவில் இருப்பவர்கள்' என்கிற பொருள்படும் படியான வாசகங்களை அடுக்கி அதை கமல் ஹாசனை நோக்கி எறிந்திருந்தார். அவர் சொல்ல வருவது என்ன? நேரடியாகக் கமலை 'ஒழுக்கம் கெட்டவர் அரசியலுக்கு வரலாமா?' என்று கேள்வி கேட்டிருக்கிறார். இதே தொனியில் பலர் இதுமாதிரியான கவலைகளை வெளிப்படுத்தி இருந்தனர்.

கமலை விமர்சிக்க நூறு காரணங்கள் இருக்கலாம். அவரது தனிப்பட்ட வாழ்வை முன்னிறுத்தி செய்யப்படும் விமர்சனங்கள் சரியே இல்லை என்பதை அரசியல் எல்.கே.ஜி படிக்கும் குழந்தைகூட சொல்லிவிடும். ஆனால் இத்தகைய குற்றச்சாட்டுகளை முன்னிறுத்தி வேறு ஒரு விஷயத்தைச் சொல்லலாம் என்று தோன்றுகிறது. பொதுவாகவே தமிழகம் அமைதிப் பூங்கா என்பது போன்ற புரிதல்கள் எவ்வளவு பிழையானவையோ, அதேமாதிரி ஒழுக்கம் சார்ந்த விஷயங்களில் தமிழர்களைப் பக்திப் பழமாகப் பார்ப்பதும் பிழையானதே. தராசில் எந்தப் பக்கம் முள் அதிகமாக நிற்கிறது என்று பார்க்க முடியாத நிலைதான் தொடர்கிறது.

தொலைக்காட்சி நிகழ்ச்சியொன்றின் வழியாக எண்ணற்ற வழக்குகளைப் பார்த்தவன் என்கிற முறையில் சொல்கிறேன். நேரடியாகவே குறைந்தது ஐந்தாயிரம் கதைகளைக் கேட்டிருப்பேன். சென்னை துவங்கி கன்னியாகுமரி வரையுள்ள இண்டு இடுக்கில் உள்ள கிராமங்களில் இருந்தெல்லாம் படை படையாய்க் கிளம்பி வந்து கதை சொல்லியிருக்கிறார்கள். தமிழகத்தின் அத்தனை சாதிகளும் அதில் அடக்கம். மும்மதங்களும் அடக்கம் அதில். மும்மதங்களைத் தாண்டிய எம்மதங்களும் அடக்கம் அதில். தான் வளர்த்த சிறுவனைப் பாலியல் தேவைகளுக்குப் பயன்படுத்திக் கொண்ட கன்னியாஸ்த்ரி ஒருத்தரும் கதை சொல்லியிருக்கிறார். மௌல்வி ஒருத்தரும் சொல்லியிருக்கிறார். வழக்கமாக இந்த விஷயத்தில் அடித்து ஆடும் இந்துச் சாமியார்களும் இருக்கிறார்கள்.

மதங்களை விடுங்கள். மனிதர்களின் கதைக்கு வருவோம். நான் கேட்ட கதைகளில் தொண்ணூற்று ஒன்பது சதவிகிதக் கதைகள் கள்ளக்காதல் சம்பந்தப்பட்ட கதைகள். ஆண்/பெண் வேறுபாடு இல்லாமல் சகல திசைகளிலும் கள்ளக் காதல் வசப்பட்ட கதைகள். ஒரு புரிதலுக்காக கள்ளக் காதல் என்கிறேன். அது வசப்பட்டவர்கள் கோபித்துக் கொள்ளாதீர்கள். காதலில் நல்ல காதல் ஏது, கள்ளக்காதல் ஏது என்கிற கட்சிதான் நானும். கள்ளக்காதலுக்காக ஒரு பெண் தன்னுடைய கணவரை எப்படிக் கொன்றார் தெரியுமா? வேட்டையாடு விளையாடு படத்தைப் பார்த்துவிட்டு வந்து, அதே மாதிரி குடித்து விட்டுத் தூங்கும் தன்னுடைய கணவரின் முகத்தில் ப்ளாஸ்டிக் கவரை மாட்டிவிட்டுக் கொன்றார். இன்னொருத்தர் தன்னுடைய மனைவியை ஒரு பழைய படத்தில் அழைத்துச் செல்வதுபோல அழைத்துச் சென்று கிணற்றில் தள்ளிவிட்டுக் கொன்றார். இப்படி நிறைய கொலை டிப்ஸ்களைச் சொல்லிக்கொண்டே போகமுடியும்.

ஒருபக்கம் ஒழுக்கத்தில் சிறந்த பூமி தமிழ் பூமி என்று சொல்லிக் கொண்டே இன்னொரு பக்கம் இதுபோலவான பாலியல் மீறல்களை சுதந்திரமாக நிகழ்த்திப் பார்த்துக் கொண்டிருக்கிறது தமிழ்ச் சமூகம். நடிகர்கள் மட்டுமே பாலியல் மீறல்களைச் செய்வதைப்போல பாவனையைத் தொடர்ந்து தமிழ்ச் சமூகம் மேற்கொண்டு வருகிறது. தமிழகத்தில் செயல்படும் ஆலைகள், அலுவலகங்கள், கடைகள் என அத்தனை துறைகளிலும் கள்ளக்காதல் நீக்கமற நிறைந்திருக்கிறது. அந்தச் சமூகத்தின் பிரதிநிதிதான் சுப.உதயகுமரனும். ஏதோ இந்தக் கள்ளக் காதல் என்பது அந்தக் காலப் பெரிசுகளின் தனிச் சொத்து என்பதைப் போலவும் பார்த்துவிட முடியாது. அலுவலகத்தில் ஒருத்தருடன் வாழ்க்கை, வீட்டில் இன்னொருத்தருடன் வாழ்க்கை என்று வாழ்ந்து கொண்டிருக்கும் பொறியியல் படித்த இளம்பெண்

ஒருத்தரை எனக்கு நன்றாகத் தெரியும். இன்னொரு எம்.பி.ஏ படித்த பெண் சோகத்தோடு வந்தார். என்னம்மா பிரச்சினை என்றால் தலையில் கல்லைத் தூக்கிப்போட்டார்.

கணவரும் வேண்டும். கள்ளக் காதலரும் வேண்டும் என்றார். அதில் தப்புக் கண்டுபிடிக்க நாம் யார்? அதுவல்ல பிரச்சினை. இருவருமே ஒரே வீட்டில் வேண்டும் என்றார். சம்பந்தப்பட்ட கணவர் அழுத படியே சொன்னார், 'இந்தப் பக்கம் நான் படுத்துக்கணுமாம். அந்தப் பக்கம் அவன் படுத்துக்கணுமாம். எப்படி சார் இருக்க முடியும்?' கடைசியில் மூன்று பேருமே ஒன்றாகக் கிளம்பிப் போனார்கள். அது எந்த ஊர் தெரியுமா? சுப.உதயகுமரன் வசிக்கும் அதே தெக்கத்தி முனைதான்.

இப்படி இந்தக் கதைகளை பால், இன, பொருளாதாரத் தட்டு வேறுபாடின்றி நீட்டித்துக் கொண்டே போகலாம். மீறலுக்குத் தயாராகயிருக்கிற சமூகத்தில் வந்து நின்றுகொண்டு பொய்யான ஒழுக்க விதிகளைக் கையில் எடுத்துக்கொண்டு ஒருவரின் அரசியல் பிரவேசத்தை முடக்கத் துடிப்பது சரிதானா? அணு உலை விஷயத்தில் கமலின் நிலைப்பாடு என்ன என அவர் கேள்வி எழுப்பியிருந்தால், அது புரிந்து கொள்ளக்கூடியதும், ஆரோக்கியமானதும். பொதுவாகவே பெண்கள் விஷயத்தில், அவர்களை வீழ்த்த நினைப்பவர்கள் அப்பெண்களின் கேரக்டரைக் கொலை செய்வார்கள். அதையேதான் கமல் விஷயத்திலும் செய்ய நினைக்கிறோமா? அதற்காக தமிழகம் முழுக்கவே ஒழுக்க மீறல்கள் நடக்கிறது என்று சொல்ல வரவில்லை. மனசாட்சியைத் தொட்டு ஒவ்வொருத்தரின் குடும்பச் சங்கிலியையும் உற்றுப் பார்ப்போம். அதில் நன்றாகக் கூர்ந்து கவனித்தால் வைரமுத்து எழுதியதைப்போல, ஒன்னிரண்டு தப்பிப் போகும் கணக்கு என்பதாகவே இருக்கும்.

தமிழகத்தின் அரசியலில் பாலியல் ரீதியிலான கிசுகிசுப்புகளே ஆயிரம் கொட்டிக் கிடக்கின்றன. அதையெல்லாம் சொல்லப் புறப்பட்டால் நாறிவிடும். மகளின் கல்லூரித் தோழியை லவட்டிக்கொண்ட கதைகளும் இருக்கின்றன. மறைந்த நடிகை ஒருத்தரின் பிணம் ராயப்பேட்டை மார்ச்சுவரியில் இருந்தபோது அங்கே போய் எட்டிப் பார்த்த கதைகளும் இருக்கின்றன. நீதி வழங்குவதற்காக முன்னணி நடிகைகளைத் துகிலுரிந்த கதைகளும் இருக்கின்றன. மருத்துவமனையையே அந்தப்புரமாக ஆக்கிய அரசியல் கதைகளும் இருக்கின்றன. இதையெல்லாம் பேசுவதற்குத் துளி தைரியம்கூட இல்லை நம்மிடம் என்பதுதான் உண்மை. வெளிப்படையாகச் செய்த ஒருத்தரைப் பார்த்து மறைந்து திரிந்து அலையும் பூனைகளைப்போல

நேர்மையற்ற முறையில் செயல்பட்டுக் கொண்டிருக்கும் ஒரு சமூகம் வேடிக்கை பேசுவது முற்றிலும் நியாயமற்றது. தெளிவான அரசியல் புரிதல் கொண்டவர்களும் அப்படியான முத்திரைகளைக் குத்தப் புறப்பட்டிருப்பது அவர்களது அரசியல் தெளிவின்மையையே காட்டுகிறது. ஆணுக்கும் பெண்ணுக்கும் கற்பைப் பொதுவில் வைப்போம். தமிழ்ச் சமூகத்திற்கும் சேர்த்துதான் இதைச் சொல்ல வேண்டியிருக்கிறது. உங்களில் பாவம் செய்யாதவர் எவரோ அவர் முதல் கல்லை எறியட்டும்!

௬௪

மானமும் அவமானமும்

நெடுஞ்சாலைப் பயணங்களில், சாப்பிட்ட பின் இலையை எடுக்கவும் என்கிற போர்டுகளை எளிதாகக் காண முடியும். நிறைய டிகிரி ஹோட்டல்கள் வந்த பிறகும் இந்த போர்டைப் பார்க்க முடிகிறது. அதுவும் குறிப்பாகத் தென் மாவட்டங்கள் பக்கம் அதிகமாக நான் பார்த்திருக்கிறேன். வேறு இடங்களிலும் இருக்கின்றன.

குறிப்பாகத் தமிழ் மனம் ஹோட்டல் தொழிலுக்கு எதிராகவே இருக்கிறது. நடத்தினால்கூட வீட்டுச் சாப்பாடு என்று அழுத்திச் சொல்வார்கள். 'கிளப் கடைக்குப் போய் சாப்பிடுது. இதெல்லாம் எங்க உருப்படப் போகுது' என அப்பத்தா முனகும். வெத்தலை வாங்கித் தராத ரிவெஞ்சைக் காண்பிக்கும். ஹோட்டல் வேலைக்கு ஆட்களே போக மாட்டார்கள். ஏதாவது சொந்தக்காரர்கள் விசேஷம் வந்தால், ஹோட்டல் சாப்பாடு டோக்கன் கொடுப்பதைப் பெருமை யாகப் பேசுவார்கள். 'ஏங்க்கா நாம வச்சா சாம்பார் இந்த வாசம் வர மாட்டேங்குதே' என காமாட்சி அக்கா கேக்கும்.

'அடி இவளே மெட்ராசுல ஒரு எசன்ஸ் விக்காகலாம். ரெண்டு மூடி எடுத்து ஊத்துனா வந்துரும்டி' என அத்தை அசால்ட்டாகக் கடந்து போகும். 'கிங் மெட்ரோ ரோஸ்ட் தோசை' என்றதும் கும்மவும் பழகிவிட்டனர். இப்போதெல்லாம் ஹோட்டல்களுக்குப் போவதும் வருவதும் சகஜமாகிவிட்டது. ஆனாலும் அந்தத் தொழில் குறித்த மன விலக்கம் இன்னும் அகலவில்லை.

'எச்சி எலை எடுத்துப் போடறதெல்லாம் ஒரு தொழிலா?' என ஒருத்தர் குதித்ததைக் கண்ணால் பார்த்திருக்கிறேன். ஒரு தொழில்

வேண்டும். அதன் மூலம் வரும் காசு வேண்டும். ஆனால் இலையை எடுத்துப் போடவும் என்கிறார்கள். இதையும் சாதியையும் போட்டுக் குழப்பிக் கொள்ளாதீர்கள். எந்த ஊரில் அப்படி ஹோட்டல் வைக்க விடுகிறார்கள்?

இது வேறொரு மனநிலையைச் சுட்டுவது. இதிலும் சாதி இருக்கிறது என்றாலும், ஒட்டு மொத்த தமிழ் மனம் செயல்படும் விதத்தைச் சுட்டுகிறேன். அடுத்தவன் இலை என்கிற கௌரவம் பார்க்கிற மன நிலை தொழிலுக்கு எதிரானது. இது தமிழர்களின் அடிப்படையான மன நிலையோ? எல்லா விஷயங்களிலும் இதைப் பொருத்திப் பார்க்கலாம். இந்த மனநிலையை நீங்கள் ஒரு சீனனிடம் பார்க்க முடியாது. வியாபாரத்தில் கௌரவம் பார்க்கிற ஒரே இனம் நாமாகதான் இருக்க முடியும்.

65

சாதியும் புதுச் சட்டையும்

ஜவஹர்லால் நேரு பல்கலைக் கழகத்தில் ஹோலி பண்டிகைக் கொண்டாட்டங்கள் நடந்து கொண்டிருக்கும்போதுதான் சேலத்தைச் சேர்ந்த ஆய்வுமாணவர் முத்துகிருஷ்ணன் நண்பர் ஒருத்தருடைய அறைக்குப் போய்த் தூக்கிட்டுத் தற்கொலை செய்துகொண்டதாகச் சொல்லப்படுகிறது. நான் பலமுறை ஜே.என்.யூ கேம்பஸிற்குச் சென்றிருக்கிறேன். அதில் சில தடவை ஹோலி கொண்டாட்டங் களிலும் இருந்திருக்கிறேன்.

அது ஒரு கொண்டாட்டமான தினம் அங்கே. பொதுவாகவே வசந்தத்தை வரவேற்கும் பண்டிகை அது. ஆனால் முத்துகிருஷ்ணனின் சாவு அந்த வசந்தக் கொண்டாட்டங்களின் முகத்தில் கலர்ப் பொடிகளைத் தூவுவதற்குப் பதிலாக கறுப்பு மையை அப்பியிருக்கிறது. பாங்கு அடித்துவிட்டு அங்கிருக்கிற மாணவர்கள் கொண்டாட்டத்திற்குப் பதிலாக வேதனையுடன் முனகிக் கொண்டிருக்கிறார்கள்.

அங்கிருக்கும் தம்பிகள் சிலர் தொலைபேசியில் அழைத்துத் தகவலைச் சொன்னார்கள். ஒரு விஷயத்தைப் புரிந்துகொள்ள வேண்டும். டெல்லி வரை கிளம்பிப் போய் படிப்பது என்பதே ஒரு சாகச முயற்சிதான். வலுவான கொள்கைப் பிடிப்பு இல்லாவிட்டால் அந்த கேம்பஸிற்குள் நுழைவதற்கு யாரும் முயற்சி செய்வதே கிடையாது. உள்ளூரிலேயே அத்தனை படிப்புகள் இருக்கும் நிலையில் எதற்காக ஜே.என்.யூ வரைக்கும் கிளம்பிப் போக வேண்டும்? ஏதாவது ஆய்வுத் துறையில் செய்ய வேண்டும் என்கிற உந்துதல் இருப்பவர்களே பெரும்பாலும் அங்கே படிப்பதற்காகக்

எக்ஸ்டஸி | 197

கிளம்பிப் போகிறார்கள். அப்படிதான் முத்துகிருஷ்ணனின் கனவும் ஜே.என்.யூவில் படிப்பது.

சேலத்தில் ஆரம்பப் படிப்பைப் படித்தவர். ஹைதராபாத் பல்கலைக் கழகத்தில் படித்துக் கொண்டிருந்தவர் ஜே.என்.யூவில் வாய்ப்பு கிடைத்ததும் அங்கே நகர்ந்திருக்கிறார். ரோகித் வெமுலாவோடு நெருங்கிப் பழகியிருக்கிறார். ரோகித்தின் சாவிற்கு அடுத்து நடந்த போராட்டங்களில் பலவற்றிலும் பங்கெடுத்திருக்கிறார். டெல்லி வந்தபிறகும்கூட, பல்வேறு இயக்கங்களுடன் இணைந்து போராட்டங்களிலும் கலந்து கொண்டிருக்கிறார்.

காதல் பிரச்சினையில்லை. குடும்பப் பிரச்சினை இல்லை. இருந்தாலும் ஏன் தற்கொலை செய்துகொண்டார்? விவரங்கள் வெளியே வரவேண்டும் என எல்லோரையும்போல நானும் வலியுறுத்துவேன். தலித் மாணவர்களுக்குத் தொடர்ந்து இதுமாதிரியான இன்னல்கள் ஏற்பட்டுக் கொண்டிருப்பதை சாதாரணமாகக் கடந்து போய்விட முடியாது.

இன்னமும் சாதிய பாகுபாடுகள் இருக்கின்றனவா என்று இன்னமும் கேட்கிறவர்கள் இருக்கிறார்கள். இருக்கிறது. வெளிப்படையாக முன்னைப்போல 'ஏலே... பயலே...' என அழைக்கவில்லையே தவிர அது நுணுக்கமாக இருக்கிறது. இந்தியாவின் அறிவுத் தொட்டில் என்றழைக்கப்படும் ஜே.என்.யூவிலும் இந்தப் பிரச்சினை இருக்கிறது என அங்கிருந்து அழைத்துத் தகவல் சொன்ன மாணவர்கள் சொல்கிறார்கள். முத்துகிருஷ்ணன் செத்துப் போன அன்று காலையில்கூட கபாலி பட வசனமான 'நான் கோட்டு போடுவேன்' என்பதைத் தன்னுடைய சக நண்பர்களிடம் சொல்லிக் காட்டியிருக்கிறார். அவர் கோட்டு போடுவதைப் பற்றிப் பேசினார்.

ஆனால் அங்கிருக்கும் மாணவர்கள் புதுச் சட்டைகூட போட முடியாது என்பதை வருத்தத்துடன் சொல்கிறார்கள். புதுச் சட்டை போட்டு வகுப்புக்குப் போனால், 'என்ன பெலோஷிப் வந்துருச்சா. சட்டையெல்லாம் புதுசா இருக்கு' என ஆசிரியர்கள் சிலரே நுணுக்கமாகக் கிண்டல் அடிப்பார்கள் என்று சொல்கிறார்கள். இது உண்மைதான். இதுமாதிரியான டயலாக்குகளை நானும்கூட சில சமயங்களில் கேட்டிருக்கிறேன். பிற மாணவர்களை நோக்கி இந்தக் கேள்வி கேட்கப்படும்போது அது ஏழ்மையை ஏளனம் செய்கிறது. ஆனால் தலித் மாணவர்களை நோக்கிக் கேட்கப்படும்போது அது நேரடியாக சாதியை ஏளனம் செய்கிறது என்பதைப் புரிந்துகொள்ள வேண்டும்.

பொதுவாகவே ஜே.என்.யூ போன்ற இடங்களில் மாணவர்கள் மனதளவில் ஒரு கொதிநிலையிலேயே இருக்கிறார்கள். ரோலக்ஸ்

வாட்ச் நாவலில்கூட ஜே.என்.யூ கேம்பஸில் நடக்கும் விவாதங்கள் குறித்து எழுதியிருப்பேன். அதிலும் ஆங்கிலம் தெரியாத கிராமப்புற மாணவர்கள் அங்கு செல்லும்போது ஏற்படுகிற சிக்கல்கள் சொல்லி மாளாது. பெண் பிள்ளைகள் நம்மோடு பேசவே மாட்டார்கள். உண்மையான அறிவுஜீவிப் பெண்பிள்ளைகள் சிலர் வேண்டுமானால் சும்மா ஒப்புக்குச் சிரிப்பார்கள். மாணவர் பருவத்தில் அவர்கள் விரும்பும் விஷயத்திலிருந்தே இதுபோல சிக்கல்கள் ஆரம்பமாகி விடுகின்றன. தோற்றம்/மொழி இவற்றிற்கான முக்கியத்துவம் அங்கேயே இருக்கிறது. ஒருவகையில் அந்தச் சூழ்நிலையே தாழ்வு மனப்பான்மையைக் கொண்டுவந்துவிடும். அதை மீறி வருவதற்கு அசலான மனப்பக்குவம் தேவையாக இருக்கிறது. அந்த இடத்தை நோக்கியே ஜே.என்.யூ என்கிற மையம் எல்லோரையும் மேல்நோக்கி நகர்த்த முயற்சிக்கிறது. ஆனாலும் தனித் தனியாக அலையும் கூட்டம் இருந்தபடியே இருக்கிறது.

சுதந்திரமான ஜே.என்.யூ போன்ற வெளிகளில் இப்போது ஒரு மிகையான அழுத்தம் தரப்படுவதாகவே தெரிகிறது. இது தேவை யில்லாதது. நான் பார்த்த ஜே.என்.யூ இதுவல்ல. வலது சாரிகளும்/ இடது சாரிகளும் வார்த்தைகளால் அடித்துக் கொள்வார்கள். இரவானால் மாமோ சாப்பிட ஒன்றாகக் கிளம்பிப் போவோம். அதிகாலை ஐந்து மணிக்குதான் அறைக்கு வரவே செய்வோம். ஆனால் இப்போது நிலைமை மிகையான, கொதிகலனில் இருப்பதுபோல இருக்கிறது. இந்நிலைமை நீடிக்கக்கூடாது என்றே மனம் விரும்புகிறது. ஜே.என்.யூவை விடுங்கள், சென்னை கிறித்துவக் கல்லூரியிலேயே சாதி இருக்கிறது. குறிப்பிட்ட சாதிகளைச் சேர்ந்த பேராசிரியர்கள் கூட்டம் கூட்டமாக அலைவார்கள். அதையும்கூட நேரடியாகப் பார்த்திருக்கிறேன். அந்த வகையில் பல்கலைக் கழகங்கள் பதற்றத்தில் இருப்பது நாட்டுக்கும் நல்லதல்ல. அந்த மாணவர்களுக்கும் நல்லதல்ல.

66

துப்பாக்கியை வைத்து கொசுவைச் சுடுங்கள் முதலில்!

எப்போதுமே எளியவர்களின் சாவு முன்னுதாரணமாக ஆவதே கிடையாது. அது எல்லோருக்கும் தெரிந்ததுதான். இந்திய மருத்துவத் துறையின் வளர்ச்சி குறித்தெல்லாம் இப்போது முக்கியமான பேச்சுக்கள் எல்லா மட்டங்களிலும் உலவி வருகின்றன. சுதந்திரத்திற்குப் பிந்தைய இந்திய அரசு இந்தத் துறையில் தொட்ட உச்சங்கள் குறித்த புள்ளி விவரங்கள் இணையமெங்கும் குவிந்திருக்கின்றன. மெடிக்கல் டூரிசம் என்று அழைக்கப்படும் மருத்துவச் சுற்றுலா என்கிற அம்சத்தில் இந்தியா முக்கியமான இடத்தில் இருக்கிறது என்பதை மறுக்கவே முடியாது. அதிலும் குறிப்பாக மருத்துவச் சுற்றுலா என்கிற புள்ளியில் தமிழ்நாடு எப்போதுமே முதன்மையான இடத்தை வகித்து வருகிறது. எழுபது நாட்கள் உச்ச நட்சத்திரம் ஒன்றை அடைத்துவைத்து என்ன நடந்தது என்பதே தெரியாமல் தூக்கிக் கொண்டு போய்ப் பிணமாக்கிப் போய்ப் புதைத்த மருத்துவ வரலாற்றிற்கும் சொந்தக்காரர்கள் நாம்தான் என்பதிலும் தமிழனாக எனக்குப் பெருமைதான்.

மருத்துவத்தில் இந்தியா பல்வேறு வகையான புதிய முன்மாதிரிகளை உலக அரங்கில் நிகழ்த்தியிருக்கிறது. கல்லீரலை மாற்றிவிட முடியும் இங்கே. இதயத்தைக்கூட மாற்றிவிட முடியும் இங்கே. மனித உடலில் எதையும் ஒருத்தரிடம் இருந்து வெட்டி இன்னொருத்தரிடம் பொருத்திவிட முடியும். உலக அளவில் ஆஸ்திரேலிய மருத்துவத்திற்கும் பிரிட்டிஷ் மருத்துவத்திற்கும் போட்டியிடும் அளவிற்கு இந்திய

மருத்துவம் வளர்ந்திருக்கிறது என்பதையும் புறந்தள்ளி விட முடியாது. அதே சமயம் அடிப்படையான விஷயங்களில் பல சமயம் அது கோட்டை விடுகிறது என்பதை ஒரு சாதாரண விஷயத்தைக் கொண்டு நிரூபிக்கலாம்.

சமீபத்தில் நடந்த சாவொன்று இதைதான் நிரூபிக்கிறது. நான் மருத்துவர் இல்லை என்பதால் சுயமான அனுபவங்களை முன்னிறுத்தியே இந்த விஷயத்தைப் பேச விழைகிறேன். பேங்க் ஆஃப் அமெரிக்காவின் நிர்வாக இயக்குநர் சஞ்சாய் ஜா மும்பையில் டெங்கு காய்ச்சலுக்குப் பலியாகியிருக்கிறார். இறக்கும்போது அவருடைய வயது முப்பதெட்டு. எனக்கும் அதே வயது என்பதால் கொஞ்சம் ஜெர்க் ஆகியிருக்கதான் செய்கிறேன். சாதாரண ஆள் இல்லை இவர். சத்யா நாதெல்லா, இந்திரா நூயி ஆகியோருக்கு முன்பாகவே நூறு மில்லியன் டாலரை ஆண்டுச் சம்பளமாகப் பெற்றவர் இவர். இவர் மட்டுமல்ல, இதைப் போலவே பலர் டெங்கு காரணமாக உயிரை விட்டிருக்கின்றனர். புள்ளி விவரங்களைத் தேடிப் பாருங்கள். கொசுவால் செத்தவர்கள் குறித்த எண்கள் கொட்டும். இதில் கோடீஸ்வரர்களும் அடக்கம். சாமான்யர்களும் அடக்கம்.

இன்றைய தேதியில் கோடிக்கணக்கான ரூபாய்கள் வைத்திருப்பவர் களும் இருபது ரூபாய் வைத்திருப்பவர்களும் அஞ்சும் விஷயம் கொசுதான். உண்மையில் சாதாரண கொசு எல்லாவிதமான ஏற்றத் தாழ்வுகளையும் போட்டு உடைத்திருக்கிறது. யாரையும் அது போய்த் தாக்கிவிடும் என்கிற நிலைதான் இந்தியாவில் இருக்கிறது. கொசுவை இதுவரை ஒழிக்க முடியவில்லை என்பது எவ்வளவு விநோதம் பாருங்கள். உலகளாவிய மருத்துவர்கள் கூற்றுப்படி சொல்வ தென்றால் பத்து ஆண்டுகளுக்கு முன்பு வரை இந்தியாவில் டெங்கு, சிக்கன் குனியா போன்ற நோய்கள் தெரியவே தெரியாது என்று சொல்கிறார்கள். 90களில் போலியோ மிகப் பெரிய பிரச்சினையாக இருந்தது. சில ஆண்டுகளுக்கு முன்புதான் போலியோவை ஒழித்து விட்டோம் என்று அறைகூவல் விடுத்திருக்கிறார்கள்.

ஆனால் கொசுவை ஒழித்துவிட்டோம் என்று நம்மால் ஏன் அறைகூவல் விடுக்க முடியவில்லை? நண்பர் ஒருத்தர் சொன்ன விஷயம் இது. இதில் உள்ள உண்மைத் தன்மை குறித்து என்னால் உறுதியாகச் சொல்ல முடியவில்லை. அதேசமயம் பகுதி உண்மை இதில் இருப்பதையும் மறுக்க முடியாது. இலட்சக்கணக்கான கோடி ரூபாய் சம்பாதித்த ஒருத்தரை பார்ட்டி ஒன்றில் சந்தித்ததாகச் சொன்னார் அவர். அவர் எப்படி சம்பாதித்தார்? இந்தியா முழுமைக்கும் கொசு மருந்து மாத்திரைகளை சப்ளை செய்த வகையில் சம்பாதித்த சொத்து

அது என்றார். கொசு மருந்து அடிப்பதில் அப்படி என்ன காசு இருந்துவிடப் போகிறது என்றுதான் எனக்கும் தோன்றியது. ஆனால் ஒருபரந்த நிலத்தில் ஒளிந்து கிடக்கும் கொசுக்களை ஒழிக்க இலட்சக் கணக்கான கோடிகள் செலவாகதான் செய்யும் என்பதைப் புரிந்து கொள்ள முடிகிறது.

இத்தனை இலட்சம் கோடிகளை செலவழித்தும் ஏன் கொசுக்களை ஒழிக்க முடியவில்லை என்று கேள்வி கேட்டுப் பார்த்தால் அதன் அபத்தம் விளங்கும். வருடம்தோறும் மக்கள் இதன் காரணமாக ஆயிரக்கணக்கில் செத்தபடியே இருக்கிறார்கள். இது சாதாரண விஷயம் கிடையாது. ஏனெனில் எனக்கும் ஒரு தடவை டெங்கு காய்ச்சல் வந்ததன் காரணமாக ஐ.சி.யூவில் அனுமதிக்கப்பட்டிருந்தேன். டெங்கு காரணமாக ப்ளேட்லெட்ஸ் எனப்படும் இரத்த வெள்ளை அணுக்கள் குறைந்தபடி இருக்கும். ஒரு இலட்சம் இருக்க வேண்டிய இடத்தில் ஐயாயிரம் என்றளவிற்குக் குறைந்துவிடும். கவனிக்காமல் விட்டால் உள் உறுப்புகளில் ரத்தக் கசிவு ஏற்பட்டு மரணம் ஏற்பட்டு விட முடியும். எனக்கு ப்ளேட்லெட்ஸ் குறைந்தபோது எய்ட்ஸ் இருக்கலாம் என்று கருதிய மருத்துவர்களும் இருக்கிறார்கள். அப்படிக் கருதுவதற்கான வாய்ப்பு அந்த நோய்க்கு இருக்கதான் செய்கிறது. தகுதியான மருத்துவமனைகளில் மட்டுமே இதற்கான தீவிர சிகிச்சைக்கான உபகரணங்களும் வசதிகளும் இருக்கின்றன. அதே சமயம் சாதாரண மருத்துவமனைகளில் சேர்ந்தால் பாதிக்குப் பாதிதான் உத்தரவாதம் கொடுக்க முடியும் என்று நான் சொல்லவில்லை, மருத்துவர்கள் சொல்கிறார்கள்.

ஆனால் கடந்த சில மாதங்களாக பத்திரிகை செய்திகளைப் பார்த்த போது, ஏகப்பட்ட டெங்கு மற்றும் மலேரியா காரணமான மரணங்கள் எல்லா பக்கங்களிலும் பதிவாகியிருக்கின்றன. விஷக் காய்ச்சலுக்கு சிறுமி பலி என ஒருவார்த்தையில் இது போன்ற கதைகளைக் கடந்துவிடுவோம். நான் இருக்கிற பழனியில் கடந்த மாதம் மட்டும் பன்னிரண்டு பேர் விஷக் காய்ச்சலால் செத்திருக்கிறார்கள். டெங்கு என்று அதை கட்டம் கட்டிவிட முடியாது என்பதும் புரிகிறது. உண்மையில் இது மிகப் பெரிய பிரச்சினை. நான் வியாபாரம் செய்த தைமூர் இந்தப் பிரச்சினையால் கடுமையாகப் பாதிக்கப்பட்டிருந்தது. இதை ஒழிக்க கடுமையான திட்டங்களை அந்நாட்டு அரசு மேற்கொண்டு வருவதையும் கண்கூடாகப் பார்த்தேன். இயல்பாகவே அந்த நாட்டு மக்கள் தங்களுடைய உணவில் பப்பாளி இலைகளைப் பயன்படுத்துவார்கள். பப்பாளிக் கீரை டெங்கு மற்றும் மலேரியாவிற்கு எதிராகச் செயல்படும் என்பது மருத்துவப் புரிதல்.

அந்த நாடு அதைத் தாண்டி கொசுவை ஒழிக்க வேண்டும் என இதயசுத்தியோடு திட்டங்களைத் தீட்டிச் செயல்பட்டுக் கொண்டிருக்கிறது.

ஆனால் இங்கே என்ன நடக்கிறது? இந்திய மருத்துவத் துறையைச் சீரமைக்கப் போகிறோம் என்று சொல்லி நீட் போன்ற தேர்வுகளைக் கொண்டுவருவதில் அக்கறை காட்டிக் கொண்டிருக்கிறது அரசு. ஆனால் ஒரு சாதாரணக் கொசுவை ஒழிக்கும் விஷயத்தில்கூட இந்த அறுபது ஆண்டுகளில் எந்த மைல்கல்லையும் எட்டவில்லை என்பதை யோசிக்கும்போதுதான் துக்கம் தொண்டையை அடைக்கிறது. துப்பாக்கியை வைத்து மனிதர்களைச் சுடுவதெல்லாம் இருக்கட்டும் ஒருபக்கம். முதலில் கொசுவைச் சுடுங்கள்.

67

தக்காளி லோடு அடிக்கிறவர்கள்

சமீப காலத்தில் தமிழ்நாட்டைச் சேர்ந்த சுமார் 230 பேர் ஆந்திர மாநில வனத் துறையால் கைது செய்யப்பட்டிருக்கிறார்கள். தமிழகக் கடல் புறத்தில் இந்த எண்ணிக்கையில் மீனவர்கள் கைது செய்யப்பட்டால் என்ன நடந்திருக்கும்? அதன் அடர்த்தியைப் புரிந்து கொள்வதற்காக இந்த உதாரணத்தைச் சொல்கிறேன். ஆனால் தமிழ்ச் சமூகம் இதைக் கண்டுகொள்ளாமல் அமைதி காப்பதற்கு என்ன காரணம்?

நியூஸ் 18 தொலைக்காட்சியில் செம்மரக் கடத்தலில் கைது செய்யப்பட்ட தமிழ்நாட்டைச் சேர்ந்தவர்கள் நடத்தப்படும் விதத்தைப் பற்றிய ஒரு செய்தித் தொகுப்பு ஒன்று வெளியானதைப் பார்த்தேன். அந்தத் தொழிலாளிகள் கடுமையாகத் தாக்கப்பட்ட காட்சிகள் இருந்தன அதில். தார்ப்பாய் போட்டு மூடி ஒரு லாரியைக் கொண்டுவந்து வனத்துறை அலுவலகத்தின் முன்னால் நிறுத்துகிறார்கள். ஏதோ மாடுகளைக் கொண்டுவந்திருப்பார்கள் என்பதுபோலதான் இருந்தது அந்தக் காட்சி.

அந்தத் தார்ப்பாய் மூடலுக்குள் இருந்தது அத்தனையும் மனிதர்கள். ஒவ்வொருவரையும் மாட்டை இறக்குவதுபோல அடித்து இறக்கினார்கள். ஜட்டியோடு உட்கார வைத்த காட்சிகளும் அதில் இருந்தன. காட்சிகளுக்கு அப்பாற்பட்டு இன்னபிற அவமானப் படுத்தல்களும் நடந்திருக்கும் என்பதில் சந்தேகமே இல்லை. அத்தனை பேர் முகங்களையும் பார்த்தேன். ஒரு சிலரிடம் அந்த அவமான உணர்வைக் கண்கூடாகப் பார்க்க முடிந்தது. ஏன்? எதற்காக இந்த அவமானங்களையெல்லாம் சகித்துக்கொள்ள வேண்டியிருக்கிறது?

ஒரே நாளில் 230 பேர் கைது என்பதெல்லாம் சாதாரண விஷயமா என்ன? அதுவும் ஒரு மாநிலத்தில் இருந்துகொண்டு இன்னொரு மாநிலத்தைச் சேர்ந்த மக்களைக் கைது செய்வது என்பதெல்லாம் எளிதாகக் கடந்து போகிற விஷயமா என்ன?

இந்தக் கைதை விடுங்கள். இதற்கு முன்னர் இதே விஷயத்திற்காகக் கொத்துக் கொத்தாக மரம் வெட்டும் தொழிலாளிகள் கொல்லப் பட்டனரே? அப்போது இருந்தல்ல, அதற்கு முன்பிருந்தே இந்தப் பிரச்சினை தொடர்கிறது. அது பொதுத் தளத்தில் மிகப் பெரிய விவாதத்தைக் கிளப்பியிருந்திருக்க வேண்டும். ஆனால் எனக்கென்ன என சமூகம் அதையும் கடந்து போய்விட்டது.

இங்கு எண்ணிக்கையும் பெரும்பான்மையும்தான் எந்தவொரு விஷயத்தையும் தீர்மானிக்கின்றன. கும்பகோணம் பள்ளி தீவிபத்தில் மூன்று குழந்தைகள் மட்டும் இறந்திருந்தால்? திருப்பதி செம்மரக் கடத்தல் துப்பாக்கிச் சூட்டில் 2 பேர்மட்டும் கொல்லப்பட்டிருந்தால்?

இப்போது ஆந்திர வனத்துறை மூன்று பேரை மட்டும் கைது செய்திருந்தால்? சாவகாசமாக அதைக் கடந்து போயிருப்போம். ஒரு பத்து சதவிகித மாநில மனசாட்சியை உலுக்குவதற்கே, இத்தனை பேர் சாகவேண்டிய, கொல்லப்பட வேண்டிய, கைது செய்யப்பட்டு அவமானப்படுத்தப்பட வேண்டிய தேவை இருக்கிறது. தேசத்தின் மனசாட்சியை உலுக்க வேண்டுமானால், குறைந்தது நூறு பேராவது சாக வேண்டும் அல்லது கொல்லப்பட வேண்டும் என்கிற நிலை இருப்பதைப் பற்றி யோசிக்கவே அச்சமாக இருக்கிறது. இந்த இடத்தில் மீனவர் பிரச்சினையையும் இந்தக் கோணத்தில் பொருத்திப் புரிந்து கொள்ளலாம்.

நிறைய நேரங்களில், ஸ்கோர் எவ்வளவு என்கிற கேள்விக்கும் எத்தனை பேர் செத்திருக்கிறார்கள் என்கிற கேள்விக்கும் பெரிய வித்தியாசம் இல்லாமல் போகிறது. இங்கு எல்லாமே எண்ணிக்கை விளையாட்டு தான். தர்க்கங்கள், ஒரு பிரச்சினையின் பின்னால் உள்ள மறுகோணங் கள் இவையெல்லாம் தேவையேயில்லை. பிரச்சினையின் ஆணி வேரையறிந்து அதைத் தடுப்பதற்கான எத்தனிப்புகள் பற்றி யெல்லாம் கவலைகொள்ள யாருக்கும் நேரமில்லை.

மாநிலத்தின் மனசாட்சிக்குத் தேவையெல்லாம் ஒரு ஒற்றைப்படை யான கோஷமோ முழக்கமோ மட்டும்தான். அப்படிதான் நாம் சிந்திக்க பழக்குவிக்கப்பட்டிருக்கிறோம். எதிர்முழக்கமோ எதிர்கருத்தோ நம்மைப் பதற்றமடைய வைக்கின்றன. 'அப்பாவிகள் - அவர்களைப் பயன்படுத்திக் கொண்ட செம்மரக்கடத்தல்காரர்கள் - பின்னால் உள்ள

அரசியல்வாதிகள்' என எளிதாக சுருக்கப்பட்ட வடிவம், எந்த வகைப்பட்ட வினையாற்றுதலுக்கும் ஏதுவானதாக இருக்கிறது. இன்னும் சுருக்கவேண்டுமெனில், 'கொல்லப்பட்ட தமிழர்கள்'. இன்னும் அதற்கு மேலும் சுருக்கவேண்டுமானால், கொல்லப்பட்ட இருபது பேரில், கைது செய்யப்பட்ட இருநூற்று சொச்சம் பேரில், இவரிவர் இன்னின்ன சாதிகளைச் சேர்ந்தவர்கள். இந்த வகை புரிதல்களை வைத்துக்கொண்டு என்ன செய்யப் போகிறோம்?

ஆணிவேரைக் கண்டடையாவிட்டால் மீண்டும் இதுபோல் கொலைகளும் அவமானப்படுத்தல்களும் தொடர்ந்து நடக்கதான் செய்யும். அப்போது மீண்டும் 'கூகிளிட்டு' தேடி மறந்துபோன இந்த இருபது கொலைகளை ஞாபகப்படுத்திக் கொள்வோம். மாடுகளைப் போல லாரியில் கொண்டுவந்த காட்சிகளையும் மறந்துவிடுவோம். உண்மைகளை நேருக்கு நேர் நின்று சந்திக்கும்போதுதான் ஆக்கபூர்வ மான பின்விளைவுகள் சாத்தியமாகும். நம்மை நாமே ஏமாற்றிக் கொண்டிருப்பதால் நமக்கு மட்டுமல்ல நாம் நம்பிக் கொண்டிருக்கும் அந்த 'அப்பாவி'த் தொழிலாளர்களுக்கும் அவர்களுடைய குடும்பங் களுக்கும்கூட எந்தவகை நல்விளைவுகளும் ஏற்படப் போவதில்லை.

தமிழகம் முழுக்க பல ஊர்களில் வறுமை தாண்டவமாடிக் கொண்டுதானிருக்கிறது. ஏன் குறிப்பிட்ட திருவண்ணாமலை, வேலூர் மாவட்டங்களைச் சேர்ந்த தொழிலாளர்கள் மட்டும் செம்மரம் வெட்ட திருப்பதி சேஷாசலம் வனப்பகுதிகளுக்குச் செல்கிறார்கள்? இயல்பிலேயே, மிகச்சிறந்த தொழில்முறை மரம்வெட்டிகள் அவர்கள் என விவரமறிந்தவர்கள் சொல்கிறார்கள். ஆந்திரத் தொழிலாளர்கள் இரண்டு மணிநேரத்தில் வெட்டுகிற மரத்தை இவர்கள் ஒருமணி நேரத்திலேயே வெட்டுவதில் வல்லவர்கள் என்பதால்தான் புரோக்கர்கள் இம்மாவட்டங்களில் குவிகிறார்கள். செம்மரத்தின் சர்வதேச மார்க்கெட் நிலவரம், தேவை குறித்து மிகச் சிறப்பாக அறிந்தவர்கள்.

துபாய் ஏர்போர்ட்டில் இறங்கி செம்மரம் என ஒரு வார்த்தையைச் சொல்லிப் பாருங்கள். கொத்திக்கொண்டு போக அத்தனை கழுகுகள் காத்திருக்கும். எத்தனை அடி சுற்றளவு மரம் எவ்வளவு விலைபோகும், அதன் தரம் சர்வதேசச் சந்தையில் செல்லுபடியாகுமா என்பதெல்லாம் விரல் நுனியில் அறிந்தவர்கள் இவர்கள்.

புரோக்கர்கள் என்றால் ஏதோ வானத்தில் இருந்து குதித்தவர்கள் அல்ல. இங்குள்ள அரசியல் கட்சிகளின் ஒன்றியங்களும் மண்டலங்களும் தான் அவர்கள். உள்ளூர் மண்ணின் செம்புதல்வர்கள்தான் அவர்களும். செம்மரம் வெட்டதான் செல்கிறோம் என தெரிந்தேதான் 90

சதவிகிதத்திற்கு மேற்பட்ட தொழிலாளர்கள் ஆந்திரக் காடுகளுக்குள் நுழைகிறார்கள்.

மூட்டை முடிச்சுகளுடன் குறைந்தது ஒருவார காலமாவது காடுகளுக்குள்ளேயே தங்கித் தொழில் செய்கிறார்கள். அந்த ஒரே வாரத்தில் ஒரு வருடத்திற்கான ஊதியப் பிரதிபலன்களைப் பெற்று விடுவதற்கான வாய்ப்பு, மிஞ்சி கைது செய்யப்பட்டாலும் நான்கே நாட்களில் பெயில், தண்டனையென்றால் கூட அதிகபட்சம் இரண்டு மாதங்கள்தானே... இவைதான் இவர்களை ஈர்க்கிற விஷயங்கள். தவிர, இன்று நேற்றல்ல கடந்த இருபது வருடங்களாகவே இந்தத் தொழில் தங்குதடையில்லாமல் நடக்கதான் செய்கிறது?

சங்கர்ராமன் கொலை வழக்கில் சம்பந்தப்பட்ட அப்பு தொடங்கி போலீஸ் என்கௌண்டரில் சுட்டுக் கொல்லப்பட்ட சென்னையைச் சேர்ந்த பல தாதாக்கள் வரை எல்லோரும் இந்தச் செம்மரக்கடத்தலில் சம்பந்தப்பட்டவர்களே. அவர்களது முக்கிய தொழிலே செம்மரக் கடத்தல்தான். ஆள்கடத்தல், அடிதடி இவையெல்லாம் செம்மரக் கடத்தல் சார்ந்த சார்புத் தொழில்களே. இந்தச் செம்மரக்கடத்தலில் இவர்கள் ஈடுபடுவதற்கு முன்பு என்ன செய்தார்கள் தெரியுமா?

திருவண்ணாமலையிலிருந்து தும்பல் வழியாக வாழப்பாடி செல்லும் சாலையில் இப்போது சென்று பாருங்கள். இரண்டு பக்கமும் செடிகொடிகள் மட்டுமே உண்டு. ஆனால் ஒரு காலத்தில் இந்த வழியில் இரண்டு பக்கமும் 'அரிய வகை சந்தன மரங்கள்' இருந்ததற் கான சுவடே இருக்காது. இவையனைத்தையும் வெட்டிக் கூறுபோட்டவர் கள் இதே 'அப்பாவிகள் - அவர்களைப் பயன்படுத்திக் கொண்ட செம்மரக்கடத்தல்காரர்கள் - பின்னால் உள்ள அரசியல்வாதிகள்'தான்.

காலம் காலமாக நடந்து வரும் இந்தச் செம்மரக்கடத்தல் விஷயத்தில், இப்போது மட்டும் ஏன் ஆந்திர அரசு இத்தனை கெடுபிடிகளைக் காட்டுகிறது என்பதற்கான பின்னணிக் காரணம் ஒரு பழிவாங்கும் படலத்தில் இருந்து துவங்குகிறது.

தமிழ்நாட்டைச் சேர்ந்தவர்களுக்கு மட்டுமல்ல, ஆந்திராவின் முக்கிய அரசியல்வாதிகள் பலரின் மொத்த வருவாய் ஆதாரமும் நேரடி செம்மரக்கடத்தலாலும் அக்கடத்தலுக்கு மறைமுகமாக உடந்தை யாக இருப்பதன் மூலமே வருகிறது. 2003 ஆம் வருடம் ஆந்திர முதல்வராக இருந்த சந்திரபாபு நாயுடு மீது திருப்பதியில் வைத்து கண்ணி வெடித்தாக்குதல் நடைபெற்றபோது, எல்லோரும் அதை நக்சல்களின் தாக்குதல் வேட்டை என்றே வர்ணித்தார்கள்.

ஆனால் உண்மையில் இந்தத் தாக்குதலில் பின்னணியில் செயல் பட்டது கொல்லம் கெங்கிரெட்டி என்கிற சர்வதேச செம்மரக்கடத்தல் காரர்தான். அப்போது தன்னுடைய உயிருக்கு ஆபத்திருப்பதாக சந்திரபாபுநாயுடு ஆந்திர கவர்னரைச் சந்தித்துக் கடிதமெல்லாம் கொடுத்தார். இடையில் நாயுடு ஆட்சியில் இல்லாத காலத்தில் இந்தச் செம்மரக்கடத்தல்காரர்கள் தமிழ்நாடு மற்றும் ஆந்திர உள்ளூர் அரசியலின் துணையோடு கோலோச்சினார்கள். இந்தத் தொழிலில் மேல்மட்டம் துவங்கி கடைசி மரம்வெட்டி வரை அவரவர் தகுதிக்கேற்ப சம்பாதித்துக் கொண்டுதானிருந்தனர். சென்னை ரெட்ஹில்ஸ் பகுதி செம்மரக் கடத்தல் மற்றும் பதுக்கி வைப்பதற்கான மையம்.

சந்துபொந்துகளில் புகுந்து அழைத்துப் போய் ஒரு குடிசை வீட்டைக் காட்டுவார்கள். குறைந்தது பத்து கோடி ரூபாய் மதிப்பிலான சரக்காவது அங்கே பதுங்கிக் கிடக்கும். ஆந்திராவில் இருந்து தக்காளி வருது சார் என குட்டியானை வண்டி வந்து நிற்கும். தக்காளிக்கு அடியில் செம்மரக் கட்டைகள் அணிவகுக்கும். கடத்தல் விஷயங் களை அப்பட்டமாக எழுதினால், கடத்தல்காரர்கள் கடத்திக்கொண்டு போய்விட வாய்ப்பிருக்கிறது என்பதால் கோடிட்டு மட்டும் காட்டுகிறேன். இந்த சாதாரண தக்காளி லோடு அடிக்கும் விஷயம் வரை கெங்கி ரெட்டி அப்டேட்டாக இருப்பார். இன்று பத்து தக்காளி லோடுகள் வருகின்றன என எங்கேயோ உட்கார்ந்து கணக்குப் போட்டுக் கொண்டிருப்பார்.

தன் மீது ஏவப்பட்ட அந்தத் தாக்குதலையடுத்து 'கெங்கி ரெட்டியின் தொழில் சாம்ராஜ்ஜியத்தை அழித்தே தீருவேன்' என நாயுடு மேற்கொண்ட சபதம்தான் அந்த இருபது பேர் கொல்லப்பட்டதற்கும் காரணம். இப்போது 230 பேர் கைது செய்யப்பட்டு அவமானப்படுத்தப் பட்டதற்கும் காரணம். ஏனெனில் இங்கு எத்தனை பேர் வேண்டு மானாலும் மரம் வெட்டலாம். ஆனால் சர்வதேச சந்தை என்பது கெங்கிரெட்டி மற்றும் சென்னையைச் சேர்ந்த துபாயில் முகா மிட்டிருக்கிற ஒரு 'பாய்' ஆகிய இருவரைச் சுற்றிதான் சுழல்கிறது.

இதே கெங்கிரெட்டி கைது செய்யப்பட்டு ஆந்திர அரசால், வெளிநாடு களுக்குத் தப்பிக்க விடப்பட்டவர்தான்.

ஏற்கெனவே மொரீசியஸில் கைது செய்யப்பட்டிருக்கிற கெங்கிரெட்டி மற்றும் சமீபத்தில் கைது செய்யப்பட்டிருக்கிற மஸ்தான், இன்னும் கைது செய்யப்படாமல் உலவுகிற பெருந்தலைகள் எல்லோரும் ஒரு வகையில் ஆந்திராவின் மற்றும் தமிழகத்தின் முக்கிய கட்சிகள் அனைத்திற்கும் புரவலர்கள் மற்றும் தொழில் கூட்டாளிகள்தாம்.

கெங்கி ரெட்டி உள்ளே இருந்தாலும் தொழில் சாம்ராஜ்ஜியத்தை இன்னும் முழுவதுமாக அழித்தொழிக்க முடியவில்லை. அதைதான் ஆந்திர அரசு செய்து கொண்டிருக்கிறது.

இந்த உள் அரசியல் தெரிந்த ஆந்திரச் செம்மர சிறு கடத்தல்காரர்கள் மற்றும் மரம் வெட்டும் தொழிலாளர்கள், ஆந்திர அரசின் தீவிரம் உணர்ந்து தற்போது கொஞ்சம் அடக்கி வாசித்துக் கொண்டிருக் கின்றனர்.

எனவே சந்தையின் தேவைக்கேற்ப சரக்குகளை சப்ளை செய்ய முடியாத பெரும் கடத்தல்காரர்கள், மரம் வெட்டுவதற்கான கூலியை கிலோ 200லிருந்து 350 ரூபாயாக உயர்த்தியதன் விளைவாகவும் சில இடங்களில் வெட்டுக்கூலி தாண்டி லாபத்தில் பங்கு என்கிற தூண்டில் காரணமாகவும் பெருமளவில் தமிழக புரோக்கர்கள் மற்றும் தொழிலாளிகள், அளவுக்கதிகமாகவே இந்த விஷயத்தில் ஈடுபாடு காட்டுகின்றனர் என விவரம் அறிந்தவர்கள் சொல்கிறார்கள்.

அடித்துப் பார்த்தாயிற்று, கைது செய்து பார்த்தாயிற்று, ஆனாலும் நுழைந்துகொண்டே இருக்கிறார்கள். என்னதான் செய்வது என்று நினைத்த சந்திரபாபுநாயுடு தலைமையிலான ஆந்திர அரசு, தேசியளவில் பிரச்சினைகள் வருமென்று தெரிந்தும் அப்போது சுட்டுக் கொன்றது. சுட்டுக் கொன்ற பிறகும் திருந்த மாட்டோம் என அடம்பிடித்து இப்போது இந்த எண்ணிக்கையில் கைதும் செய்யப்பட்டிருக்கின்றனர். சந்திரபாபுவைப் பொறுத்த வரை இந்த மாதிரியான நடவடிக்கை களின் வழியாக கெங்கிரெட்டியின் சாம்ராஜ்ஜியத்தையும் சாய்த்த மாதிரி ஆயிற்று, செம்மரக்கடத்தலையும் தடுத்த மாதிரி ஆயிற்று!

சுட்டுக் கொல்கிறார்கள். கைது செய்யப்பட்டு அவமானப் படுத்தப் படுகிறார்கள். இருந்தும் ஏன் அங்கே குவியவேண்டும் சொல்லுங்கள்? செய்வதற்கு வேறு தொழிலே இல்லையா என்ன? அங்கே நடப்பது ஆண்டாண்டு கால பகைக்கான போராட்டம். அதை அங்கிருக்கும் சட்டவிரோத மரம் வெட்டிகளே உணர்ந்துகொண்டு விலகி நிற்கிறார்கள். இங்கேயிருந்து எதற்காக இப்படிக் கொத்துக் கொத்தாகச் செல்ல வேண்டும்? இதைதான் அரசும் இன்னபிற கட்சிகளும் விவாதிக்க வேண்டுமே தவிர, வந்த பிறகு தமிழன் சுடப்பட்டான், தமிழன் தாக்கப்பட்டான் என்றெல்லாம் பேசுவது முறையான செயல் அல்ல. அது கடத்தல் என்பது தெளிவாக வரையறுக்கப்பட்ட விஷயம். அதைச் செய்யப் போகிறவர்களை எந்தக் காரணம் கொண்டும் ஆதரிக்க முடியாது.

பொதுவாகவே எல்லா தொழில்களிலும் இதுமாதிரியான ரெண்டாம் நம்பர் வேலைகள் இருக்கின்றன. குறுகிய காலத்தில் பணம் சேர்ப்பது

குறித்த எத்தனங்கள் எல்லா துறைகளிலும் இருக்கின்றன. ஆனால் சுடுகிறார்கள் என்பது தெரிந்தும் அவர்கள் கிளம்பிப் போவதும், இவர்கள் வெற்றிவேல் வீரவேல் என நெற்றியில் குங்குமம் வைத்து வழியனுப்பி வைப்பதும் நற்செயலா என்று சொல்லுங்கள்?

உண்மையில் அவர்களுக்கு வேலைவாய்ப்பை ஏற்படுத்தித் தருவது மாநில அரசின் கடமை. அதைச் செய்யாமல் வெறும் உணர்வுபூர்வ மான கோஷங்களை மட்டுமே முன்னிறுத்திச் செயல்படுகிறார்கள். சட்டபூர்வம் இல்லாத ஒரு விஷயத்தைத் தொடர்ந்து செய்வதும், அதை இங்கிருப்பவர்கள் அரசியல் காரணங்களுக்காக ஊக்குவிப்பதும் அவர்களது தனிப்பட்ட நலன்களுக்கு உகந்ததாக இருக்கும்.

உண்மையில் இதனால் அந்தத் தொழிலாளர்களுக்கு எந்தப் பயனும் இல்லை. அந்தப் பின்னணிக் கதையின் ஆழத்தைப் புரிந்து கொள்ளுங்கள். ஒரு சர்வதேச தாதாவிற்கும் ஒரு அரசிற்கும் இடையில் நடக்கும் போர். இதில் சபதங்கள் இருக்கின்றன. தமிழகத் தொழிலாளர்கள் கொத்துக் கொத்தாக இனியும் கொல்லப்படுவார்கள். வாய்க்கரிசி போட அரிசியைக் கொண்டுபோக அரசியல் செய்பவர்களும் காத்துக் கிடக்கிறார்கள்.

௬௪

சமையலறையில் உலவும் போலிகள்

மிளகில் பப்பாளி விதையைக் கலந்தார்கள். காபித் தூளில் புளியங் கொட்டையை அரைத்துக் கலந்தார்கள் என்றெல்லாம் சொல்லிக் கொண்டிருப்பது அந்தக் காலம். நவீனத் தொழில் நுட்ப வளர்ச்சியின் காரணமாக இப்போது ஒரிஜினல் பிராண்ட் சோப்பிற்கு அருகிலேயே டிபார்ட்மெண்ட் ஸ்டோர்களில் போலிக் கலப்பட சோப்பும் அமர்ந்து நொரநாட்டியம் செய்ய ஆரம்பித்துவிட்டது. பிராண்டட் குளியல் சோப் ஒன்றை வாங்கித் தேய்த்த பெண்மணி ஒருவர் அதில் வாசனை எதுவும் வராததைக் கண்டும் அது பிசுபிசுவென்று இருப்பதைக் கண்டும் உடனடியாக வாங்கிய அந்தப் பெரிய கடையைத் தொடர்பு கொண்டார். அவர்கள் விநியோகஸ்தர்களைத் தொடர்பு கொண்டார்கள். அவர்கள் கம்பெனிக்காரர்களைத் தொடர்பு கொண்டார்கள். கம்பெனிக்காரர்கள் வந்து பார்த்து உதட்டைப் பிதுக்கிவிட்டு அந்த சோப் போலிக் கலப்பட சோப் என்பதை அறிவித்தார்கள். அதுதான் வாங்கியவுடனே தெரிந்துவிட்டதே, அதற்கேன் இம்பூட்டு ஆராய்ச்சி என அந்தப் பெண்மணி முணுமுணுத்ததை யாரும் கேட்கவில்லை.

தரமான கடையில் வாங்கிய சோப்பிற்கே இந்தக் கதை என்றால், தரமில்லாத இடங்களில் விற்கப்படுபவைகள் பற்றிக் கேட்கவே வேண்டியதில்லை. FMCG என்றழைக்கப்படும் நுகர்வோர் பொருட்களின் தயாரிப்பாளர்கள் முன் நிற்கும் மிகப் பெரிய சவால் இந்த போலிக் கலப்படச் சந்தைதான். அசோசாம் புள்ளிவிவரப்படி இந்த வகை போலிக் கலப்படச் சந்தையால் ஆண்டுக்கு 2600 கோடி ரூபாய் நிறுவனங்களுக்கு இழப்பு என கணக்கிடப்பட்டுள்ளது. 2016 ஆம் ஆண்டு இந்த இழப்பு 6000 கோடி ரூபாயாக உயரும் எனவும்

மதிப்பிடப்பட்டுள்ளது. ஆட்டோமொபைல் சந்தையில் மட்டுமே ஆண்டுக்கு இப்படியான போலிக் கலப்படச் சந்தையால் 14000 கோடி ரூபாய் இழப்பு ஏற்படுவதாக ஆளாளுக்குப் புலம்புகிறார்கள். போலிக் கலப்படத் தயாரிப்பாளர்கள் மட்டும் கையில் கிடைத்தால் கரும்புச் சக்கையைப் பிழிவதைப்போல பிழிந்தெடுத்து விடுவார்கள். கண்காணிப்பைத் தீவிரப் படுத்தியிருக்கிறோம் என சம்பந்தப் பட்டவர்கள் பீத்திக் கொண்டிருக்கிறார்கள். உண்மையில் என்ன நடக்கிறது தெரியுமா? நீங்கள் நாராயண முதலி தெருவிற்குள் நுழைந்து எனக்கு பத்தாயிரம் சோப்புகள் வேண்டும் என்று கேட்டுப் பாருங்கள். அசியா (ஒரிஜினல்) அட்டா (டூப்ளிகேட்) என அடுத்த கேள்வி வந்து விழும். இப்படியான போலிக் கலப்படப் பொருட்களின் குறி பெரும் பாலும் கிராமப்புற மக்கள்தான். இந்திய நுகர்வோர் நலத்துறை அமைச்சகப் புள்ளிவிவரப்படி எஃப்.எம்.சி.ஜி பொருட்களில் 60 சதவிகிதம் கிராமப்புற விற்பனையையே சார்ந்து இருக்கின்றன.

கிராமப்புறங்கள் மற்றும் மக்கள் ஒருதடவை மட்டுமே வந்து போகும் சுற்றுலாத் தலங்களைக் குறிவைத்து இந்தப் போலிக் கலப்படச் சந்தை இயங்குகிறது. நவீனத் தொழில்நுட்பத்தின் வளர்ச்சியால், எந்த மாதிரி இயந்திரத்தைக்கூட தயார் செய்துதர கோவைத் தொழிற்சாலைகள் சில தயாராகவே இருக்கின்றன. இந்தத் தொழிலின் மையமாக கடந்த பத்தாண்டுகளாக பாண்டிச்சேரியே இருக்கிறது. பஞ்சாப் உள்ளிட்ட இந்தியாவின் பிற பெருநகரங்களில் இருந்து மூலப் பொருட்கள் சென்னைக்கு இறக்குமதியாகி, இங்கு நவீனத் தொழில் நுட்பத்துடன் பேக்கிங் செய்யப்பட்டு அவை மீண்டும் இந்தியக் கிராமப்புறங்களுக்கு அனுப்பப்படுகின்றன. இப்போது பல பொருட்களின் மூலப் பொருட்கள் சென்னையிலேயேகூட தயாராவதாக இந்தத் துறை வல்லுநர்கள் குறிப்பிடுகின்றனர். சோப் துவங்கி நாம் அன்றாடம் பயன்படுத்தும் அத்தனை பொருட்களிலும் போலிக் கலப்படப் பொருட்கள் உலவுகின்றன. சில ஆண்டுகளுக்கு முன்பு சென்னை மாநகர காவல்துறை ஐந்நூறு கேனான் போலி கேமராக்களைப் பறிமுதல் செய்தார்கள் என்பதிலிருந்தே இந்தத் துறையின் வீச்சைப் புரிந்து கொள்ளுங்கள். பிரபல பிராண்டுகளின் விலையை விட பாதிக்குப் பாதி குறைவாகக் கிடைப்பதால் பேராசை கொண்ட சில வியாபாரிகள் இவற்றை வாங்கி விற்கிறார்கள். பெரும்பாலும் காவல்துறை இதுபோன்ற லோடுகள் ஏற்றிப் போகும் லாரிகளை மறித்து அவர்கள் கொண்டுபோகும் பில்களைப் பரிசோதனை செய்வார்கள். ஆனால் போலிக் கலப்படத் தொழிலையே செய்யத் தெரிந்தவர்களுக்கு போலி பில்களைத் தயாரிப்பதைச் சொல்லியா தரவேண்டும்?

பெரும்பாலும் இப்படியான சோதனைகளில் பிடிபடுபவர்கள், அடிமட்டத் தொழிலாளிகளாகவே இருப்பார்கள். அம்பை மட்டும் கைது செய்துவிட்டு எய்தவனை விட்டுவிடுவார்கள் என்பதுதான் நடைமுறையாக இருக்கிறது. தவிர போலிக் கலப்பட வழக்கில் கைது செய்தாலும் அது 'பெயிலபிள்' குற்றம் என்பதால், பலருக்குக் குளிர்விட்டுப் போய்விட்டது என்கிறார் பெயர் குறிப்பிட விரும்பாத காவல்துறை அதிகாரி ஒருவர். எத்தனை பேர் அந்தப் பெண்மணி போல, சோப்பைக் கையில் எடுத்து வந்து புகார் தெரிவிப்பார்கள் என்பதால், தங்குதடையின்றி இந்தப் போலிக் கலப்படச் சந்தை இயங்குகிறது. அதனால்தான் பெரும்பாலும் அவர்கள் சுற்றுலாத் தலங்களைக் குறிவைக்கிறார்கள். யாரும் திரும்பி வந்து புகார் தெரிவிக்க மாட்டார்களே... பெரு நிறுவனங்கள் பல தங்களது பெயரில் போலிக் கலப்படம் வருகிறது என்பதை ஒத்துக்கொண்டால், தங்களுடைய விற்பனை பாதிப்படைந்து விடுமோ என அஞ்சுகின்றன. உண்மையில் பெரு நிறுவனங்கள் தங்களுக்குள் சிண்டிகேட் அமைத்துக்கொண்டு இதை உரியவர்களின் கவனத்திற்கு எடுத்துச் சென்றால், இதை ஓரளவிற்குத் தடுத்துவிட முடியும். தவிர விநியோகச் சங்கிலியிலும் ஓட்டைகள் இருப்பதை கம்பெனிகள் உணர வேண்டும். விநியோகச் சங்கிலியிலேயே ஐந்துக்கு ஐந்து போலிகள் ஊடுருவி அது மக்கள் கைகளுக்கும் போய்ச் சேர்ந்தால் என்ன செய்வது?

ஒரு பிரபலமான நிறுவன பிராண்ட் பற்பசையை நீங்கள் வாங்குகிறீர்கள். அது போலி என்பது தெரிய வருகிறது. நீங்கள் நுகர்வோர் நீதிமன்றத்தை அணுகும்போது போலி என்பதற்கு யார் பொறுப்பு, கம்பெனியா, காவல்துறையா என்கிற விவாதம் பல ஆண்டுகளாக நடந்து வருகிறது. இவர்கள் விவாதம் பண்ணி ஒரு முடிவிற்கு வரட்டும். நுகர்வோர்கள் கூடுமானவரை விலை குறைவாகக் கிடைக்கிறதே என்பதற்காக, தரம் குறைந்தவற்றை வாங்காதீர்கள். எம்.ஆர்.பி விலையைவிட ஒரு பத்துசதவிகிதம் குறைந்தால் சரி. அதெப்படி முப்பது சதவிகிதம் குறைவாகக் கொடுக்கிறார்கள் என கேள்வி கேளுங்கள். வாங்கும் எல்லா பொருட்களுக்கும் பில் வாங்குங்கள். அதுபற்றிய விழிப்புணர்வோடு இருங்கள். ஓரளவிற்கு இந்தப் போலிகளின் நடமாட்டத்தைக் கட்டுப்படுத்தலாம். எவ்வளவு தேய்த்தும் பல்லில் உள்ள மஞ்சள் கரை இந்த டூத் பேஸ்ட்டால் போகவில்லை. அதனால் அந்தப் பொருள் போலியானது என்றெல்லாம் சொல்லாதீர்கள். போலியாகவும் அந்தப் பொருள் இருக்கலாம். இல்லையென்று சொல்லவில்லை. ஆனால் பற்கள் வெண்மையா வதற்கு முதலில் உயிரைக் கொல்லும் புகையிலை மெல்லும் பழக்கத்தைக் கைவிடுங்கள். அதுதான் அதைவிட முக்கியம்.

69

சிறைச்சாதிகள்!

சாதி சாதி என்று வெளியில் நிறைய பேசுகிறோம். சிறையில் எப்படி இருக்கும்? பாளையம் கோட்டை சிறையென்ற ஒன்று இருக்கிறது. பாளையம் கோட்டை சிறையினிலே, பாம்புகள் பல்லிகள் நடுவினிலே என்கிற பாப்புலர் சாங்கைக் கேட்டிருப்பீர்கள். ஒருமுறை அவரைப் பற்றிய சிறப்பிதழ் கொண்டுவந்தபோது கலைஞர் ஒரு விஷயத்தைச் சொன்னார். அவருடைய கையெழுத்து திராவிட நாடு மேப் வடிவத்தில் இருக்கும். அதை அவர் பாளையம் கோட்டை சிறையில் இருந்தபோதுதான் போட்டுப் பழகினாராம்.

ஒரு காலத்தில் அரசியல் கைதிகள் நிரம்பியிருந்த சிறை. இப்போது முழுக்கவும் தமிழகச் சாதிகளின் கையில். உலக வரலாற்றிலேயே தனித் தனியாக சாதி வாரியாகப் பிரித்து தனித் தனி ப்ளாக்குகளில் அடைக்கிற சிறை இது மட்டும்தான். நீங்கள் ஒரு ஐந்து பேர் சேர்ந்து ஒரு கொலையைச் செய்கிறீர்கள் என்று வைத்துக் கொள்ளுங்கள். ஒரு பேச்சுக்குதான் சொல்கிறேன். ஐந்து பேரும் மாட்டிக்கொண்டு பாளையம் கோட்டை சிறைக்குப் போனால் சாதி பற்றிக் கேட்டு விட்டுத் தனித் தனியாக அடைத்து விடுவார்கள். வெளியில் வரும் போது ஒருத்தனை ஒருத்தன் வெட்டிக் கொல்கிற மாதிரி வருவார்கள். சிறை பிரித்துவிடும். இங்கேயும் ஆதிக்க சாதிகள் உண்டு. அழுத்தப் பட்ட சாதிகள் உண்டு. சிறுபான்மைக்கும் ஓரமாய் ஒரு இடம் உண்டு. ஒவ்வொரு சாதிக்கும் தனித்தனியாக கஞ்சா சப்ளை உண்டு. தனித்தனி ராஜாங்கங்கள். தனித்தனி டெரிட்டரி சிறைக்குள்ளேயே உண்டு. கொலைத் திட்டங்கள் இந்த அடிப்படையில்தான் அங்கே வைத்து மெருகேற்றப்படுகின்றன.

சிறைத் துறை பணத்தில் கொழிக்கிறது. ஆறு பீடிகளுக்கு வருமளவிற்கான கஞ்சா இரண்டாயிரம் ரூபாய். இங்கே அந்தத் தொகைக்கு ஒரு சுருக்குப் பை நிறைய வாங்கலாம். சகலமும் கிடைக்கும். வியாபாரத்தில் சிறைத்துறையின் கறுப்பு ஆடுகள். ஸ்பான்சர்கள் நிறைய பேர் வெளியில் இருக்கிறார்கள். தமிழகத்தில் நடக்கும் சாதிக் கலவரங்கள் பலவற்றிற்கான திட்டங்கள் இங்கேதான் தீட்டப்படுகின்றன. சிறை என்பது நீங்கள் நினைப்பது போலல்ல. பணமும் அதிகாரமும் சாதிப் பின்புலமும் இருந்தால் கொசுக் கடியைத் தவிர வேறு உபத்திரவங்கள் இருக்காது.

சிறைக் கதைகள் நடுவினிலே என ஒரு சீரிஸ் எழுதலாம் என்பது திட்டம். பாளையம் கோட்டை சிறையினிலே... பாம்புகள் பல்லிகள் நடுவினிலே... அஞ்சாமல் இருந்தவர் யார்?

70

மோகன்லாலும் தனுஷும் ஒண்ணு!

நிஜ வாழ்க்கைக் கதையொன்றைச் சொல்லி நிறைய நாட்கள் ஆகிவிட்டன. 2011 என்று நினைக்கிறேன். ஒரு மதிய நேரத்தில் அந்தத் தொலைபேசி அழைப்பு வந்தது. அப்போதெல்லாம் எவ்வளவு பிரியாணி சாப்பிட்டாலும் உடம்பு தாங்குகிற நிலையில் இருந்தது. நல்ல தூக்கத்துக்கான தருணத்தில்தான் அவ்வழைப்பு வந்தது. என்னுடைய வாழ்க்கைக் கதையைப் பொறுமையாகக் கேட்க முடியுமா என எடுத்த எடுப்பிலேயே வேண்டுகோள் விடுத்ததால் அதற்கடுத்து காதுகளை மட்டும் திறந்துவைத்து அவர் சொல்வதைக் கேட்கத் தயாரானேன். அந்தத் தொலைபேசி அழைப்பிற்குச் சொந்த மானவருக்கு வயது அறுபது இருக்கும். அவருடைய பையன்கள் இருவரும் நல்ல வேலையில் வெளிநாட்டில் பணிபுரிகிறார்கள். நானும் மனைவியும் மட்டும்தான் என்றார். தினமும் பையனிடம் ஸ்கைப்பில் பேசி விடுவேன் என்றார். தெளிவான ஆங்கிலம் ஆங்காங்கே எட்டிப் பார்த்தது. விஷயத்தைச் சொல்ல ஆரம்பித்தார்.

அவர் சின்ன வயதில் நெய்வேலியில் வேலை பார்த்திருக்கிறார். அப்போது அவருடைய அறைத் தோழராக அவரைவிட வயதில் இளையவர் ஒருத்தர் தங்கியிருந்திருக்கிறார். அவர் கேரளாவைச் சேர்ந்தவர். அந்த இளையவருக்கு அவரது தாய் என்றால் உயிர். அவரது தாய் அவரைக் கஷ்டப்பட்டு படிக்க வைத்த கதைகளைச் சொல்லிக் கொண்டிருப்பாராம். அவருக்குச் சினிமாவில் நடிக்க வேண்டும் என்கிற ஆசை அப்போதே இருந்ததாம். ஒருநாள் 50 அடி உயரத்தில் இருவரும் வேலை பார்த்துக் கொண்டிருந்திருக்கின்றனர். அப்போது அந்த இளையவர் கால் தவறி கீழே விழப் போனபோது

இவர் ஓடிப் போய்ப் பிடித்தாராம். கீழே விழுந்தால் எலும்புகூட மிஞ்சாது என்கிற வகையில் கீழே முழுவதும் கற்கள் குவிந்து கிடந்தனவாம். இவர் அவரது உயிரை அந்த நேரத்தில் காப்பாற்றிய விஷயத்தை அவர் பணியில் இருந்த காலம் முழுவதும் சொல்லிச் சொல்லி நன்றி பாராட்டிக்கொண்டே இருப்பாராம். என்றாவது ஒருநாள் உலகம் அறியும் ஒருவனாக நான் ஆவேன் என அந்த இளையவர் சொல்லியபடி இருப்பாராம். அதன்படி இப்போது ஆகியும் விட்டார் என்று சொல்லி முடித்தார் அந்தக் கதையை.

எனக்குக் குறுகுறுப்பு தாங்கவில்லை. யார் அது என்றேன். நடிகர் மோகன்லால்தான் அது என்றார். அடித்தது ஸ்கூப். ஒரு பத்திரிகை யாளனைப் பொறுத்தவரை இதெல்லாம் கண்ணா லட்டு தின்ன ஆசையா என்கிற கேட்டகிரியில் வரும். உடனடியாக பதறியடித்து மோகன்லாலின் எண்ணைத் தேடிக் கண்டுபிடித்தோம். அப்போது அவர் ஒரு காட்டுப் பகுதியில் ஒரு ஷூட்டிங்கில் இருந்தார். ஃபோனை எடுத்தவர் நாங்கள் சொன்னதையெல்லாம் கேட்டுவிட்டு, ப்ரேக்கில் அழைக்கிறேன் என்றார். அதற்குள் இங்கே எல்லா ஏற்பாடுகளையும் செய்துவிட்டோம். அந்த முதியவரை அழைத்து விஷயத்தைச் சொன்னோம். அவர் மோகன்லாலுக்குத் தருவதற்காக நிறைய பரிசுப் பொருட்களை வாங்கி வைத்திருப்பதாகச் சொன்னார். மோகன்லாலிடம் சேர்ப்பிக்க வேண்டுமென்பதற்காக நிறைய கடிதங்களையும் எழுதி வைத்து அதை ஒரு புக்காகவே பைண்ட் செய்து வைத்திருந்தார்.

எல்லாமும் தயாராக இருந்த வேளையில்தான் மோகன்லாலிடம் இருந்து அழைப்பு வந்தது. எடுத்த எடுப்பிலேயே யார் என்ன சொன்னாலும் நம்பி விடுவீர்களா என்று கேட்டார். நமக்குதான் ப்ரேக்கிங் என்று வந்துவிட்டால், செக் செய்கிற பழக்கமே கிடையாதே... குட்டி யானை ஒன்று கிளம்பி வந்து நான்தான் ரஜினிக்கு சித்தப்பா என்று சொன்னால்கூட, ‘முதல்ல ப்ரேக்கிங்ல போட்டுரு. அப்புறம் பிரச்சினை வந்தால் மன்னிப்பு கேட்டுக்கலாம்’ என்கிற வர்க்கத்தைச் சேர்ந்தவன் என்பதால் மோகன்லால் கேட்டவுடன் மூக்குடை பட்டதுபோல உணர்ந்தேன். உண்மையில் அவருக்கும் மோகன்லாலுக்கும் சம்பந்தமே இல்லையென்பது தெரியவந்தது. அவர் சொன்ன காலத்தில் தான் கேரளாவில் இருந்ததாகப் புள்ளி விவரங்களையெல்லாம் பொறுமையாக விளக்கினார் மோகன்லால். ஆனால் இவரும்கூட பொறுமையாக நிறைய புள்ளி விவரங்களைச் சொன்னாரே என்று யோசனையாக இருந்தது. அப்புறம் அந்தப் பெரியவரின் மனைவியைத் தனியாக அழைத்துக் கேட்ட பிறகு அவர் எல்லாவற்றையும் விளக்கிச் சொல்லிவிட்டார். அவர் மோகன்லாலை மட்டும் நண்பர் என்று

சொல்லவில்லை. இடையில் மும்பையில் சில காலம் வேலை பார்த்ததால், சில மும்பை நடிகர்களையும் நண்பர் என்றுதான் சொல்லிக் கொண்டிருக்கிறார். அவர்களுக்கும் இதே மாதிரி கதை. இதே மாதிரி சம்பவங்கள்.

உண்மையில் அவரும் பாவம்தான். பிரபலங்களை நண்பர்களாகவோ மனைவியாகவோ மகனாகவோ கருதும் மனக் குழப்பங்களுக்கு ஆட்பட்டிருந்தார். அப்புறம் இது மாதிரி நிறைய அழைப்புகள் வந்திருக்கின்றன. ரஜினியின் மனைவி என்று சொல்லி கர்நாடகாவில் இருந்து ஒருத்தர் கிளம்பி வந்திருக்கிறார். ஸ்ரீதேவியின் கணவர் என்று சொல்லி ஒருத்தர் வந்திருக்கிறார். கனகாவின் அக்கா நான் என்று சொல்லி ஒருத்தர் வந்திருக்கிறார். கனகாவே ஒருகட்டத்தில் வேறு ஏதேதோ சொல்லியெல்லாம் வந்திருக்கிறார். புகழ்பெற்ற தொழில் நிறுவனம் ஒன்றின் உரிமையாளர் என்னுடைய பையன், சின்ன வயதில் தத்துக் கொடுத்துவிட்டேன் என்று சொல்லி ஒருத்தர் வந்து, அவருக்கு சார்பாகப் போய் மூக்குடைபட்டு திரும்பியிருக்கிறோம். இப்படி ஒரு இருபது கதைகளையாவது சொல்ல முடியும். இப்போது தனுஷ் என்னுடைய பையன் என்று சொல்லி வந்திருக்கிற செய்தியையும் பார்த்திருப்பீர்கள். அதற்காக நீதிமன்றத்தில் தனுஷ் ஆஜரான காட்சியையும் பார்த்திருப்பீர்கள். இது ஒரு வகையான மன அழுத்தக் குறைபாடுகளில் ஒன்று என மனநல மருத்துவர்கள் விவரிக்கிறார்கள்.

அதனால் அவர்களுக்கு நாம் பரிதாபப்படுவதே சரியானது. அவர்களை நோக்கி முறைப்பதில் அர்த்தம் இல்லை. பகைமை பாராட்டுவதில் அர்த்தம் இல்லை. கடுமையான வறுமையில் இருக்கும் தம்பதியினருக்கு ஒரு மகன் முறையில் தனுஷ் ஏதாவது பொருளுதவி செய்தால் நன்றாக இருக்கும் என மனது விரும்புகிறது. மகன் என்று வாயார அழைத்துவிட்டார்கள். தனுஷ் பெயரளவிற்காவது ஏதாவது உதவிகள் செய்யலாம் தப்பில்லை. கடைத் தேங்காயை எடுத்து வழிப் பிள்ளையாருக்கு உடைக்கக் கூடாதுதான். ஒரு மனிதாபிமான அடிப்படையிலான கோரிக்கைதான் இது. அப்புறம் முடிக்கும்போது ஏதாவது சுவாரசியமாகச் சொல்லி முடிக்க வேண்டும் என்பதற்காக இதைச் சொல்கிறேன். இது என்னுடைய அக்கா பையன் என்று என்னைக் குறிவைத்து சின்னம்மா முன்வந்தால் மகிழ்ச்சியாக இருக்கும். மச்சமெல்லாம் காட்டாமல் உடனடியாக ஆமாமாமாம் என ஒத்துக் கொள்வேன். ஒரே பாட்டில் து. பொதுச் செயலாளர் ஆகி முதல்வர் ஆகி தமிழ்நாட்டில் பாதிச் சொத்துக்களை வளைத்துப் போட்டு...

71

திராவிடச் சம்பந்திகள்

எனக்கு ரெண்டு மாமன்கள் இருக்கிறார்கள். ஒருத்தர் அதிமுக. இன்னொருத்தர் திமுக. இரண்டு பேருமே ஒருகாலத்தில் அதிமுகவில் தான் இருந்தார்கள். நன்றாகதான் போய்க் கொண்டிருந்தது எல்லாமும். இடையில் ஒருத்தர் சேவல் சின்னத்தில் நின்றார். இன்னொருத்தர் இரட்டை புறாவோடு இணைந்து பயணித்தார். அப்புறம் கட்சி ஒன்றானபோது இன்னொருத்தர் திமுகவிற்குப் போனார். அதுவரை எல்லா விசேஷங்களிலும் ஒன்றாகதான் நின்று செய்முறை செய்வார்கள். குடும்பத்தோடு வேளாங்கண்ணி கோயிலுக்கோ திருப்பதிக்கோ போய் வருவார்கள். சரக்கடித்து விட்டால் நெஞ்செலும்புக் கறியை மாறி மாறி ஊட்டிவிட்டுக் கொள்வார்கள். இப்படியாகப் போய்க் கொண்டிருந்த வேளையில் தான் ஜெயலலிதாவின் இரும்புப் பிடிக்குள் அதிமுக வந்தது. ஏனோ பார்த்துக் கொள்வதைத் தவிர்த்தார்கள். எப்போதாவது விசேஷ வீடுகளில் பார்த்தால் சிரிக்க மட்டும் செய்வார்கள். இடையில் ஏதோ வார்த்தை தடித்துப் போனதால் பேச்சு வார்த்தையையே முறித்துக் கொண்டார்கள். ஒருகட்டத்தில் இந்தப் பக்கமும் அந்தப் பக்கமும் போக்குவரத்து அடியோடு நின்று போனது.

இது ஏதோ தனிப்பட்ட மாமன்கள் கதையல்ல. ஒட்டுமொத்த தமிழகத்திலும் இதுபோல ஏகப்பட்ட மாமன் மச்சான்கள் பிரிந்து கிடக்கிறார்கள். அதிலும் அதிமுகவில் ஒரு பழக்கம் இருக்கிறது. மாற்றுக் கட்சியினர் நடத்தும் குடும்ப விழாக்களில் யாராவது கலந்து கொண்டால்கூட உடனடியாக புகைப்படம் எடுத்து போயஸ் கார்டனுக்கு ஃபேக்ஸ் அனுப்பி விடுவார்கள். ஃபேக்ஸ் மிஷினைக்

கட்டிப் பிடித்துக் கொண்டுதான் பலநேரம் பூங்குன்றன் படுத்துக் கொண்டிருப்பார் என்று தோன்றுகிறது. 'மேடம் அவங்க அப்பாவும் இவங்க அப்பாவும் ஒண்ணா பிறந்தவங்க. ஸோ, ஐ திங்க் அண்ணன் தம்பிகள்னு நினைக்கிறேன்' என்றெல்லாம் அந்தம்மாவிடம் விளக்கிக் கொண்டிருக்க முடியாது. தயவு தாட்சண்யமில்லாமல் நமது எம்ஜிஆரில் கட்டம் கட்டி விடும். அந்தம்மாவைப் பொறுத்த வரை திமுகக்காரர்கள் எல்லாம் கலைஞருக்குச் சொந்தக்காரர்கள். அவ்வளவுதான். பலபேர் தெரியாத்தனமாக நிச்சயதார்த்தமெல்லாம் செய்துவிட்டு பின்னர் அதை ரத்து செய்திருக்கின்றனர். மீறி கல்யாணம் செய்துகொண்ட மகன் திருமணத்திற்கு அப்பா போக மாட்டார். அப்பாவின் இன்ஷியலையே மாற்றிக்கொண்ட புரட்சி இங்கு மட்டுமே சாத்தியமாக இருந்தது. அப்பாவுக்குக் கொள்ளி போடாத மகன்களும் உண்டு. விளக்கிச் சொன்னால் பக்கங்கள் போதாது. ரஜினி ரசிகர்கள் கமல் ரசிகர்கள் ஒருகாலத்தில் அடித்துக் கொண்டதைப் போல கேவலமாக அடித்துக் கொள்கிறோமே என்கிற சுரணையே இல்லாமல் ஒரு தலைமுறை வாழ்ந்தும் முடித்துவிட்டது.

இப்போது உண்மையில் நிலைமை கொஞ்சம் மாறியிருக்கிறது. ஊரில் ஃபோன் போட்டுக் கேட்டேன். பெரிய மாமா சின்ன மாமாவுக்கு கல்யாண வீடொன்றில் டொரினோ பாட்டிலை எடுத்துக்கொண்டு போய்க் கொடுத்தாராம். தமிழகம் முழுக்க சின்னதாக ஆசுவாசம் கேட்கிறது. இந்தப் பக்கமும் அந்தப் பக்கமும் சம்பந்தம் நடந்தாலும் ஆச்சரியப்படுவதற்கில்லை. இரண்டுமே இரண்டு பொருளாதாரம். பொருளைக் காக்க ஒன்றிணைவதில் தவறில்லைதானே? எனக்கென்னவோ இந்த விஷயத்தில் மெல்லியதாக ஒரு டவுட் இருக்கிறது. இப்போது தளபதி செய்து வருகிற அரசியலை எல்லாம் பார்க்கும்போது ஒரு நல்லெண்ணம் பிறக்கிறது. மெது மெதுவாகக் கோட்டைக்குள் தனி ஆளாக நுழைந்து அவர்களிடம் நல்ல பெயர் வாங்குவது. அப்புறம் மெல்ல அவர்களின் நண்பராக மாறுவது. அப்படியே அந்தக் கட்சிக்காரர்களை எல்லாம் இந்தக் கட்சிக்காரர்களின் சம்பந்தியாக ஆக்கி, ஒருநாள் இரவில் எல்லோரையும் இந்தப் பக்கம் அலேக்காகத் தூக்கிக்கொண்டு வந்து மறுபடியும் தாய்க் கட்சியிலேயே இணைத்துவிடுவது என்கிற திட்டத்தில் இருக்கிறார் போல. துணிந்து தளபதியோடு களமிறங்கலாம். பொறுமையாக இப்படி வேலை பார்த்தால் 2037ல் கட்சியையும் ஆட்சியையும் பிடித்து விடலாம். பொறுத்தார் பூமியாள்வார். கொட்டு மேளங்கள் முழங்கட்டும். டொரினா பாட்டில்கள் கைமாறட்டும்.

72

கொழுப்பு கொஞ்சம் சேர்த்துக் கொடுங்கண்ணே!

சமீப காலமாக பேலியோ டயட் பற்றிக் கொஞ்சம் படித்துக் கொண்டிருக்கிறேன். வழக்கம் போலவே வெளிநாட்டு யோசனை தான் இது என்ற போதிலும், சுருக்கமாகச் சொல்லவேண்டுமெனில் குறிஞ்சி, முல்லை, மருதம், நெய்தல், பாலைகளில் கால்நடைகளைப் போல சுற்றியலைந்த காலத்தில் என்ன சாப்பிட்டோமோ அந்த உணவு முறைக்குத் திரும்புவதுதான் பேலியோ டயட் என்பது. காடுகளில் கிடைக்கும் இறைச்சி, பழங்கள், காய்கறிகளைத் தின்று கொண்டிருந்த காலத்தில் யாருக்காவது சர்க்கரை வியாதி வந்திருக்கிறதா என்று கேள்வி எழுப்புகிறார்கள் இந்த டயட் முறையில். தவிர கொழுப்பு கெட்டது என நவீன மருத்துவம் நம்மைப் பயமுறுத்திக் கொண்டிருப்பதாகவும் ஆணித்தரமாகவும் அடித்துச் சொல்கிறார்கள். அசைவ பேலியோ என்றால் கொழுப்பு அதிகமுள்ள இறைச்சியை மூன்று நேரமும் சாப்பிட வலியுறுத்துகிறார்கள். சைவ பேலியோ என்றால் கொழுப்புச் சத்துமிக்க காய்கறிகள், பழங்களை உணவாக எடுத்துக் கொள்ளச் சொல்கிறார்கள். இதைப் பற்றி இணையத்தில் நிறைய கட்டுரைகள் இருக்கின்றன என்பதால் மேலதிக டயட் குறித்த தகவல் களுக்கு அதைப் படித்துக் கொள்ளுங்கள். அதுகுறித்த ஒரு குறுக்கு வெட்டுத் தோற்ற மனநிலையைப் பற்றி மட்டுமே இங்கு பேசப் போகிறேன்.

அரைக்கிலோ மட்டன் எடுக்கும்போது கொழுப்பைக் கொஞ்சம் சேர்த்துப் போடுங்கள் என அடம்பிடித்து வாங்கிக்கொண்டு வந்த

வீரப் பரம்பரையில் வந்த நாம், இப்போது கொழுப்பு என்றாலே சென்னையின் ஓரத்திற்கே பயந்து போய் ஓடுவது குறித்த அறியாமையை விலக்கும்படியான அறிவியல்பூர்வமான கருத்துகளை இந்த டயட் முறையில் முன்வைக்கிறார்கள். அடிப்படையில் திணை வாழ்க்கை முறைக்குத் திரும்புவது என எளிமையாகப் புரிந்து கொள்ளலாம். இந்தப் பேலியோ டயட் முறையை முன்னிறுத்திச் சில விஷயங்கள் தோன்றின. இம்முறை நமக்கு இன்றைய காலகட்டத்தில் ஒத்துவருமா? அசைவத்திற்கு தமிழ் வாழ்க்கை முறை என்ன இடம் கொடுத்திருக்கிறது? அதுகுறித்த நம்முடைய பிற மனத்தடைகள் என்னென்ன என சில விஷயங்கள் தோன்றின. என்னுடைய அன்றாட வாழ்க்கையில், அடிப்படையிலேயே அதைதான் செய்து கொண்டிருக்கிறேன் என்பதால், இந்த டயட் முறை எளிதாகவே என்னை ஈர்க்கிறது. அதனால்தான் அதைப் பற்றிச் சொல்லவும் செய்கிறேன். மூன்று நேரமும் அசைவம் சாப்பிடுவது என்பதற்கு எதிரான மனநிலைதான் இங்கு இருக்கிறது. அசைவம் அதிகம் சாப்பிட்டால் பிள்ளை மக்குப் பிள்ளையாகிவிடும் என இப்போதும் கூட கிராமப்புறங்களில் சொல்வதைக் காது கொடுத்துக் கேட்டுக் கொண்டும் இருக்கிறேன். சைவ உணவுகளை மட்டுமே சாப்பிடும் சைவ பேலியோ இருந்தாலும், பெரும்பாலும் பேலியோ என்றாலே அசைவம் என்றளவிலேயே இங்கே புரிதல் இருக்கிறது. அசைவம் சாப்பிடும் விஷயத்தில் ஆண்களை விட்டுவிடுங்கள். அது காலங்கால மாகப் பெண்களை எப்படிப் பாடாய்ப்படுத்திக்கொண்டு வருகிறது என்கிற இன்னொரு கோணமும் இருக்கிறது.

திரைப்பட இயக்குநராக இருக்கும் நண்பரொருவர் தனது அடுத்த படத்திற்குக் கதாபாத்திரங்களின் பின்புலம் சம்பந்தமாகக் கொஞ்சம் உழைத்துக் கொடுக்க முடியுமா என்று கேட்டிருந்தார். அதன்படி நான் அவரைத் தொலைபேசியில் அழைத்து கதையின் நாயகியின் பின்புலத்தை விவரித்துவிட்டு, அந்தப் பெண் அசைவ பேலியோ டயட் இருக்கிறாள் என்று வைக்கலாம். ஏனெனில் இப்போது அந்த டயட் முறைக்கு நிறைய வரவேற்பும் இருக்கிறது என்று சொன்ன போது, தொலைபேசியில் அந்தமுனையில் அமைதியாக இருந்தார் நண்பர். எனக்கு அது வித்தியாசமாகப்படவே என்ன ஆனது என்றேன். ''அசைவ பேலியோ என்றால் கதாநாயகி அசைவ அயிட்டங்களைத் தினமும் சாப்பிட்டபடி இருப்பாளே! அதை மக்கள் ஏற்றுக்கொள் வார்களா?'' என்றார். நானும் அமைதியாய் அதைப்பற்றி யோசிக்கத் துவங்கினேன்.

இந்த அசைவ உணவு விஷயத்தில் மட்டும் உண்டி சுருக்குதல் பெண்டிருக்கு அழகு என்கிற படிமம் நம்மையறியாமல் நம்மைத்

தொடர்வதுபோல பட்டது. நிறைய பதிவுகளில் ஆண்கள் தங்கள் முன்னால் விரிக்கப்பட்ட இலைகளில், மட்டன், சிக்கன் வகையறாக்களுடன், புகைப்படங்களில் சிரிக்கிறார்கள். ஆனால் அதுபோல பெண்கள் அசைவ அயிட்டங்களை வெளுத்துக் கட்டுவதுபோல படங்கள் எதுவும் வரவில்லையே ஏன்? வருகிற உணவு சார்ந்த புகைப்படங்கள்கூட வெல்வெட் கேக்குகளைப்போல நாசுக்கானவைகளாகவே இருக்கின்றன.

என்னுடைய கடையையே எடுத்துக்கொண்டாலும் கூட, மீன் வாங்க வரும் பெண் வாடிக்கையாளர்கள் தங்களது குடும்பத்தினர் விரும்பிச் சாப்பிடுவார்கள் என்றுதான் சொல்கிறார்களே ஒழிய, தான் வெளுத்துக்கட்டுவேன் என்று சொல்வதில்லை. ஊருக்குப் போகும் போதெல்லாம் ஏதாவது வாங்கிக்கொண்டு வரவேண்டுமா என்று மறுபடி மறுபடி வற்புறுத்திக் கேட்டால் மட்டும், என்னுடைய அம்மா தயங்கித் தயங்கி மட்டன் பிரியாணி என்று சொல்லும். உண்மையில் உணவு சார்ந்த விஷயத்தில் அதுவும் குறிப்பாக அசைவ உணவு சார்ந்த விஷயத்தில் பெண்களுக்கு இயல்பான தயக்கம் ஒன்று வருவதைக் கவனித்திருக்கிறேன். அந்த இயல்பான தயக்கம் என்பது மேற்படி படிமத்தை அழுத்தி அழுத்திக் கற்பித்ததால் வந்தது என்பதைச் சொல்லவும் வேண்டுமா?

ஹோட்டல்களுக்குப் போனால் கூட நாசுக்கான விஷயங்களைதான் ஆர்டர் செய்வதையும் பார்த்திருக்கிறேன். சிக்கன் துண்டை எடுத்துக் கடித்துப் பெண்கள் பற்களால் இழுப்பதை உடன்வரும் ஆடவர்களே விரும்புவதில்லை என்பதை அவர்களது முகத்தைப் பார்த்தால் தெரியும். இந்தப் பின்புலத்தில் வைத்துதான் பேலியோ டயட் அதிலும் குறிப்பாக அசைவ பேலியோ டயட் இருக்க விரும்பும் பெண்களின் நிலையையும் புரிந்துகொள்ள வேண்டியிருக்கிறது. அந்த வகையில் கே.எஃப்.சி போன்ற உணவகங்களுக்கு வரும், இன்றைய தலைமுறையைப் பார்க்கும்போது சந்தோஷமாக இருக்கிறது. தீங்கானதுதான் என்றாலும், பர்கருக்குள் சிக்கனை வைத்து வாயை ஆழமாகப் பிளந்து கடித்துக் கொண்டிருக்கும் காட்சிகளையெல்லாம் பார்க்க முடிகிறது. இது ஒரு மாற்றம். இந்த மாற்றம் சந்தோஷ மளிக்கக்கூடியது. என்னுடைய பார்ட்டி தோழிகள் சிலர் எதைப் பற்றியும் தயங்காமல் விட்டு விடுதலையாகி அசைவ பேலியோ டயட்டில் இறங்கி வந்திருப்பதையும் இந்த மாற்றத்தின் பின்னணியிலேயே புரிந்துகொள்ள வேண்டும். அந்த வகையில் பேலியோ இன்று மெட்ரோ நகரங்களில் உள்ள இளைய தலைமுறையிடம் வேர்விட்டுப் பரவ ஆரம்பித்துவிட்டது. நகர்ப்புற ஆண் மற்றும் பெண்களை இந்தப் பேலியோ டயட் முறை வசீகரிக்கவும் ஆரம்பித்திருக்கிறது.

மூன்று வேளையும் அசைவம் சாப்பிடலாம் என்பதே வசீகரமாக இருக்கிறது. ஒரு காலத்தில் வீட்டில் அசைவமே சமைக்கக்கூடாது என வேண்டிக் கொண்டிருந்திருக்கிறேன். ஏனெனில் அசைவம் சமைக்கும் போதெல்லாம் தூரத்தில் இருக்கிற சித்தி வீட்டிற்கு ஒரு தூக்குவாளியில் அடுப்புக்கரித் துண்டைப் போட்டு அனுப்புவார்கள். அசைவத்திற்குப் பேய் கூடவே வருமென்கிற நம்பிக்கை. சித்தி வீட்டிற்குச் சுடுகாட்டைத் தாண்டிப் போக வேண்டுமென்பதால் அசைவத்தைச் சபிப்பேன்.

விளையாட்டு விடுதியில்தான் வாழ்க்கையில் முதன் முறையாகத் தினமும் அசைவம் சாப்பிட ஆரம்பித்தேன். சென்னை கிறித்துவக் கல்லூரியிலும் தினம்தோறும் அப்படிதான். அசைவ உணவின் கோட்டை அது. மீன்கடை வைத்த பிறகு கிட்டதட்ட பேலியோதான். இந்த பேலியோ குறித்துப் படிக்கையில், அதிலும் மசாயி பழங்குடிகள் குறித்துப் படிக்கையில் எனக்குத் தைமூர் ஞாபகம் வந்தது. தொழில் நிமித்தமாக நான் இந்தோனேசியா பக்கத்தில் உள்ள கிழக்குத் தைமூர் என்கிற நாட்டில் கொஞ்ச காலம் இருந்தேன். தமிழ் ஆதிக் குடியாக இருந்தபோது எப்படியிருந்தோமோ, அப்படி இப்போது திமோரியன்கள் இருக்கிறார்கள். தொப்பை வைத்திருக்கிற ஒரு திமோரியனைக் கூட நான் பார்த்ததில்லை. காரணம் இறைச்சி, கீரைகள், காய்கறிகளுக்கு சோற்றைத் தொட்டுக்கொண்டு சாப்பிடு வார்கள். பொதுவாகவே திமோரியன்களுக்கு டெங்கு, மலேரியா பாதிப்பு அதிகம் என்பதால் பப்பாளிக் கீரையை உணவில் சேர்த்துக் கொள்வார்கள். ஒரு தவம்போல அவர்களது உணவைச் சாப்பிட்டதி லிருந்து எனக்குக் காய்ச்சல்கூட வரவில்லை. இந்தப் பழக்கத்தில் ஒருநாள் கீரைக்காரரிடம் பப்பாளிக்கீரை கிடைக்குமா என்று கேட்ட போது எளிமையாக முறைத்தார். எனக்கென்னவோ பப்பாளிக் கீரையை உடனடியாக நம்முடைய டயட்டில் கொண்டுவந்து விட்டால் நல்லது என்று தோன்றுகிறது.

திமோரியன்களின் தவிர்க்க இயலாத உணவு அரிசி. ஆனால் ஒரு சோற்று மூட்டையைக்கூட அங்கு நான் பார்த்ததில்லை. ஆனால் சோற்றை அள்ளிக்கொட்டும் ஆந்திராமெஸ் இல்லாமல் நம்மால் வாழவே முடியாது. சோற்றை விட்டுக் கோதுமை பக்கம் தாவினால், அதிலும் ஒரு சிக்கல் இருக்கிறது. தெற்கில் சர்க்கரை வியாதி வந்தவர்கள் மருத்துவமனைக்குச் சென்றால் அரிசியைத் தவிர்த்து கோதுமையைச் சாப்பிடச் சொல்கிறார்கள். வடக்கில் சர்க்கரை வியாதி வந்தவர்களைக் கோதுமையைத் தவிர்த்து அரிசி சாப்பிடச் சொல்லி வலியுறுத்துகிறார்கள். ஆக இரண்டிலுமே பழுது

இருக்கிறது. அதற்காக இந்தியா போன்ற நாடுகளில் பேலியோ டயட்டை எல்லோரும் கடைப்பிடிக்க முடியுமா?

அசைவ அயிட்டங்கள் விற்கிற விலைவாசியில் கட்டுப்படி ஆகவே ஆகாது. பிறகு என்னதான் செய்வது? உடனடியாக உங்களைப் பேலியோவிற்குள் குதியுங்கள் என்று சொல்லவில்லை. அதைப் பற்றிக் கொஞ்சம் படிக்கத் தயாராகுங்கள். இணையத்தில் பேலியோ டயட் என்று அடித்தால் குறைந்தது பத்தாயிரம் பக்கங்களாவது வந்து விழும். அதற்கு முன் நீங்கள் உடனடியாகச் செய்யவேண்டிய இன்னொரு காரியம் இருக்கிறது. அதைச் சொன்னாலும் கேட்க மாட்டீர்கள் என்று தெரியும். சொல்லாவிட்டால் எனக்கு மண்டை வெடித்துவிடும். விஷயம் எளிதானதுதான். பேலியோவிற்கு மாறுவதை விடுங்கள். சோற்று மூட்டையாக இருக்க மாட்டேன் என்று உடனடி சபதம் போடுவது நல்லது. இல்லாவிட்டால் டீக்குச் சர்க்கரை பத்தாத நண்பர்கள் நம்முடைய விரலை டீக்குள் முக்கி எடுப்பார்கள்.

73

கடற்கரை முத்தங்கள்

விடுமுறை நாளொன்றில் நண்பரொருவருடன் அவரது காரில் பெசன்ட் நகர் சென்றிருந்தோம். அங்கே ஒரு செடி மறைவில் இளைஞர் ஒருவர் அவருடைய காதலியை அணைத்து முத்தம் கொடுத்துக் கொண்டிருந்தார். நண்பர் முகம் சுளித்தார். முகம் சுளிக்காவிட்டால் அவரது விலையுயர்ந்த காருக்கு மதிப்பில்லையே? காருக்காகவாவது கருத்துகளை உருவாக்க வேண்டாமா? இவராவது முகம் சுளிப்ப தோடு நிறுத்திக் கொண்டார். ஒரு படத்தில் கதாநாயகன் இப்படி கடற்கரையில் ஒதுங்குபவர்களைத் துப்பாக்கியால் சுடுவார். கொஞ்ச நாளுக்கு முன்பு காரில் கறுப்பு ஸ்டிக்கர்கள் இருந்த நேரத்தில் ஜி.என்.செட்டி சாலையில், கடந்து போன ஒரு பிஎம்டபிள்யூ காரை தற்செயலாகப் பார்த்தபோது, முத்தமிட்டபடி அணைத்துக்கொண்டு போனார்கள். பிஎம்டபிள்யூதான் என்றில்லை. மாருதி ஆல்டோ காரில்கூட இந்த வசதி இருக்கிறது. இதுபோல வாய்ப்பு கிடைக்காதவர்கள் என்னதான் செய்வார்கள் என்கிற கேள்வி அப்போதே எழுந்தது.

உண்மையில், பெருநகரச் சூழலில் இப்போது திருமண வயது என்பது சராசரியாக முப்பது வயதைத் தாண்டிவிட்டது. எல்லா வசதிகளும் கிடைக்கும் நகரக் கண்மணிகளைப் பற்றிப் பேசவில்லை. இன்னமும் இருபது ரூபாய்க்கு மூன்று பூரிகளைக் குறிவைத்து கையேந்தி பவன்களை மொய்க்கும் வர்க்கத்துக் கவலைகளையே பதிவு செய்கிறேன். முப்பது வயதிற்கும் மேல் ஆனபிறகும் முத்தத்தைக்கூட மறைந்திருந்து கொடுக்கும் அவலம்தான் இருக்கிறது.

காசு இருப்பவர்கள் கிழக்குக் கடற்கரைச் சாலை விடுதிகள் பக்கமாக நகரலாம். காசில்லாதவர்கள் ஆளற்ற திரையரங்குப் பக்கமாக ஒதுங்கிக் கொண்டிருந்தார்கள். ஆனால் இப்போதெல்லாம் மல்டிப்ளக்ஸ்களாக மாறிவிட்டதால், தியேட்டர்களில் எப்போதுமே கூட்டம் இருந்தபடியே இருக்கிறது. கிழக்கு கடற்கரைச் சாலைகளில் உள்ள மிகப் பெரிய விடுதிகளை விடுங்கள். அங்கெல்லாம் நுழைய வாய்ப்பிருந்தால் எதற்காக உச்சி வெய்யிலில் கடற்கரைப் பக்கம் ஒதுங்கப் போகிறார்கள்?

இப்போதெல்லாம் சிறிய விடுதிகளில் எல்லாம் ஆதார் அடையாள அட்டை கேட்பதோடு மட்டும் நிறுத்துவதில்லை. பெற்றோர்களின் தொலைபேசி எண்கள் கொடுங்கள் என்று கேட்காத குறைதான். நண்பர் அதிஷாவுடன் இது சம்பந்தமாகப் பேசிக் கொண்டிருக்கும் போது ஒரு தகவலைச் சொன்னார். திருமணம் ஆகாதவர்கள் தங்குவதற்கான விடுதிகள் என சில ஆப்ஸ்கள் இப்போது பட்டியலிட ஆரம்பித்துவிட்டன என்றார். உண்மையில் அப்படி ஒரு தேவை இருக்கிறது என்பதால்தான் இது போன்ற ஆப்ஸ்கள் கொடிகட்டிப் பறக்கின்றன.

காதலர்கள், குறைந்தபட்ச காதல் பண்ணுவதற்குக்கூட சென்னையில் இடமில்லை என்பதுதான் உண்மை. அதிலும் காசில்லாத காதலர்கள் முத்தங்களை எல்லாம் கல்யாணம் வரைக்கும் பொத்திச் சேகரித்து வைத்துக்கொள்ள வேண்டும். அதிர்ஷ்டம் இருந்தால் ஆறாவது மாடிக்கு லிஃப்ட் போவதற்குள் அவசர அவசரமாக முத்தம் கொடுத்து விட்டு விலகிவிட வேண்டும். லிஃப்ட்டில் இன்னும் கண்காணிப்பு கேமராக்கள் வராததற்கு அவர்கள் வாழ்த்துப்பா பாடவேண்டும். கண்காணிப்பு கேமராக்களையும் மீறி ஏடிஎம் மையத்திற்குள் முத்தம் கொடுத்துக் கொள்வது எதற்காக? இடமில்லாத கொடுமைக்காக தானே அங்கே நுழைகிறார்கள். காசிருப்பவர்களுக்கு சகலமும் எளிதாகக் கிடைக்கும் இதே சென்னையில்தான் ஒரு முத்தத்திற்காகவும் அணைப்பிற்காகவும் அந்த வெய்யிலிலும் கடற்கரைப் பக்கமாக ஒதுங்குகிறார்கள்.

கடற்கரையில் ஒதுங்கும் அவர்களிடம் காவலர்கள் காசு பறித்ததாக வந்த செய்திகளையும் பார்த்திருப்பீர்கள்தானே? கிழக்குக் கடற்கரைச் சாலைகளில் உள்ள சவுக்குத் தோப்புகளில் ஒதுங்குபவர்களிடம் சமூக விரோதிகள் காசு பறிக்கிறார்கள். உச்சகட்டமாக அந்தப் பெண்களிடமும் அத்துமீறுகிறார்கள். சில பலாத்கார முயற்சிகள்கூட நடந்திருக்கின்றன. அதைப் பின்னணியாக வைத்து நான் மகான் அல்ல என்கிற திரைப்படம்கூட வந்தது. கார் இருந்தால் மட்டுமே

காதல் செய்ய முடியும் என்கிற நிலை வந்துவிடுமோ என்கிற அச்சமும் நிலவுகிறது. 'மெட்ரோபாலிட்டன் சிட்டி'. சொல்லும் போது அழகாக இருக்கிறது. நிஜத்தில் அது பல்லிளிக்கிறது. இந்த இடத்தில் வெறும் குறைந்தபட்ச முத்தம் குறித்து மட்டுமே சொல்கிறேன். மேற்படி கட்டி உருள்வதற்கெல்லாம் நிர்வாகம் பொறுப்பேற்காது. கலாசாரக் காவலர்களாகக் கருதுபவர்கள் தயவுசெய்து கொந்தளித்து விடாதீர்கள். இடமில்லாத காரணத்தைதான் வலியுறுத்த விரும்புகிறேன். 'Road rage' இல்லாமல் வண்டியோட்ட விரும்புகிறேன்.

உண்மையில், இந்தப் பிரச்சினை குறித்து திறந்த மனதோடு சிந்தித்துப் பாருங்கள். இதுவும் ஒரு அவலம்தான். தைமூர் என்பது ஒரு குட்டி நாடு. அவர்களைப் பார்த்தால் நிச்சயம் காட்டுமிராண்டிகள் என்றுதான் தமிழ்ப் பொதுப் புத்தி சொல்லும். வறுமை தாண்டவமாடும் தேசம். அங்கே காதலர்கள் சாலையோரங்களில் முத்தமிட்டுக் கொள்ளும் போது ஒருத்தரும் திரும்பிக்கூட பார்க்க மாட்டார்கள். வளர்ந்து விட்டதாக மார் தட்டிக் கொள்ளும் நாட்டில் சினிமாவில் துப்பாக்கியை வைத்துச் சுடுகிறோம். நேரில் வார்த்தைகளால் சுடுகிறோம். அவர்களை பன்றிகளோடு ஒப்பிடுகிறோம். அதேசமயம் அதே கடற்கரைப் பக்கத்தில் இருக்கிற கோஷா ஆஸ்பத்திரியில் மட்டும் நாளொன்றிற்கு நூற்றிற்கும் மேற்பட்ட குழந்தைகள் பிறந்து கொண்டே இருக்கின்றன.

74

தலைமுறையின் கவலை

பல்வேறு அறைகளில் தூங்கியிருக்கிறேன். பல்வேறு இடங்களில் தூங்கியிருக்கிறேன். பல்வேறு தேசங்களில் தூங்கியிருக்கிறேன். வாழ்க்கை பல்வேறு நிறை குறை வசதிகளோடு தூங்க வைத்திருக்கிறது. அங்கெல்லாம் தூங்கி எழுந்ததும் உடனடியாகக் கண்ணாடியைப் பார்ப்பேன். டொக்குக் கன்னம் உப்பியிருக்கிறதா என்று பார்ப்பேன். இப்போது புசுபுசுவென்று ஆகிவிட்டது வேறு விஷயம்.

டொக்குக் கன்னமாக இருந்தது ஒரு தலைமுறையின் காலம். உடன் படிக்கும் பெண் பிள்ளைகள் கிண்டலடிப்பார்கள். காலை எழுந்ததும் புஸ்ஸென்று இருக்கும். ஒரு சிகரெட் அடித்தால் வதங்கிவிடும். கும்மென்று ஆகவேண்டும் என்பதற்காகவே பீர் குடிப்போம். கன்னமே இப்படி இருக்கிறதென்றால் உடம்பைப் பற்றிக் கேட்கவும் வேண்டுமா? இதற்குப் பின்னால் வலுவான சோஷியோ எகனாமிக் பரிணாமும் இருக்கிறது. எங்களூரில் வத்தலும் தொத்தலுமாய் தோழிகள் சிலரே அலைவார்கள்.

அது ஒரு மிகப் பெரிய மன உளைச்சலாகவே இருக்கும். அதை மறைக்கத் தாடி வைத்தவர்கள்தான் அதிகம். ஒரே ஒரு மிகச் சிறந்த உதாரணம். டி. ராஜேந்தரேகூட வறுமைக் குழியை மறைக்கதான் தாடி வைத்தார். அவர் என்னிடம் ஒருமுறை கண்கலங்க அவர் பாணியில் கதையாகச் சொல்லியிருக்கிறார். அவரோடு ஒரு நிகழ்ச்சி செய்திருக்கிறேன். வைரமுத்து அவர் பங்கிற்கு கவிதையிலும் இந்தக் கவலையைப் பதிவு செய்ததாய் ஞாபகம். தவறாகக்கூட இருக்கலாம். தொண்ணூறுகளுக்குப் பிறகு வந்த பொருளாதார மாற்றத்தால்

ஆண்கள் நிறைய பயன்களைப் பெற்றிருக்கிறார்கள். கன்னத்தில் சதை என்ற வரமும் அதில் ஒன்று.

இப்போதுள்ள பெரும்பாலான இளைஞர்களுக்கு அந்தப் பிரச்சினை இல்லை என்பது தெரிகிறது. எல்லோருமே மதன்பாப் மாதிரி தெம்பாக இருக்கிறார்கள். பார்ப்பதற்கே சந்தோஷமாக இருக்கிறது. ஆனால் இன்னொரு கோணம் ஒன்று இருக்கிறது. சமீபத்தில் திருநெல்வேலி மனோன்மணி பல்கலைக் கழகத்தின் உடற்கல்வி இயக்குநரைச் சந்தித்தபோது அவர் ஒரு விஷயத்தைச் சொன்னார். உடலை அதன் எல்லைகள் தரும் சாத்தியங்களோடு அசைக்காத தலைமுறை ஒன்று உருவாகியிருப்பதாகச் சொன்னார்.

உடல் வலு இல்லாத தமிழர்களாக அடுத்த தலைமுறை உருவாகிக் கொண்டிருக்கிறது. நன்றாக ஞாபகம் இருக்கிறது. மதுரை சித்திரைத் திருவிழாவில் அந்தக் கால மக்கள் கலந்துகொண்ட விண்டேஜ் புகைப்படம் ஒன்றைப் புகைப்படக் கலைஞன் மதுரை செந்தில் குமரனின் சேமிப்பில் பார்த்தேன். கன்னத்தில் குழிகளோடு கம்பீரமாய் வில்போல நின்றார்கள் அதில் இருந்த மனிதர்கள். துளி எக்ஸ்ட்ரா சதையில்லை. இயல்பாகவே சிக்ஸ் பேக். இடையில் விளம்பரங்களின் பின்னால் ஓடித் தேவையற்ற மன உளைச்சலுக்கும் ஆட்பட்டோம். ஆனால் இன்றைய நிலையை ஒப்பிட்டுப் பாருங்கள்.

வெகு தொலைவு கடந்து வந்து அதன் எல்லையான உடலை அசைக்காத தலைமுறையில் வந்து நிற்கிறோம். கன்னத்தில் குழி மேனியாக்களையெல்லாம் கடந்து வந்த அடிப்படையிலும் கன்னத்திலேயே மேடு பள்ளங்களைப் பார்த்த அடிப்படையிலும் சொல்கிறோம். கன்னத்தில் குழியழகு. புத்தம் புது காலை பாடல் சிறிஸ்ட்டி டாங்கே கன்னத்தில் விழும் குழிக்கும் இதற்கும் சம்பந்தமில்லை. ஆனால் உடலை வருத்துவதன் வழியாக வரும் குழி கம்பீரமானது. அந்த விண்டேஜ் புகைப்படத்தில் கம்பீரமாக அப்படிதான் ஒரு பெரியவர் நின்று கொண்டிருந்தார்.

75

குழம்பிய குட்டையில் திமிங்கலங்கள்

நம்பிக்கைத் துரோகம் என்பதற்கு பழைமையான தமிழ் அகராதிகள் இப்படியான விளக்கத்தைக் கொடுக்கின்றன. ராஜ துரோகம், சுவாமி துரோகம், குரு துரோகம், இன துரோகம் ஆகிய நால்வகை நன்றி கெட்ட செயல்களைக் குறிப்பிடுகின்றன. முன்னாள் தமிழக முதல்வர் ஜெ. ஜெயலலிதா மீதான வழக்கைப் பற்றியோ, அந்த வழக்கின் மீதான தீர்ப்பைப் பற்றியோ ஆராய்வது நோக்கமல்ல. இந்த இடத்தில் அது நம் வேலையுமில்லை. அசாதாரணமான சூழலில் நாம் வைக்கும் நம்பிக்கையை மையமாக வைத்து ஆடப்படும் பகடையாட்டங் களையும் போலிப் பெருமிதங்களையும் மட்டுமே கணக்கில் எடுத்துக் கொண்டு இந்தக் கட்டுரை பேசுகிறது.

ஜெ. ஜெயலலிதா விடுதலையாக வேண்டும் என அவர்களது கட்சியினரோ, அமைச்சர்களோ, உயரதிகாரிகளோ, நம்மைப் போன்ற பொதுமக்களோ மனதார வேண்டுவது என்பதில் எந்த மாற்றுக் கருத்தும் இல்லை. ஒருவர் எல்லா நலன்களும் பெற்று நீண்ட காலம் வாழவேண்டும் என வேண்டிக் கொள்வதில் யாருக்கேனும் மாற்றுக் கருத்து இருந்தால், அப்படியொரு கருத்து கொண்டிருப்பவர்களின் உள்ளங்கைகளை உற்றுப் பாருங்கள். அதில் ரோமங்கள் முளைத்திருக்கக் காண்பீர்கள். ஆனால் விஷயம் அதுவல்ல. ஒருவரது நம்பிக்கையைப் பாழ்படுத்துவது, அதற்கு விரோதமாக நடந்து கொள்வது என்பதைதான் கண்டிக்க வேண்டியிருக்கிறது.

ஜெயலலிதா தீவிரமாக நம்பும் ஒரு விஷயத்தை நாமும் நம்புவது போலவும் அதைக் கொண்டாடுவது போலவும் ஒரு பொய்யான

தோற்றத்தை ஏற்படுத்தி, அவரது கடைக்கண் பார்வையைப் பெற்றுவிடத் துடிப்பதைதான் கண்டிக்க வேண்டியிருக்கிறது. அவரது விடுதலையை வேண்டி தமிழகம் முழுக்க, ஏன் இந்தியா முழுக்கவுள்ள கோயில்களில் யாகங்கள் நடத்தி பூஜைகள் நடத்தி புகைப்படங்களுக்குத் தீனி போட்டதன் பின்னணியில் ஏகப்பட்ட நம்பிக்கை மீறல்களும் விதி மீறல்களும் கொட்டிக் கிடக்கின்றன. கிட்டதட்ட அக்கட்சியின் தொண்டர்கள் துவங்கி அமைச்சர்கள், அரசு உயரதிகாரிகள் பலர் இத்தகைய பல பூஜைகளைச் செய்திருப்பதை, தினமும் செய்தித் தாள்கள் படிக்கும் பழக்கமுள்ள அனைவரும் அறிந்திருப்பீர்கள். பல கோயில்களில் அமைச்சர்கள் மற்றும் உயரதிகாரர்களால் ஆகம மற்றும் விதிமீறல்கள் நடந்திருப்பதாக அந்தக் கோயில்களைச் சேர்ந்தவர்கள் முனகிக் கொண்டிருக்கின்றனர்.

இது போன்ற வேண்டுதல்களில் அதன் பிரமாண்டம் மற்றும் 'புகைப்பட அந்தஸ்து' மட்டுமே பெரிதுபடுத்தப் பட்டதே தவிர, ஆழமான வேண்டுதல்கள் அல்ல. வாரமிருமுறை இதழொன்றில் வந்த செய்தியொன்று இதன் உச்சகட்டத்தை உரக்கச் சொல்கிறது. 'சென்னை பார்த்தசாரதி கோயிலில் பாலாலயம் நடந்திருக்கிறது. பார்த்தசாரதி கோயிலில் மூலவருக்கான பாலாலயம் நடந்ததை யடுத்து, அங்கு மூலவர் சிலை முழுவதுமாக மூடி வைக்கப்பட்டு இருந்தது. ஆனால் கடந்த ஒரு வாரமாக மூலவர் முகம் தெரியும்படி சிறிய கதவு ஒன்றை அமைத்து அதைத் திறந்தே வைத்தால் விடுதலை நிச்சயம் என்று சொல்லி அதைத் திறந்தே வைக்க ஏற்பாடு செய்திருக்கிறார்கள். அது உரிய முறையில் போயஸ் கார்டனுக்கும் தெரிவிக்கப்பட்டு இருந்தது' என்று விரிகிறது செய்தி.

விஷயத்திற்கு வரலாம். 'பாலாலயம் என்பது கர்ப்பக் கிரகத்திலுள்ள மூலவர் சிலையின் சக்தியை வேறொரு சிலைக்கு மாற்றி விடுவதுதான். ஆகம விதிகளின்படி அப்படிப்பட்ட மூலவர் சிலை வெறும் பொம்மைதான்' என்று கட்டுரையொன்றில் குறிப்பிடுகிறார் 200 கோயில்களுக்கும் மேல் கும்பாபிஷேகம் செய்தவரும் கும்பாபிஷேக சர்வ சாதகம் சிவ ஆகமப் பிரவீணருமான எஸ். ஸ்ரீதரர். பாலாலயத்தில் இரண்டு வகைகள் இருக்கின்றன. ஒன்று, விமான பாலாலயம். இரண்டாவது, மூலவர் பாலாலயம். விமான பாலாலயத்திலாவது மூலவருக்கு ஓரளவிற்காவது சக்தியிருக்கிறது என்று சொல்லி வாதாட வாய்ப்பிருக்கிறது. இரண்டாவது வகையில், வேறு வழியேயில்லை. சாஸ்திரப்படி அது பொம்மைதான். ஆனால் முதல் வகை பாலாலயத்திலும்கூட அது பொம்மைதான் என ஆதாரப்படி வாதாடுபவர்களும் இருக்கதான் செய்கின்றனர். பாலாலயம் செய்த பிறகு மூலவருக்கு விசேஷ பூஜைகள் எதுவும் செய்யக்கூடாது.

தேவையுமில்லை என்பதுதான் ஆகமவிதி. நமக்குத் தெரிந்து சென்னை பார்த்தசாரதி கோயிலில் நடந்தது இரண்டாவது வகை மூலவர் பாலாலயம்தான். ஆகம விதிப்படி சக்தியே இல்லாத ஒருவர் பார்த்தால், நன்மை விளையும் என சொல்லி அந்தச் சிலையின் முகம் தெரியும்படி திறந்து வைத்தது சரியா தவறா? ஏன் நம்பிக்கைத் தூரோகம் செய்கின்றீர்கள்? வெறும் பொம்மையைக் காட்டி ஏமாற்றுவதற்கு என்ன காரணம்? உங்களது நம்பிக்கையின்படியே வைத்துக் கொண்டாலும்கூட என்ன காரணத்திற்காக கடவுளையும் பக்தனையும் ஒரே நேரத்தில் ஏமாற்றுகிறீர்கள்?

உங்களுக்காக மனமுருகிப் பிராத்தனை செய்தோம் என சொல்லி, ஓரிரு துளசி இலைப் பிரசாதங்களைத் தந்தால் போதாதா? அசாதாரணமான சூழலில் இருக்கும் ஒருவரின் நம்பிக்கையை வைத்து ஆடும் பகடையாட்டம் என்பது இதுதான். இது ஒரு உதாரணம்தான். தமிழகம் முழுக்க அவரது நலன் விரும்பிகள் செய்த ஏமாற்று வேலைகள் இதுபோல ஏராளம். ஒரு லட்சத்து எட்டாயிரம் விளக்குகளும் 7200 லிட்டர் நெய்யும் எதற்காக? ஆத்மார்த்தமாக ஒரு விளக்கு போதாதா? ஒரு நம்பிக்கையின் காரணமாக ஜோதிடர் ஒருவரிடம் நீங்கள் செல்கிறீர்கள். அவர் என்ன சொன்னாலும் ஏற்றுக்கொள்ளும் சரணாகதி மனநிலையில் நீங்கள் இருக்கிறீர்கள். உங்களது நம்பிக்கை மற்றும் சரணாகதி மனநிலையை ஜோதிடர் பயன்படுத்தி உங்களை பரிகாரங்கள் என்ற பெயரில் பெருந் தொகையைக் கறந்தால் உங்களது மனநிலை எப்படி இருக்கும்? அதைப்போலதான், பிற்பாடு கிடைக்கக்கூடிய பலன்களைக் குறிவைத்து, இப்படிப் பொய்யான பல பூஜைகளையும் புனஸ்காரங் களையும் செய்து காட்டுவதும். ஒரு நம்பிக்கையின்படி வைத்துக் கொண்டாலும், நீங்கள் செய்யும் இப்படியான பொய்யான பூஜைகள் மற்றும் புனஸ்காரங்களின் நிமித்தம் ஒருத்தருக்குக் கிடைக்க வேண்டிய நற்பலன்களில் பாதிப்பேதும் வராதா என்பதையும் நலன் விரும்பிகளாகிய நீங்கள் கவனத்தில் எடுத்துக் கொண்டிருந்திருக்க வேண்டுமல்லவா?

முன்னாள் முதல்வருக்கு பக்தியின் மீதும் அது சார்ந்த பூஜை புனஸ்காரங்கள் மீதும் அசைக்க முடியாத நம்பிக்கை இருப்பது நாம் அனைவரும் அறிந்ததே. அந்த அசைக்க முடியாத நம்பிக்கையின் மீது எதிர்கால குறுக்குவழி நலன்களைக் கருதி நிறைய பேர் கல்லெறிந்திருக்கிறார்கள் என்பதுதான் நிஜம். இதில் மனமார கடவுளிடம் வேண்டிக் கொண்டவர்களும் இருக்கதான் செய்கிறார்கள் என்பதையும் மறுக்க முடியாது. ஆனால் பெரும்பான்மையானவர்கள் அப்படி இல்லை என்பதை அந்தந்த பூஜைகளில் கலந்துகொண்டு விதி

மீறல்களைக் கண்டு அதிர்ந்தவர்கள் அறிவார்கள். குழம்பிய குட்டையில் மீன் பிடித்துப் பிடித்துப் பயிற்சி எடுத்தவர்கள் எல்லாம் இப்போது திமிங்கலமே பிடிக்குமளவிற்குக் கைதேர்ந்த விற்பன்னர்கள் ஆகிவிட்டார்கள் என்பதைதான் இந்தச் சம்பவங்கள் உணர்த்துகின்றன. ஊர்ப்பக்கமெல்லாம், அடுத்தவன் செய்கிறான் என்பதற்காகவே ஒரு வேலையைச் செய்பவர்களைப் பற்றியும் கடமைக்காக தேமேவென்று வேலை பார்ப்பவர்களைப் பற்றியும் குறிப்பிட்டுச் சொல்லும்போது, 'பெருமைக்கு மாவு இடிக்கிறவன் வந்துட்டான் பாரு' என்பார்கள். இங்கு ஒரு சிலரைத் தவிர பெரும் பாலான அமைச்சர்கள் மற்றும் உயரதிகாரிகள் இப்படிப் பெருமைக்கு மாவு இடித்திருக்கிறார்கள். கடமைக்கு மாவு இடித்து கண்ணியத்தையும் கட்டுப்பாட்டையும் பல இடங்களில் தவற விட்டிருக்கிறார்கள். அப்படிப் பெருமைக்காக மட்டுமே மாவு இடிப்பது அவர்களுக்கும் நல்லதல்ல. உலக்கைக்கும் நல்லதல்ல.

76

டாலருக்கு மாறும் நோட்டுகள்

ரூபாய் ஐந்நூறு, ஆயிரம் நோட்டுகள் இனி செல்லாது. இந்த அறிவிப்பு வந்தவுடனேயே எனக்குள் இருந்த புலனாய்வு பத்திரிகை யாளன்தான் உடனடியாக விழித்துக் கொண்டான். கடந்த மூன்று, நான்கு வருடங்களாகவே ஒரு தொழில் சென்னையில் கொடிகட்டிப் பறக்கிறது. இந்த அறிவிப்பு எப்போது வேண்டுமானாலும் வரலாம் என்கிற முன்னெச்சரிக்கையில் செயல்பட்டவர்கள் அவர்கள். அவர்களுக்கு எல்லாமும் தெரிந்திருந்தது. அமெரிக்க டாலரில் முதலீடு செய்து தரும் தொழில்தான் அது. சர்வதேச விமான நிலையத்தில் வந்திறங்கும்போது புரோக்கர்கள் உங்களை மொய்ப்பார்கள். உள்ளே மணி எக்சேஞ்ச்சில் மாற்றுவதை விட அதிகக் காசு தருவார்கள்.

அதிலும் நூறு டாலர் நோட்டுகள் வைத்திருந்தால் இன்னும் கொஞ்சம் டிமாண்ட் செய்யலாம். எல்லா பண மதிப்பும் ஒன்றுதானே? ஏன் நூறு டாலர் நோட்டுகளுக்கு மட்டும் தனி மகிமை. அவை அத்தனையும் மேலே குறிப்பிட்ட தொழிலில் மாற்றுவதற்காக சேகரிக்கப்படு பவை. டாலர் தங்கத்துக்குச் சமம். டிரம்ப்போ, ஒபாமாவோ துணிந்து தலையைக் கொடுக்கலாம் என்பார்கள் புரோக்கர்கள். புரோக்கர்கள் என்றதும் முகத்தில் மச்சம் இருக்கும் என்று கற்பனை செய்து கொள்ளாதீர்கள். நட்சத்திர ஹோட்டல்களில் பெரியளவில் நடக்கும் பிஸினஸ் இது. இந்த வட்டத்துக்குள் நுழைவதற்கு குறைந்தபட்சம் ஒரு பி.எம்.டபிள்யூ.வாவது வைத்திருக்க வேண்டும்.

பெரும்பாலும் இப்படி சென்னை நகருக்குள் மாற்றி முடித்து விட்டார்கள். இது ஒரு வகையான ஸ்டைலிஷ் ஆன வியாபாரம்.

மும்பையிலிருந்து பெங்களூரிலிருந்து ஹைதராபாத் போன்ற நகரங்களில் இருந்தெல்லாம் இங்கே வருவார்கள். இவர்கள் அங்கே போவார்கள். கடந்த மூன்று வருட விமான சர்வீஸ் சார்ட்டுகளை எடுத்துப் பார்த்தாலே தெரிந்துவிடும். என்னிடம் இப்போது ரூபாய் ஐந்து கோடி, இப்போது பழைய நோட்டுகளாக இருந்தால் எப்படியிருக்கும்? சுகமான கற்பனை ஒன்றும் வந்தது. கூடவே இந்த அறிவிப்பு வந்தபோது ஓர் அச்சமும் வந்தது. இனம்புரியாத இந்த அச்சத்தை எல்லோருடைய முகங்களிலும் பார்க்க முடிந்தது. ஊரில் இருந்து அழைத்தவர்களெல்லாம் அந்த அச்சத்தைப் பகிர்ந்து கொண்டார்கள். என்னவென்று தெளிவாக அவர்களுக்கு விளக்க முடியவில்லை. ஆரம்பத்தில் இதை யாரும் குறை சொல்லவும் இல்லை. ஆனாலும், ஏதோவொன்று நடக்கப் போகிறது என்கிற அச்சம். பூகம்பம் போன்ற இயற்கைப் பேரிடர்கள் நடைபெறப் போவதற்கு முன்பு விலங்குகள், பறவைகளெல்லாம் நிம்மதியின்றி பரபரப்பாக அலையும் என்பார்கள். என்னிடம் பேசியவர்களும் அப்படிதான் நடந்து கொண்டார்கள். ஒரு பேரழிவுக்கு முந்தைய பதற்றம் அது. அதை இன்னமும் அவர்கள் தொலையக் கொடுக்கவில்லை என்பதே ஆச்சர்யகரமானது. ஒரு காலத்தில் இயற்கையைக் கணித்த கூட்டு மனநிலைதானே?

அது அழிவா, பேரழிவா, வசந்தத்தின் விடிவெள்ளியா என்றெல்லாம் அவர்களுக்குச் சொல்லத் தெரியவில்லை. இனம்புரியாத ஒரு வலி. போன டிசம்பரில் இந்த வலியை அனுபவித்தார்கள். அப்போதும் இந்த ஐந்நூறு மற்றும் ஆயிரம் ரூபாய்களுக்கு மதிப்பில்லை. ரூபாய் ஆயிரம் கொடுத்தால்கூட பால் கிடைக்கவில்லை. வரிசையில் நின்று பொட்டலங்களை வாங்கினார்கள். மழையின் மூர்க்கத்தை நெருக்கத்தில் பார்த்த அந்த நாட்கள் திரும்ப வந்துவிடுமோ என்கிற அச்சம்தான் இனம்புரியாத அந்த வலியாக பீறிட்டு வெளிவந்தது. மழை பாதிப்புக்கு நிகரான பாதிப்புகளைதான் இப்போதும் அனுபவித்தார்கள். சோற்றுக்காக வரிசையில் நின்றவர்கள் இப்போது நோட்டுக்காக நின்றார்கள்.

வரும் மாதச் சம்பளம் வருமா? வந்தாலும் எடுக்க முடியுமா? குழப்பங்களோடு எளிய மக்கள் வீதியில் அலைந்து கொண்டிருக்கும் போது நானும் அதுபோல் அலைந்தேன். எங்களுடைய கடையில் சில்லறைத் தட்டுப்பாடு. எல்லா பழைய நோட்டுகளையும் மக்கள் இன்னொருத்தரிடம் கடத்த முயன்றார்கள். நம்முடைய துயரத்தை இன்னொருத்தரின் தலையில் சுமத்துவதைப்போல. மீதிச் சில்லறை யாருக்கும் கொடுக்க முடியவில்லை. பத்தாயிரம் ரூபாய் நூறு ரூபாய் நோட்டுகளுக்கு எழுநூறு ரூபாய் கமிஷன். பேரழிவின்போது வந்த வரைக்கும் லாபம். வெள்ளத்தின்போது ஒரு பால் பாக்கெட்டை ரூபாய் நூறுக்கு விற்கவில்லையா? இன்னும் இந்த நிலை

சரியாகவில்லை. எப்போது சரியாகும் என்றும் தெரியவில்லை. அதற்கு ஏற்றாற்போல வாழப் பழகிக் கொண்டோம். ஆனாலும் இந்த இனம்புரியாத அச்சம் தொடர்கிறது. ஏனெனில் கடந்த டிசம்பர் பாதிப்புகளில் இருந்து இப்போதுதான் மெல்ல மேலேறி வந்தோம். இப்போது மறுபடி ஒரு செயற்கை பேரிடரைத் தாங்கும் சக்தியில்லை. குண்டூசி விற்பவன் தொடங்கி சட்டை விற்கிறவன் வரை சிறு வியாபாரிகள் எல்லோரும் பதற்றத்தில் இருக்கிறோம்.

ஆகிக் கொண்டிருந்த வியாபாரத்தில் முப்பது சதவிகிதம்தான் இப்போது ஆகிறது. அதற்கும் இப்போது ஆயிரத்தெட்டு சில்லறைச் சிக்கல்கள். அந்த நஷ்டத்தைச் சரிக்கட்ட இன்னும் பல மாதங்கள் உழைக்க வேண்டும். அதிகப்படுத்திச் சொல்லவில்லை. நிதர்சனத்தைச் சொல்கிறேன். எங்களை விட ஏழை பாழைகளின் நிலையைப் பற்றி யோசிக்கவே அச்சமாக இருக்கிறது. எப்போது சரியாகும்? தெரியவில்லை. நஷ்டத்தைச் சரிக்கட்ட என்ன செய்வதென்கிற யோசனையில் இருப்பதால், யார் சொல்வதும் காதில் விழவில்லை. முடிந்தால் ரூபாய் ஆயிரத்துக்குச் சில்லறை தாருங்கள்.

இல்லாவிட்டால் விலகி நில்லுங்கள். ஏனெனில் இப்போது கூப்பாடு போடும் பல கட்சி பிரதிநிதிகளையும் அந்த நட்சத்திர ஹோட்டல் டாலர் மாற்று வியாபாரத்தில் பார்க்க முடிந்தது. இவர்கள், எல்லா வற்றையும் தெரிந்துகொண்டு முன்னெச்சரிக்கையுடன் ஏற்கெனவே செயல்பட்டவர்கள். அவர்கள் கைவசம் இப்போது எதுவுமில்லை. ஏடிஎம் வாசலில் காத்துக் கிடக்கும் மக்களுக்குக் கொடுப்பதற்கு நம்பிக்கைகளும் இல்லை இவர்களிடம். இவர்களிடம் ஒன்றும் இல்லை என்பதை மக்களும் நம்பவில்லை. மக்களின் தேவை யெல்லாம் ஒரு நம்பிக்கையின் குரல். அவர்களது இனம்புரியாத அச்சத்தை விலக்கும் குரல். அது எங்கிருந்து வரும்? மீண்டுமொரு பேரிடரைச் சந்திக்கும் திராணியில்லை அவர்களுக்கு.

என்னிடம் இருப்பதாக கற்பனை செய்த அந்த ரூபாய் ஐந்து கோடி பழைய தாள்களை என்ன செய்வது? சில சோர்ஸ்களிடம் விசாரித்தேன். டாலராக மாற்றிக் கொள்ளலாம் என்றார்கள். பல்வேறு வழிகளில் உடனடியாக மாற்றித் தரலாம் என்றார்கள். கமிஷன் மட்டும் கொஞ்சம் கூடும் என்றார்கள். யாரும் முடியாது என்கிற வார்த்தையை மட்டும் சொல்லவேயில்லை. யோசித்துப் பார்த்தால் இன்றைய தேதியில் ரூபாய் ஐந்து கோடி பழைய தாளைக்கூட, கமிஷன் அதிகம் கொடுத்தால் உடனடியாக மாற்றிக் கொள்ள முடியும். ஆனால் வரிசையில் நின்று ஒரு இரண்டாயிரம் ரூபாய்கூட எடுக்க முடியாது. இதுதான் யதார்த்தம். இந்தியப் பொருளாதாரத்தின் யதார்த்தம் என்று சொல்வதற்கு நான் ஒன்றும் பொருளாதார நிபுணர் கிடையாது.

77

உருப்படாமல் போன மாணவனின் வாக்குமூலம்

கடந்த முறை விடுமுறைக்காகத் தென்மாவட்டத்திலுள்ள சொந்த ஊருக்குச் சென்றிருந்தபோது, நீண்ட வருடங்கள் கழித்து பள்ளியில் உடன்படித்த நண்பன் ஒருவனைச் சந்தித்தேன். நண்பனுக்கு வலதுகையில் முழங்கைக்குக் கீழே துண்டிக்கப் பட்டிருக்கும். உள்ளூர் தீப்பெட்டி அலுவலகம் ஒன்றில் கடைநிலை ஊழியனாகப் பணிபுரியும் அவனை வறுமை வாட்டியெடுப்பதை அவனது தோற்றத்தைப் பார்த்த எல்லோரும் சொல்லி விடுவார்கள். அப்போது சாரை சாரையாக பல வாகனங்கள் நாங்கள் பேசிக் கொண்டிருந்த பகுதியைக் கடந்தன. அந்த வாகனத்தில் குறிப்பிட்ட சாதியொன்றை பிரதிநிதித்துவப்படுத்தும் படியான வண்ணத் துணியை நெற்றிப் பட்டையில் கட்டியபடி இளைஞர்கள் ஆரவாரத்தோடு சென்றபடி இருந்தனர். அதில் பெரும்பாலானவர்கள் குடித்திருந்தார்கள் என்பதைச் சொல்லித் தெரியவேண்டியதில்லை.

கடந்துபோன 'இந்தப் படை போதுமா, இன்னுங் கொஞ்சம் வேண்டுமா...' என்கிற கோஷங்கள் அடங்கிய வாகன ஊர்வலத்தை ஒதுங்கி நின்ற மக்கள் அச்சத்துடன் வேடிக்கை பார்த்தார்கள். ''இன்னும் நிலைமை மாறவில்லை. அப்படியேதான் இருக்கிறது'' என சிரித்தபடி சொன்ன நண்பனின் கண்களில் விரக்தி தெரிந்தது. அவன் கண்களில் தெரிந்த விரக்தியில் இருந்து நான் என்னுடைய காட்சிகளை விரித்தேன்.

90களின் பிற்பகுதியில் நடந்த தென்மாவட்ட சாதிக் கலவரங்களின் அப்போதைய பிரதிநிதியாய் நாங்கள் இருந்தோம். இப்போதைய

மனசாட்சியாய் இருக்கிறோம். குறிப்பிட்ட இரண்டு சாதிகளுக்கு இடையில் துவங்கி, அதில் மற்ற சாதிகளும் சேர்ந்துகொள்ள, மும்முனைப் போராக அந்தக் கலவரம் நடந்தது. பலர் கொல்லப் பட்டனர். நூற்றுக்கணக்கான வீடுகள் கொளுத்தப்பட்டன. ஒவ்வொரு சாதியைச் சேர்ந்த ஆதரவாளர்களும் மண்டபங்களில் தங்க வைக்கப் பட்டு முறைவைத்து உணவு சமைத்துப் போட்டார்கள். ஊர்க்கூட்டங் கள் நடத்தப்பட்டு உண்டியல் வைத்து வசூல் செய்யப்பட்டது. சாதிப் பெருமை பேசும் கிராமியப் பாடல்களும் உணர்ச்சி மிக்க உரைகளும் எங்களிடையே நிகழ்த்தப்பட்டன.

அப்போது உயர்நிலைப் பள்ளி மாணவர்களாக இருந்த நாங்கள் இதற்காகப் பயன்படுத்திக் கொள்ளப்பட்டோம். எங்களுக்கு சாதியுணர்வு ஊட்டப்பட்டது என்று நினைத்துக்கொள்ள வேண்டாம். ஏனெனில் இயல்பாகவே எங்களிடையே அது நாங்கள் பெருமளவு நேரத்தைக் கழிக்கும் பள்ளி வளாகத்தில் இருந்ததுதான்.

ஹாக்கி விளையாட்டிற்காக நண்பன் ஒருவனது வீட்டில் கூடுவோம். நண்பனின் அம்மா எல்லோருக்கும் சமைத்துப் போடுவார். தென்மாவட்டக் கலவரங்கள் உச்சத்தில் இருந்தபோது, தாலிச் சரடைப் பறிக்க முயன்றபோது கடுமையாகத் தாக்கப்பட்ட ஒருபெண்மணியைப் பற்றிய செய்தி எல்லா செய்தித்தாள்களிலும் வந்தது. அந்தப் பெண்மணிதான் எங்களுக்குச் சமைத்துப் போட்ட நண்பனின் அம்மா. அந்தக் கலவரச் சூழலில் அவரது தாலிச் சரடைப் பறிக்க முயன்று அது முடியாத பட்சத்தில், அவர் மீது கொலைவெறித் தாக்குதல் நடத்தியது, அவர் கையால் சாப்பிட்ட எங்களது பள்ளி நண்பன்தான். அந்த அம்மாவின் வீடு கொளுத்தப்பட்டது. காரணம் நண்பர்கள் இருவரும் கலவரத்தில் ஈடுபட்ட வெவ்வேறு சாதிகளைச் சேர்ந்தவர்கள்.

‘திருப்பாச்சி அருவாளைத் தூக்கிக்கிட்டு வாடா வாடா. சிங்கம் பெத்த பிள்ளையென்று விளங்க வைப்போம் வாடா வாடா...’ என ஒரு சாதியைச் சேர்ந்த மாணவர்கள் சாதிவெறியுடன் பாடும்போது இன்னொரு தரப்பு கண்களில் வெறியைத் தாக்கி தனக்கான சமயத்திற்காகக் காத்திருக்கும். அந்தப் பாடல் நேரடியாகக் குறிப்பிடும் சாதியைச் சேர்ந்தவர்கள் மட்டுமல்லாமல், தன்னை ஆதிக்க சாதியாகக் கருதிக் கொள்ளும் வேறுசாதி மாணவர்களும்கூட அந்தப் பாடலைக் காரணமேயில்லாமல் பாடுவதற்குக் காரணம் அப்பாடலில் அரிவாளும் வீரமும் வருவதுதான். தேவர் மகன் படம் வெளிவந்த போது, இப்போது ரிங்டோன் வைத்திருப்பதைப்போல, அந்தப் படப் பாடலை எப்போதும் வெறியுணர்வோடு ஒரு குழு பாடும். பள்ளி

ஆண்டு விழாவில் அந்தப் பாடலைப் போடச் சொல்லி ஒரு குழு ரகளை செய்யும். போடக்கூடாதென இன்னொரு குழு ரகளை செய்யும். பெரும்பாலும் உள்ள சாதிக் கலவரங்களை நோண்டிப் பாருங்கள், அதன் வேர் பள்ளியில் நடந்த ஒரு சாதிச் சண்டையிலிருந்தே துவங்கும். இப்போக்கைக் கண்டித்து பாவம் ஆசிரியர்களால் ஒன்றும் செய்ய முடியாது. வெளிப்படையான சாதிய அடையாளத்தோடு வளைய வரும் மாணவர்களைக் கண்டித்துச் சிக்கலில் மாட்டிக் கொள்ள அவர்களும் தயாராக இருக்க மாட்டார்கள்.

ஒவ்வொரு சாதியைச் சேர்ந்த மாணவர்களும் அவரவர் சாதியைச் சேர்ந்த சாதித் தலைவர்களின் புகைப்படங்களை வெள்ளைச் சட்டைப் பையில் தெரியும்படி வைத்துக்கொண்டு அலையும்போது ஆசிரியர்களால் என்னதான் செய்ய முடியும்? தேநீர் குடிக்கக்கூட தனித்தனிக் குழுக்களாக அலையும் மாணவர்களுக்கு என்னவகை நீதிபோதனைகளை அவர்களால் போதித்துவிட முடியும்? இப்போதும் அப்படிதானா என உடன் படித்து இப்போது கிராம உயர்நிலைப் பள்ளியொன்றில், ஆசிரியராக இருக்கும் நண்பர் ஒருவரிடம் கேட்டபோது அவர் சொன்னது இதுதான்; "அப்படியே தான் இருக்கிறது. மாணவனைக் கொஞ்சம் கடுமையாகக் கண்டித்தால், உங்கள் சாதியைத் தவிர மற்ற சாதிப் பையன்களைக் கண்டிக்காதீர்கள் என தலைமையாசிரியர் அழைத்து அறிவுரை சொல்கிறார். பள்ளியில் பணி ஏற்பு செய்த முதல் நாளிலேயே வந்து ஊர்த்தலைவர் உங்கள் சாதி என்னன்னு முகத்திற்கு நேராகவே கேட்டுவிட்டார். பெரும் பாலான மாணவர்கள் அவரவரது சாதி அமைப்புகளை வெளிப்படை யாக ஆதரிக்கிறார்கள்." இந்த ஆசிரியரின் கூற்று உண்மையா இல்லையா என இந்தத் துறையில் நேர்மையோடு புழங்கும் கல்வியாளர்களைக் கேட்டாலே, தெரியும்.

பெரும்பான்மை சாதியைச் சேர்ந்தவர்கள் வசிக்கும் பகுதிகளில் சிறுபான்மைச் சாதியைச் சேர்ந்த ஆசிரியர்கள் பணிக்குப் போகத் தயங்குகிறார்கள். அப்படியே பணி ஒதுக்கப்பட்டாலும், பணம் கொடுத்தாவது பணி மாறுதல் வாங்கி நகர்ந்துவிடுகிறார்களா, இல்லையா என்பதையும் அதே கல்வியாளர்களைக் கேட்டாலும் சொல்லி விடுவார்கள்.

துவக்க மற்றும் நடுநிலைப் பள்ளி மாணவர்கள் சிறுவர்கள் என்பதால், பெரும்பாலும் சாதி அமைப்புகளின் குறி இவ்வகை உயர்நிலைப் பள்ளி மாணவர்கள் மற்றும் கிராமப்புறக் கல்லூரி மாணவர்கள்தான். ஒருகாலத்தில் சமூகம் சார்ந்த மாணவர் போராட்டங்களுக்குப் பெயர் வாங்கிய தமிழ்நாட்டில், மாணவர் சக்தி சாதியுணர்விற்காக

சமீபகாலமாக அதிகமாகத் திரட்டப்படுகிறது. நிதர்சனமான இந்த உண்மையை மறைத்து மறைத்து பூடகமாகச் சொல்லி எதைச் சாதிக்கப் போகிறோம்? எல்லா வகை சாதி குருபூஜை விழாக்களையும் நெருங்கிக் கவனித்துப் பாருங்கள். நெற்றியில் சாதிக் கொடியைப் பட்டையாகக் கட்டிக்கொண்டு அதிகமாக உலா வருவது முதியவர்களா என்ன? இப்போது சில மாதங்களுக்கு முன்புகூட மாணவர்களுக் கிடையிலான மோதலில் பள்ளியில் கொலை நடந்ததாக மூன்று வெவ்வேறு செய்திகளைப் பத்திரிகைகள் பதிவு செய்திருக்கின்றன. இந்த மூன்று வெவ்வேறு செய்திகளையும் நூல் பிடித்து நதிமூலம் தேடிப் போய்ப் பார்த்தால், அது மாணவர்களிடையிலான சாதி மனப்பான்மையில்தான் போய் முடியும்.

சாதிகள் இல்லையடி பாப்பா என்பதை நகர்ப்புற மாணவர்களிடம் எதிர்பார்க்க முடியும். கிராமப்புற மாணவர்களிடமும் அதை எதிர்பார்த்துத் தேடினால் ஏமாற்றம்தான் எஞ்சும். சாதி அமைப்புகள் வலுவாக இருக்கும் கிராமப்புற மாணவர்களிடம் சாதியுணர்வு இருப்பது இயல்பானதுதான் என இந்தச் செய்தியைக் கடந்துவிட முடியாது. அப்புறம் எதற்காக நீதி போதனை வகுப்புகளுக்கு வாரம் ஒருமுறை ஒரு மணிநேரம் ஒதுக்கினீர்கள்? அந்த ஒருமணி நேரத்தைக்கூட விளையாட்டு உபகரணங்களே இல்லாத நிலையில் விளையாட்டு பீரியடிற்காக ஒதுக்கி ஓய்வாக இருந்தவர்கள்தானே நாம்?

உண்மையிலேயே சமூகம் சார்ந்த அக்கறை இருக்கும் ஆசிரியர்களும் சமூக நலன் விரும்பும் அரசும் கிராமப்புற உயர்நிலைப் பள்ளிகள் மற்றும் கல்லூரிகளில் இருந்து விழிப்புணர்வைத் துவங்கவேண்டிய நேரம் இது. 'ஆபரேஷன் 100' என்கிற பெயரில் தென்மாவட்டங்களில் மீண்டும் ஒரு சாதிக் கலவரத்திற்கான சூழல் திரட்டப்படுவதாக அதிகாரபூர்வமில்லாத செய்திகள் கசிகின்றன. கலவரத்தில் ஈடுபடத் திட்டமிடும் சாதியைச் சேர்ந்தவர்களும் அதற்கு நேரெதிர் உள்ள சாதியைச் சேர்ந்தவர்களும் தனித்தனியே திரட்டப்பட்டு, மூளைச்சலவை செய்யப்படுவதாகவும் செய்திகள் கசிகின்றன. இதில் பெருமளவில் சம்பந்தப்பட்டிருப்பது மாணவர்கள் என்பதால், அரசும் சமூக நலன் விரும்பிகளும் இந்த விஷயத்தில் உடனடியாக அவர்களின் கவனத்தைக் குவிக்கவேண்டிய உடனடித் தேவை இருக்கிறது.

என்னுடைய நண்பனின் வலதுகை எப்படித் துண்டானது? தென்மாவட்ட சாதிக் கலவரங்கள் உச்சத்தில் இருந்தபோது, அவனது சாதிக்காகத் துண்டானது; நாட்டு வெடிகுண்டு தயாரித்தபோது தவறாகக் கையாண்டு அது வெடித்ததால் துண்டானது. துண்டானது அவனது வலதுகை மட்டுமல்ல, வாழ்க்கையும்தான்.

78

கடலும் சாக்கடையும்

'இன்னும் கொஞ்ச நேரம் இருந்தால்தான் என்ன' பாடலைப் பார்த்துக் கொண்டிருந்தபோது, தைமூர் கடற்கரையில் நான் ஒரு மாலை நேரம் மனதொடிந்து அவள் குறித்த நினைவுகளோடு நின்றிருந்த காட்சி எனக்குள் வந்து போனது. விஷயம் காதலைப் பற்றியதல்ல. கையில் குத்தீட்டிகளுடனும் விளக்குகளோடும் இருபதிற்கும் மேற்பட்ட திமோரியன்கள் வந்தார்கள். என்னையும் கடலுக்கு வரச் சொன்னார்கள். சூரியன் இறங்கத் துடித்துக் கொண்டிருந்த நேரம் அது. நான் என் மகிழ்ச்சியை மீட்டெடுப்பதற்காகக் கடலுக்குள் இறங்கினேன். கடல் தெள்ளத் தெளிவாக இருந்தது. நான்கு மீட்டர் தூரத்திலேயே நான் எண்ணற்ற நட்சத்திர மீன்களைப் பார்த்தேன். கடல் அட்டைகள் குவிந்து கிடப்பதைப் பார்த்தேன். கண்ணாடி அணிந்துகொண்டு நான் கடலுக்குள் மூழ்கி நட்சத்திர மீன்களைத் தொட்டுத் தடவிக் கொண்டிருக்கும்போது, ஒரு சின்னப் பாறை மீன் என்னைக் கடந்து நீந்திக்கொண்டு போனது.

நான் ஆச்சரியத்தில் விழிகளை விரித்துப் பார்த்தபடியே இருந்தேன். கடலுக்குள் மூழ்கியபடி என் நாட்டின் கடல் குறித்துச் சிந்தித்தேன். இத்தனை தெளிவாக ஒரு காலத்தில் என்னுடைய நாட்டினுடைய கடலும் இருந்திருக்கும்தானே? ஏன் அது இப்படி சாக்கடைத் தண்ணீர்போல ஆகிப் போனது என்கிற குழப்பம் வந்து போனது. அந்தப் பாரம்பரிய தைமூர் வழக்க மீன்பிடிச் சம்பவத்தின்போது, என்னைச் சுட்டிக் காட்டி இளம் திமோரியன் ஒருத்தன் அங்கிருந்த பெரியவர் ஒருத்தரிடம் கோபமாகப் பேசிய காட்சியைப் பார்த்தேன். அவர் நம்முடைய விருந்தினர் என்பதுபோல சைகைகள் செய்தார்.

விஷயம் வேறொன்றுமில்லை. நான் கடலில் எச்சில் துப்பியதைப் பார்த்துவிட்டுதான் அந்தத் திமோரியன் கோபப்பட்டிருக்கிறான். நான் அவ்வாறு செய்ததற்கு மன்னிப்பு கேட்டேன். நாங்கள் அதற்கடுத்து மகிழ்ச்சியாக அந்த ஐந்து மீட்டர் தூரத்திலேயே விளக்கு வெளிச்சத்தை வைத்துக்கொண்டு நிறைய மீன்களை வேட்டையாடி னோம். பாரம்பரியமான மீன்பிடிப்பு முறை எனக்குள் கிளர்ச்சியை உண்டு பண்ணியது. ஒரு சாகசக்காரனைப்போல அவர்களோடு அங்கும் இங்கும் ஓடிக் கொண்டிருந்தேன். அங்கே இன்னொரு கதையையும் சொன்னார்கள். திமிங்கலம் நடமாட்டம் இருந்தால், கடலுக்குள் இறங்கி அதைத் தொந்தரவு செய்ய மாட்டோம் என்றார்கள்.

ஒருமுறை நிகழ்ச்சி ஒன்றிற்காக காசிமேடு துறைமுகத்தில் இருந்து நடுக்கடலுக்கு மீன்பிடிக்கப் போனோம். கிட்டதட்ட பாதி தூரத்தில் மீன் பிடித்துக் கொண்டிருந்தோம். வலையை இழுத்து படகிற்குள் போட்டவுடன் நான் ஆர்வத்தில் ஓடிப் போய்ப் பார்த்தேன். ஒரு சில சங்கரா மீன்களும், இறால்களும் மட்டுமே இருந்தன. வந்து விழுந்தவைகளில் அதிகமும் பிளாஸ்டிக் குப்பைகள். ஒரு பெப்சி பாட்டிலைத் தூக்கிக் காட்டியபடி எங்களோடு வந்த மீனவர் ஒருத்தர் 'இதுதான் எங்கள் நிலைமை' என்றார். ஒருமுறை கோவையில் தலைவிரித்தாடும் சாயக் கழிவுகள் குறித்த கட்டுரைக்காகச் சென்றிருந்த போது தொழிலதிபர் ஒருத்தர் ஒரு முக்கியமான யோசனையைத் தெரிவித்தார். 'இங்கிருந்து அப்படியே ஒரு அண்டர்கிரவுண்ட் பைப் மூலம் அத்தனை கழிவுகளையும் எடுத்துப் போய்...' என்று நிறுத்தியவரிடம், 'எடுத்துப் போய்...' என்றேன். 'நாகப்பட்டினம் கடலில் விட்டுவிடலாம்' என்று சொல்லி முடித்தார். அந்தக் கணத்திலேயே எழுந்து போய்விடலாம் என்று தோன்றியது. உங்கள் வீட்டுக் கழிவை அப்படியே எடுத்துப் போய் அடுத்தவன் வீட்டின் கூடத்தில் விட வேண்டும் என்று சொல்வதைப்போல அது இருந்தது. கடலைப் பற்றிய பொது மக்களின் ஒட்டுமொத்தப் புரிதலும் இப்படிதான் இருக்கிறது. கடல் ஒரு மிகப் பெரிய குப்பைத் தொட்டியாக கடல் சார்ந்த நிலத்தில் அல்லாதவர்களால் உருவாக்கப் பட்டிருக்கிறது.

கடல் ஆய்வாளர் மற்றும் பேராசிரியர் வறீதையாவை கடந்த மாதம், தூத்தூரில் வைத்துச் சந்தித்தபோது, அவர் கடல் குறித்து ஏராளமான கதையைச் சொன்னார். அதில் ஒரு கதை எனக்கு ரொம்பப் பிடித்திருந்தது. அங்குள்ள சிறுவர்கள் சிலரை அழைத்து அந்தக் கதையைச் சொல்லச் சொன்னார். இரவுகளில் சின்னப்புள்ள மூச்சுச் சத்தம் கேட்டுக்கொண்டு இருப்பதாக அவர்கள் சொன்னார்கள். திமிங்கலம் தண்ணீருக்கு மேலே வந்து மூச்சு விடுவதைதான் அப்படிச்

சொல்கிறார்கள் என்றார். அவர்களைப் பொறுத்தவரை அது அவர்களது கடவுள். தைமூர் மட்டுமல்ல உலகமெல்லாம் இருக்கும் கடலோடிகள் எல்லோரும் அதைக் கடவுளாகதான் பார்க்கிறார்கள். என்னைப்போல எச்சில் துப்புபவர்களும் உலகமெல்லாம் இருக்கிறார்கள். கடலை கடலோடியின் கண்கள் வழியாகப் புரிந்து கொள்ள வேண்டும் என்றார் வறீதையா. உண்மைதான். கடலை கடலோடியின் பொறுப்பில் ஒப்படைப்பதுதான் மிகச் சரியான நடவடிக்கையாக இருக்கும். கடல் மாசுபட்டால் அது ஒட்டுமொத்த நிலத்திற்குமான பாதிப்பும்தான் என்பதை பொதுச் சமூகம் உணரவேண்டும். முதலில் கடலை பொதுச் சமூகத்திடம் இருந்து மீட்பதற்காக ஒரு போராட்டத்தைத் தொடங்க வேண்டும் என்றுதான் தோன்றுகிறது.

79

உடையக் காத்திருக்கும் முட்டைகள்

பிய்ந்து நைந்து போய் தலை கவிழ்ந்து என் முன்னர் ஈரோட்டைச் சேர்ந்த அந்தப் பெண் அமர்ந்திருந்தார். இரண்டு குழந்தைகளுக்குத் தாயான அந்தப் பெண் எப்படியாவது நான் இயக்கிய ரியாலிட்டி ஷோவில் வைத்து தன்னுடைய கணவருடன் தன்னைச் சேர்த்து வைக்கும்படி மன்றாடிக் கொண்டிருந்தார். அவர் தனது குடும்பத்தைப் பகைத்துக்கொண்டு காதல் திருமணம் செய்தவர் என்பதால், பெற்றோரும் அவரை உதறிவிட்டனர். இப்போதைய நிலையில் கணவர் குடும்பம் மட்டுமே கதி. திரும்பி ஊருக்குப் போவதற்குக்கூட அவர் கையில் காசு இல்லை. நள்ளிரவில் கோயம்பேடு பேருந்து நிலையத்தில் வந்து இறங்கியவர் குழந்தைகளுக்கு சாப்பிட எதுவும் இல்லையென்பதால், பிஸ்கெட் பாக்கெட்டுகளை மட்டும் வாங்கித் தந்து அழைத்து வந்திருந்தார். பசியில் கண் அடைத்த அந்தக் குழந்தைகள் அந்தப் புதிய சூழலை வித்தியாசமாகப் பார்த்து அங்குமிங்கும் ஓடியாடிக் கொண்டிருந்தன. பிரச்சினை அவருக்கும் அவர் கணவருக்கும். இந்தக் குழந்தைகள் இப்படியான இடத்தில் பசியோடு ஓடியாடுவதைக் காண்கையில் இதயம் பிசைந்தது. நம்மால் என்ன செய்துவிட முடியும்? யார் அந்தப் பெண்மணி? அவருடைய பிரச்சினை என்ன?

ஈரோட்டிலுள்ள தனியார் அலுவலகம் ஒன்றில் பணிபுரியும் அந்தப் பெண்மணிக்கு அலுவலகத்தில் வைத்து இன்னொரு பெண்மணி பழக்கமாகியிருக்கிறார். அனைவரிடமும் நெருங்கிப் பழகிய அந்தப் பெண்மணி, கஷ்டத்தில் இருந்து விடுபடுவதற்கு எல்லோருக்கும்

யோசனை சொல்லியிருக்கிறார். கேரளாவிற்கு வேலை நிமித்தமாகப் போகிறோம் என்று அனைவருடைய வீட்டிலும் பொய் சொல்லி விட்டு வரச் சொல்லியிருக்கிறார். போனபிறகுதான் இவர்களில் சிலருக்கு தங்களை 'கருமுட்டை தானம்' தருவதற்காக அழைத்து வந்திருக்கிறார்கள் என்கிற விஷயமே தெரிய வந்திருக்கிறது. சரியாக மாதவிடாய் காலத்தில் எல்லோரையும் அழைத்துப் போயிருக்கும் போதே இவர்கள் சுதாரித்திருக்க வேண்டும். சுதாரிக்காமல் விட்டதன் விளைவை அந்தப் பெண்மணி மட்டுமல்ல, உடன் சென்ற மற்றவர்களும் இன்றளவும் அனுபவித்துக் கொண்டிருக்கின்றனர்.

ஆறு மாதங்களுக்கு ஒருமுறை பெண்கள் தங்களது விருப்பப்படி கருமுட்டை தானம் செய்யலாம் என்கிறது சட்டம். விருப்பப்படி என்பதை அழுத்திச் சொல்கிறது சட்டம். அப்படி தானம் கொடுக்கும் பெண்ணின் சம்மதத்துடன் பின் விளைவுகளை விளக்கிய பின்னர்தான் தானம் என்கிற அடுத்த கட்டத்திற்கே நகர்த்த முடியும். இதில் நிறைய பேர் தயக்கம் காட்டுவதால், சட்டவிரோதச் சக்திகள் களத்தில் குதித்திருக்கின்றன. இவர்களின் குறி வறுமையில் இருக்கும் பெண்கள். இதற்காகப் புரோக்கர்கள் பலர் களத்தில் குதித்திருக் கின்றனர். அலுவலகம் ஒன்றில் வேலைக்குச் சேர்கிற மாதிரி சேர்வது, மெதுமெதுவாய் மனதைக் கரைப்பது என மெல்ல முன்னேறி, அவர்களின் வறுமையைப் பயன்படுத்தி இந்தச் சுழலில் பிடித்துத் தள்ளிவிடுகின்றனர். ருசி கண்ட பூனையாய் மறுபடி மறுபடி இந்தச் சுழலிற்குள் ஆட்படும் பெண்கள் பலர் மீளவே முடியாத எல்லையில் இன்னமும் உழன்று கொண்டிருக்கின்றனர். முன்பெல்லாம் சென்னையில் இதுபோல் நிறைய உட்டாலக்கடி மருத்துவமனைகள் இதுபோலான முறைகேடுகளில் ஈடுபட்டுவருவதைக் கண்டறிந்த அரசு அமைப்புகள் பலமான கண்காணிப்பு வளையத்தை ஏற்படுத்தியதன் விளைவாக, மோசடிக் கும்பல் இப்போது கேரளாவின் எர்ணாகுளம் பகுதிக்குத் தங்களது ஜாகையை மாற்றியிருக்கின்றது. இவர்களின் குறி பெரும்பாலும் கோவை மற்றும் ஈரோடு மாவட்டத்தைச் சுற்றியிருக்கிற கிராமங்களைச் சேர்ந்த வறுமையில் உழலும் பெண்களே.

ஒருமுறை கருமுட்டை தானமாகத் தருவதற்கு நாற்பதாயிரம் ரூபாய் வரை அந்தப் பெண்களுக்குச் சன்மானமாகத் தருவதாகச் சொல்கிறார்கள். ஒரு பெண்ணை அழைத்துச் சென்றால், போக்குவரத்துச் செலவுகள் போக ஐயாயிரம் ரூபாய் புரோக்கர் கமிஷனாகத் தருகிறார்கள் என்பதால் புரோக்கர்களின் காட்டில் அடைமழை. இரண்டு குழந்தை களுக்குத் தாயான கணவனை விட்டுப் பிரிந்த அந்தப் பெண் சொல்வதை வைத்துப் பார்த்தால், இந்தக் கருமுட்டை தானம் என்கிற மோசடி மிகப் பெரிய தொழிற்சாலைக்கு நிகராக இருப்பதாகத்தான்

தெரிகிறது. இவர் தங்க வைக்கப்பட்டிருந்த இடத்தில் கிட்டதட்ட நூற்றிற்கும் மேற்பட்ட பெண்கள் தங்க வைக்கப்பட்டிருந்ததாகச் சொல்கிறார். கீழேயிருக்கிற கடையில் வேண்டும் என்கிற பொருள்களை வாங்கிக் கொள்ளலாம். இறுதியில் கொடுக்கப் போகும் பணத்தில் இருந்து கழித்துக் கொள்கிறார்கள். அவர் தங்கியிருந்த இடத்தில் மட்டும் ஐம்பது அறைகள் இருந்ததாகச் சொல்கிறார். கிட்டதட்ட 15 நாட்கள் தங்க வைக்கப்பட்டு, இவரிடமிருந்து கருமுட்டைகளை வலுக்கட்டாயத் தானமாக சுரண்டி எடுத்திருக் கிறார்கள். ஆறுமாதங்களுக்கு ஒருமுறை என்பதைதான் சட்டம் அனுமதிக்கிறது. ஆனால் இந்தப் பெண் மூன்று மாதங்கள் தொடர்ச்சியாக இந்த வேலைக்குச் சென்றிருக்கிறார்.

தங்க வைக்கப்படும் பெண்களுக்கு கருமுட்டைகளை வளர வைப்பதற்கான ஹார்மோன் ஊசிகள் செலுத்தப்படுகின்றன. வழக்கமாக இயற்கையாக பெண்களுக்கு ஒரு நேரத்தில் ஒன்று அல்லது இரண்டு செழிப்பான முட்டைகள் வளர்வது என்பது சாத்தியமானது. ஆனால் ஹார்மோன் ஊசிகளின் உதவியுடன் நாலைந்து முட்டைகளை வளர வைப்பதென்பது அசாத்தியம். இந்த அசாத்தியமான கொலைவெறி தானத்தை ஊக்குவிப்பதால், பெண்களுக்கு கர்ப்பப்பை புற்றுநோய், கர்ப்பப்பை வாய்ப் புற்றுநோய் வர வாய்ப்பிருப்பதாக மருத்துவர்கள் எச்சரிக்கின்றனர். பல மருத்துவமனைகளில் புரோக்கர்கள் வழியாக மட்டுமே தானம் கொடுப்பதற்கு அணுக முடியும். தனியாகப் போனால் பாதுகாப்பு கருதி ஏற்றுக்கொள்ளவே மாட்டார்கள்.

மருத்துவமனைகள் பல பணத்திற்கு ஆசைப்பட்டு இந்தக் காரியத்தில் ஈடுபடுவதால், இத்தகைய தான முயற்சிகளை முறைப்படுத்த மத்திய அரசு மசோதா ஒன்றை 2010ல் கொண்டுவந்தது. இன்னமும் அந்த மசோதா நிறைவேற்றப்படாமல் தூங்கிக் கொண்டிருப்பதை உடனடியாகத் தட்டியெழுப்ப வேண்டும். தொடர்ச்சியான தானங் களினால் உடல் பிய்ந்து போன அந்தப் பெண்ணுடன் சேர்ந்து வாழ அந்தக் கணவர் கடைசி வரை மறுத்துவிட்டார். மானம் அவமானம் என்பதைத் தாண்டி உடலளவில் அந்தப் பெண் சக்கையாக மாறிவிட்டார் என்பதுதான் அந்தக் கணவரின் குற்றச்சாட்டு. குடும்பத்தின் வறுமையைப் போக்குவதற்காகதான் இதில் ஈடுபட்டேன் என அந்தப் பெண் அழுது புலம்பியதைக் கேட்பதற்கு குடும்பத்தில் யாரும் இல்லை. கோயம்பேடு பேருந்து நிலையத்தில் நள்ளிரவில் பசியைப் போக்க பிஸ்கெட்டுகளைக் கடிப்பதுதான் அந்தக் குழந்தைகளின் தலைவிதி போலிருக்கிறது.

௪0

ஏட்டையாவும் ஏமாளிகளும்

சமீபத்தில் போதையில் காரை வைத்து மோதி ஆட்களைக் கொன்ற இரண்டு சம்பவங்களைத் தொடர்ந்து நகரில் காவல்துறையினரின் சோதனைகள் முன்னைக்காட்டிலும் அதிகமாகியிருக்கிறது. நல்லது தான். ஆனால் இங்கே எனக்கு இன்னொரு கேள்வி இருக்கிறது. காவல்துறையினரின் சோதனை எல்லாமும் அவர் குடித்துவிட்டு வண்டியோட்டுகிறாரா என்பதாகதான் இருக்கிறது. நகரில் குடியைத் தவிர வேறு போதைகளே இல்லையா என்ன? எனக்குத் தெரிந்தளவில் மட்டும் ஃபார்மச்சுட்டிகல் ட்ரக்ஸ், எக்ஸ்டஸி, கொகைய்ன், கஞ்சா உள்ளிட்ட இன்னும் இந்த லிஸ்ட்டில் வராத பல்வேறு போதைகள் இருக்கின்றன. காவல்துறையினர் வைத்திருக்கும் அந்த பாடாவதி கருவியின் மூலம் இதை உட்கொண்டிருக்கும் விஷயத்தைக் கண்டுபிடிக்கவே முடியாது என்றுதான் சொல்கிறார் கள். இதைப் பற்றி அறிவியல்பூர்வமாக உண்மை அறிந்தவர்கள் இதன் வேறொரு கோணத்தைச் சொல்லலாம். நகரில் இரவு வாழ்க்கையில் ஈடுபடும் ஒரு சிலர் ஆல்கஹாலைத் தாண்டி அதற்கும் மேலேயென போய் மாமாங்க காலமாகிவிட்டது.

இதைக் கண்டுபிடிக்க காவல்துறை சிறப்புக் கவனம் எடுக்க வேண்டும் என்பதுதான் கோரிக்கை. வழக்கம்போல பத்திரிகைகள் இதைப் பற்றி இந்தக் கோணத்திலும் எழுத வேண்டும் என்பதும் இன்னொரு கோரிக்கை. ஏகே 47 வைத்திருக்கிறார்களா என கண்களில் விளக்கெண்ணெய் விட்டுத் தேடிக் கொண்டிருக்கிறார்கள். பார்வைக்கே தெரியாத அளவில் விதம்விதமான வடிவங்களில் வெடிகுண்டுகளைக் கொண்டுவந்து சத்தமில்லாமல் வைத்துவிட்டுப் போகிறார்களே,

அதைப் போலதான் இதுவும். பொதுவாகவே குடி மட்டுமே போதையென்றுதான் பெரும்பாலும் நினைக்கப்படுகிறது. போதை மறுவாழ்வு மையம் ஒன்றில் பதினைந்து வயதுப் பையன் ஒருத்தனை ஒருமுறை பார்த்திருக்கிறேன். அவன் மருத்துவமனைகளில் மயக்கவியல் துறையில் பயன்படுத்தப்படும் மருந்துகளை உட்கொண்டுவிட்டு தொடர்ந்து வீட்டுக்குப் போயிருக்கிறான். கண்கள் சொருக வந்தவனை அவனுடைய வீட்டார் உடனடியாகக் கண்டுபிடித்திருக்க வேண்டுமே? விடியற்காலையிலேயே எழுந்துவிடுவதால், பையன் பள்ளியில் இருந்து டயர்டாக வருகிறான் என பெற்றோர் கண்டுகொள்ளவே யில்லை. குடித்தால் வாசனை வரும் என்பதாலேயே பல மாணவர்களும் இளைஞர்களும் இத்தகைய போதைகளை நாடுகின்றனர்.

ஏதாவதொரு போதை மறுவாழ்வு மையத்திற்குச் சென்று பார்த்தீர் களானால் இந்த உண்மை தெரிய வந்துவிடும். எதற்காக இதை யெல்லாம் சொல்கிறேன் எனில், ஐஸ்வர்யாக்களும் விகாஸ்களும் குடியில் இருந்ததைக் கண்டுபிடித்ததாலேயே இது பேசப்படும் வழக்காக ஆகியிருக்கிறது. மற்ற போதைகளை ஒருவேளை எடுத்திருந்தால், இவை சாதாரண விபத்து வழக்காகப் பதிவு செய்யப் பட்டிருக்கும். அன்றாடம் நடக்கும் நிகழ்வுகளில் ஒன்றாக அதைக் கடந்தும் போயிருப்போம். நெடுஞ்சாலைகளில் இதுபோன்ற போதை களின் காரணமாக பல விபத்துகள் நடந்தாலும், அவை நம்முடைய பார்வைக்கு வருவதே இல்லை என்பதுதான் உண்மை.

சின்ன வயதில் எங்களூரில் உள்ள முக்கியமான ரௌடிகள் எல்லோரும் ஒரு இடத்தில் கூடுவார்கள். தங்களிடம் இருக்கும் அரிவாள் கத்தியை எல்லாம் தங்களுக்குள் பெருமையுடன் பரிமாறிக் கொள்வார்கள். ஒரு குறுகுறுப்பிற்காக நாங்களும் அங்கே போய் நின்று என்ன செய்கிறார்கள் என வேடிக்கை பார்ப்போம். அந்த நேரத்தில் வயதான ஏட்டையா கையில் பிரம்புக் கம்புடன் சைக்கிள் மிதித்து அந்த மேட்டில் ஏறிவருவதைக் கண்டவுடன் அத்தனை பேரும் தலைதெறித்து ஓடுவார்கள். அவ்வளவு பெரிய ரௌடிகள் வயதான ஏட்டையாவின் பிரம்புக் கம்பிற்கு எப்படிப் பயப்படு கிறார்கள் என ஆச்சரியமாக இருக்கும்.

அப்போது ரௌடிகளும் கத்தி கபடாக்களுடன் இருந்தாலும் காவல் துறையை நோக்கும் விஷயத்தில், இப்படி அப்பாவியாய் இருந்தார்கள். காலம் மாறிவிட்டது. அதனால் இப்போது குற்றங்களின் அமைப்பும் மாறிவிட்டது. குற்றங்களின் தன்மையும் மாறிவிட்டது. காவலுக்குச் சவால் விடும் குற்றவாளிகள் பெருகிப் போயிருக்கிறார்கள். நுணுக்கமான பல லேயர்களை நோக்கி குற்றங்கள் நடக்க ஆரம்பித்துவிட்டன.

ஆனால் காவல்துறையும் குற்றம் என்று கருதப்படுபவைகளுக்கு எதிரான சமூகமும் பிரம்புக் கம்போடு வரும் ஏட்டையாக்களைப் போலதான் அப்பாவியாய்க் காட்சி தருகிறார்கள். பயந்து ஓடுவதைப் போல பாவனை செய்பவர்களைப் பார்த்து பெருமிதமாய்ச் சிரிக்கிறார்கள். எக்ஸ்டஸி அடித்துவிட்டு ஒருவன் அந்தக் கருவியில் சொருகப்பட்டிருக்கிற பிளாஸ்ட்டிக் குழாயில் ஊதும்போது, அது அவனை 'ரெம்ப நல்லவன்' என்று காட்டுகிறது.

81

கபாலிக்கு என்ன தெரியும்?

துறையொன்றைப் பற்றியும், தூக்கம் பற்றியும் சொல்ல வேண்டும். எனக்குத் தூக்கம் குறித்த அப்சஷன் பல காலமாக இருந்தது. இத்தனைக்கும் பல ஆண்டுகளாக விளையாட்டு நிமித்தமாக அதிகாலையில் எழுந்து பழகியவன்தான் என்ற போதிலும் தூக்கக் குறைவு குறித்த கவலைகள் எப்போதும் ஓடிக் கொண்டிருக்கும். கிடைத்த கேப்பில் கிடா வெட்டுவதைப்போல, ஒரு நாற்காலி கிடைத்தாலே தலையைத் தொங்கப்போட்டுத் தூங்குவேன். பெரும்பாலும் உடனிருப்பவர்களிடம் தூக்கம் பற்றியே பேசிக் கொண்டிருப்பேன். தூக்கம் பற்றி சிறு குறிப்புகள் வந்தால்கூட படிக்காமல் நகர மாட்டேன்.

இப்போது தூக்கம் பற்றிய டாகுமெண்டரி படம் ஒன்றைக்கூட செய்து கொண்டிருக்கிறேன். ஆனால் அதிகாலையில் பேப்பர் போடும் துறை சார்ந்தவர்களைப் பார்த்த பிறகு அந்தத் தூக்கம் குறித்த கவலை இருந்த இடம் தெரியாமல் ஓடிப் போய்விட்டது. பிரச்சினை உடம்பில் அல்ல, எண்ணத்தில்தான் என்பது புரிய வந்தது. மயிலாப்பூர் கபாலீஸ்வரரே அதிகாலை சுமார் நான்கு மணியளவில்தான் துயில் கலைகிறார். இத்தனைக்கும் அவர் சீக்கிரமே தூங்கப் போகும் பழக்கம் உடையவர் தான். அதே மயிலாப்பூரில் உள்ள சாய்பாபாவெல்லாம் இன்னும் லேட்டாகதான் துயில் கலைகிறார். ஆனால் பேப்பர் போடும் துறையில் இருப்பவர்கள் சரியாக மூன்று மணிக்கே விழித்து விடுகிறார்கள். பெரும்பாலும் வறுமையில் இருக்கும் சிறுவர்கள் தாங்கிப் பிடிக்கும் துறை இது. சைக்கிள் உயரமே இருக்கும் சிறுவன் துவங்கி மீசை அரும்புகிற பையன்கள் வரையுள்ள சிறுவர்களின் வாழ்வாதாரமும்கூட.

இதில் இரண்டு வகை இருக்கிறது. வழக்கமாக பேப்பர் போடுவது ஒருவகை. பேப்பருக்கு நடுவே விளம்பர நோட்டீஸ்களை (Paper leaflets) வைப்பது இரண்டாவது வகை. மூன்று மணியில் இருந்து ஐந்தரை மணி வரை வேலையிருக்கும். அந்தச் சிறுவர்களுக்கு சராசரியாக நூற்று ஐம்பது ரூபாய் வரை கிடைக்கலாம். பகல் நேரத்தில் கல்லூரிக்குப் போகிறார்கள் அல்லது பிற வேலைக்குப் போகிறார்கள். அதிகாலையில் விழிக்க வேண்டும் என்பதால் யாரும் குடிப்பதில்லை. அதற்காகவே இந்தத் துறைக்கு உயிரூட்டலாம்.

இதில் சிக்கல் எங்கே வருகிறதென்றால், சமீபகாலமாக நோட்டீஸ் விளம்பரங்களை பேப்பருக்குள் வைக்கக்கூடாதென்று கெடுபிடிகள் வருவதாகச் சொல்கிறார்கள். இந்தப் பஞ்சாயத்து பல வருடங்களாகப் போய்க் கொண்டிருக்கிறது என்றாலும் சமீப காலமாக கொழுந்து விட்டு எரிய ஆரம்பித்திருக்கிறது. நிறைய வம்பு வழக்குகள் இது சம்பந்தமாக இருக்கின்றன. இதில் உள்ள சிக்கல்கள் குறித்து பல கோணங்களில் விவாதிக்க வேண்டியிருக்கிறது. விளம்பர வருவாய் இழப்பு போன்ற நியாயமான பிரச்சினைகள் பத்திரிகைகள் தரப்பிலும் இருக்கின்றன என்பதை மறுக்க முடியாது. ஆனால் என்னுடைய கோணம் இதிலுள்ள வேலைவாய்ப்பு பற்றியதுதான்.

சென்னையில் மட்டும் அதிகாலையில் ஆயிரக்கணக்கான இளைஞர்கள் இதன் மூலம் வேலைவாய்ப்பைப் பெற்றுக் கொண்டிருக்கின்றனர் என்பதால் இந்தக் கோணத்திலும் சிந்திக்க வேண்டுகிறோம். எல்லாத் தரப்பையும் உள்ளடக்கி இந்தத் துறையை முறைப்படுத்த வேண்டும். ஆண்டொன்றிற்கு பல கோடி ரூபாய் புழங்கும் வணிகம் இது. பெரிய வணிக நிறுவனங்கள் துவங்கி சிறு நிறுவனங்கள் வரை முறைப்படுத்தப்படாத இந்தக் கண்ணியில் கைகோர்த்திருக்கின்றன.

பெரியளவிற்கு விளம்பர பட்ஜெட் இல்லாத சிறு வணிக நிறுவனங்களை நடத்துபவர்களுக்கு இது குறித்த நியாயமான கோரிக்கைகளும் இருக்கின்றன. வெளியில் தெரியாத இந்தத் துறை பற்றி ஒரு நீண்ட கட்டுரை ஒன்றை எழுதுவதற்கான திட்டமும் இருக்கிறது. இதில் எனக்குத் தெரியாத அல்லது புரியாத விஷயங்கள்கூட இருக்கலாம். அதற்கான தரவுகளைத் திரட்டிக் கொண்டிருக்கிறேன். இந்த வணிகம், அதற்குப் பின்னால் உள்ள பொருளாதாரத்தைத் தாண்டி, இத்தொழிலில் ஈடுபட்டுக் கொண்டிருக்கிற உதிரி இளைஞர்கள் குறித்த கோணத்தையே பதிவுசெய்ய விரும்புகிறேன்.

பொதுவாகவே அதிகாலை மூன்று மணி துவங்கி ஐந்துமணி வரைதான் தூக்கம் சொர்க்கமாக இருக்கும் என்பார்கள். அந்தச் சுகத்தையே வயிற்றுப்பாட்டிற்காகத் துறக்கும் அந்த இளைஞர்களைக் கருத்தில்

கொண்டாவது இந்த வணிகத்தை முறைப்படுத்த வேண்டும். கபாலீஸ்வரரும் சாய்பாபாவும் துயில் கலைவதற்கு முன்னால், எழுந்துகொள்ளும் இந்த இளைஞர்களுக்குக் கிடைப்பது வெறும் நூற்று ஐம்பது ரூபாய்தான். அதற்கே ஆயிரம் வயிற்றுப்பாட்டுச் சிக்கல்கள். ஆனால் கபாலிக்கும் சாய்க்கும் அந்தச் சிக்கல் இல்லை. துயில் எழுப்பும்போதே நெய்மணக்கும் பண்டங்களோடுதான் எழுப்புகிறார்கள்.

௪௨

முதுகும் மீனும்

என்னுடைய சீன நண்பன் ஒருத்தன் எப்போதும் எப்படி மீன் சாப்பிடுவது என எனக்கு வகுப்பெடுப்பான். முழு மீனை வறுத்துக் கொண்டுவந்து டேபிளில் வைத்தால் உடனடியாக அதன் வால்பக்கம் தான் என்னுடைய முட்கரண்டி தேடிப் போகும். ஆனால் அவன் மீனை அதன் முதுகுப் பக்கமாக இருந்து உண்ணத் துவங்க வேண்டும் என்பான். சீனர்கள் அப்படிதான் சாப்பிடுவோம் என்பான். சீனர்களோடு சாப்பிடுவதில் உள்ள சிக்கல் இதுதான். எல்லா உணவுகளுக்கும் அதன் தயாரிப்பு முறைகளுக்கும் நடுவே பாரம்பரிய ரீதியில் ஒரு கதையையோ நம்பிக்கையையோ புதைத்து வைத்திருப்பார்கள். ஒரு பெரு விருந்தில் காய்கறிகளைதான் முதலில் எடுத்துச் சாப்பிடுவார்கள். காய்கறிகளில் சூன்யம் யாரும் வைக்க முடியாது என்கிற நம்பிக்கை அவர்களுக்கு உண்டு.

நாங்கள் சாப்பிடுகிற சீன உணவகத்தில் உள்ள அதன் உரிமையாளரான அம்மாயிங் நான் மெதுவாகக் கொத்திக் கிளறி பேசியபடி சாப்பிடுவதைப் பார்க்கும் போதெல்லாம் 'வருமானம், வருமானம்' என தலையை மேலும் கீழுமாக அசைப்பார். வேறு ஒன்றுமில்லை. சூடாக சாப்பிட்டால்தான் நம்முடைய உடலுக்கும் வருமானம் அதனால் அவருக்கும் வருமானம் என்பதைதான் அப்படிச் சொல்வார். சாப்பிடும்போது மட்டும்தான் குனிந்த தலை நிமிராத சீனர்களைப் பார்க்க முடியும்.

இப்படி உணவு விஷயத்தில் சீனர்கள் நிறைய நம்பிக்கைகள் வைத்திருக்கிறார்கள். மீனைச் சாப்பிடுவது குறித்து அவன்

சொன்னதில் எனக்கு நிறைய சந்தேகங்கள் இருந்தன. அதற்கடுத்து கோலாலம்பூரில் ஒரு உணவகத்தில் சாப்பிடும்போது, கணேசன் சாரும் அதையேதான் சொன்னார். முதுகுப் பக்கத்தில்தான் மீனிலுள்ள மிகச் சிறந்த ஊட்டச்சத்தான 'ஒமேகா 3' இருக்கிறது என சொல்லப்படுகிறது. இந்தச் சத்திற்காகதான் மருத்துவர்கள் விரட்டி விரட்டி மீன் சாப்பிடச் சொல்கிறார்கள். அறிவியல் ரீதியிலாக அது உண்மையா என்று தெரியவில்லை. ஆனால் இந்த நம்பிக்கை பிடித்திருக்கிறது. அதனால்தான் சீனர்கள் அப்படிச் சாப்பிடுகிறார்களோ என்று எண்ணத் தோன்றுகிறது. கூடவே நண்பனும் நினைவிற்கு வருகிறான்.

ஒரு விலங்கின் உடலை எப்படிச் சாப்பிடுவது என்பதே ஒரு பெரிய கலைதான்போல. வேட்டையாடப்பட்ட மானின் தலைப் பகுதியில் இருந்து சிறுத்தை சாப்பிடத் துவங்கும். கால்பகுதியில் இருந்து மேலேறி புலி சாப்பிடத் துவங்கும் என்று கேள்விப்பட்டிருக்கிறேன். இதை வைத்துதான் கொன்றது சிறுத்தையா, புலியா என்பதைக் கண்டுபிடிப்பார்கள் என்று சொல்வார்கள். சிறுத்தையும் புலியும் நான் சொன்ன உதாரணத்தில் முன்னேபின்னே இருக்கலாம். நினைவில் இருந்து சொல்கிறேன். 'கடமா தொலைச்சிய கானுறை வேங்கை இடம் வீழ்ந்து உண்ணாமல் இறக்கும்' என நாலடியாரில் ஒரு பாடல் இருக்கிறது. காட்டிலேயே வலிமை பொருந்திய யானையை வேட்டையாடும் வேங்கை, அது தனது இடப்பக்கம் வீழ்ந்துவிட்டால், உண்ணாமல் இறக்குமே தவிர அதைத் தொடக்கூட செய்யாது என்பது அதன் பொருள்.

அடுத்த முறை என்னுடைய சீன நண்பனைச் சந்திக்கும்போது, நாங்கள் வேங்கைக்கே இது மாதிரி கதைகளை வைத்திருக்கிறோம் என்று சொல்லவேண்டும். ஆகவே மீன் வாங்கியதும் வறுத்தெடுத்து அதன் முதுகுப் பகுதியில் இருந்து சாப்பிடத் துவங்குங்கள் நண்பர்களே! அது நல்லது. யாருக்கு நல்லதோ இல்லையோ, கடை வைத்திருக்கிற எங்களைப் போன்றவர்களுக்கு நல்லது. வருமானம்! வருமானம்!

௪௩

இறைவன் மகன்

(கலைஞர் கருணாநிதியின் பொன்விழாக் கொண்டாட்டத்தின்போது எழுதப்பட்டது.)

ஆண்டுக் கணக்கீடுகளின்படி பார்த்தால் இப்போது கலைஞரின் வைரவிழா நடத்துவது முறையா என்றெல்லாம் ஆங்காங்கே கேள்விகள் எழுகின்றன. இத்தனை ஆண்டுகள் புதைந்து கிடக்க வேண்டுமென வைரத்திற்கும் தங்கத்திற்கும் யாராவது அதிகாரபூர்வ மான துல்லியமான கணிப்பு ஏதாவது வைத்திருக்கிறார்களா என்ன? தேவையிருந்தால் கொண்டாடிவிட்டுப் போகவேண்டியதுதானே? திமுகவைப் பொறுத்தவரை அப்படிக் கொண்டாட வேண்டியதற் கான தேவை இருப்பதாகவே தெரிகிறது. அதன் செயல் தலைவர் தமிழ்நாட்டில் யாரை எதிர்த்து அரசியல் செய்வது என்று யோசித்துப் பாருங்கள். மாதவனையும் தீபாவையுமெல்லாம் எதிர்த்து அரசியல் செய்யமுடியுமா? பிரதான எதிர்க்கட்சியாக இருக்கும் அதிமுகவின் இருவர்களும் அவரது அரசியல் அனுபவத்தைப் பொறுத்தவரை, மேற்குறிப்பிட்ட இருவருக்கு, ஒப்பானவர்கள்தான் என்கிறபோது ஸ்டாலினும் என்னதான் செய்வார்?

ஒரு பலமான எதிர்க்கட்சி, பலமான ஆளுங்கட்சியை எதிர்த்துதானே அரசியல் செய்ய வேண்டும். அப்படிப் பார்த்தால் தமிழகத்தை இன்றைய தேதியில் மறைமுகமாக பிஜேபிதான் ஆட்சி செய்கிறது. எனவே அதை எதிர்த்து அரசியல் செய்ய இந்த வைரவிழா ஒருவாய்ப்பு. இதைத் தவறென்று சொல்லவே முடியாது. திமுகவின் செயல்தலைவரைப் பொறுத்தவரை பல நேரங்களில் அவர்

சென்சிபிலாக அரசியல் காய்நகர்த்தல்களைச் செய்கிறார். அதை மறுக்க முடியாது. ஆனால் சில நேரங்களில் அவர் செய்யும் அரசியல் ஒவ்வாமையை ஏற்படுத்தி விடுகிறது. கலைஞர் வைரவிழாவிற்கான அழைப்பிதழைக் கலைஞரிடம் கொடுத்த காட்சியை பொதுமக்கள் ரசிக்கவில்லை. நானும் கூட பொது ஜனங்களில் ஒருத்தனே. திராவிடக் கட்சி ஆட்சிகளின் விளைவாக எல்லோரும் வயதிற்கு வந்து விட்டோம். கூகிளைத் தேடி விஷயங்களை அறிந்துகொள்ளவும் செய்யத் துவங்கிவிட்டோம்.

கலைஞருக்கு வந்திருக்கிற முதுமை சம்பந்தப்பட்ட நோய், அதற்கான மருத்துவங்கள், பின்விளைவுகள், அதன் பாதுகாப்பு நடைமுறைகள் எல்லாவற்றையும் கூகிளில் தட்டினாலே தெரிந்து விடும். இப்படி இருக்கையில் அவரை அமர வைத்து போஸ் கொடுக்க வைப்பதெல்லாம் சரியா என்று தெரியவில்லை. அவர் விழாவிற்கு வரலாம் என்றெல்லாம் சொன்னார்கள். வரவே கூடாது என்பதுதான் என்னுடைய கருத்து. தொற்று நோய் சம்பந்தப்பட்ட ஆராய்ச்சிகள் செய்பவர்களுக்கு நான் சொல்வதன் அர்த்தம் விளங்கும். ஆனால் இன்றைய தேதியில் கலைஞர் என்ன நிலையில் இருந்தாலும் அவர் தேவையாக இருக்கிறார். அதைதான் இந்தப் போக்கு உணர்த்துகிறது என்பதால் அதைப் புரிந்துகொள்ள முடிகிறது.

நாடு முழுவதும் மாட்டுக்கறிக்காக மாடுகளை விற்பதற்குத் தடை என்கிற அறிவிப்பு வந்திருக்கிறது. இந்த நேரத்தில் கலைஞர் இருந்திருந்தால் என்ன செய்திருப்பார்? அவருக்கு மாட்டுக்கறி சாப்பிடும் பழக்கம் இருக்கிறதா என்பதெல்லாம் எனக்குத் தெரியாது. ஒருமுறை பேட்டியின்போது தனக்குப் பிடித்த விரால்மீனைக்கூட இப்போதெல்லாம் அஜீரணப் பிரச்சினை காரணமாகச் சாப்பிடுவ தில்லை என்று எங்களிடம் சொல்லியிருந்தார். முருங்கைக்காயைக் கூட வழித்துவைத்துதான் அவரிடம் கொடுத்துக் கொண்டிருந்தார்கள் அப்போது. இது நடந்து பத்து வருடங்கள் இருக்கலாம். ஆனால் இப்போது என்ன அஜீரணம் என்றாலும் சும்மா எதிர்ப்பிற்காகவாவது ஒரு துண்டு மாட்டிறைச்சியை எடுத்து வாயில் போட்டிருப்பார் என்றுதான் தோன்றுகிறது. தவறாகச் சொல்லவில்லை என்பதை அவருடன் இருப்பவர்கள் அறிவார்கள்.

இப்படி அடிக்கடி கலைஞர் இருந்திருந்தால், கலைஞர் இருந்திருந்தால் என்று சொல்வது சங்கடமாகதான் இருக்கிறது. ஒரு கட்சிக்கு செயல் தலைவர் என்று ஒருத்தரை நியமித்த பிறகு இப்படியெல்லாம் சொல்லிக் கொண்டிருக்கக் கூடாதுதான். ஆனால் என்ன செய்ய? செயல் தலைவர் அவர்களே கலைஞர் இருந்திருந்தால் என்றுதான்

சொல்லிக் கொண்டிருக்கிறார். இன்றைய தேதியில் அவர் இன்னமும் தேவைப்படுபவராக இருக்கிறார் என்பதன் அடையாளம்தான் அவரைச் சுற்றிய இந்தப் பேச்சுக்கள் எல்லாமும். அந்த வகையில் இந்த வைரவிழா கண்டிப்பாக நடைபெற வேண்டிய ஒரு நிகழ்வு. காலத் தேவை கருதியது.

அவர் தன்னைச் சுற்றி என்ன நடக்கிறது என்பதே தெரியாத நிலையில் இருப்பதாகச் சொல்லப்பட்டாலும், அவர் இன்னமும் தேவையாக இருக்கிறார் என்பதை உணர்ந்தால் உண்மையில் சந்தோஷப்படத்தான் செய்வார். அவர் பல பாத்திரங்களை வகித்திருக்கிறார். எனக்குப் பிடித்தது அவர் வகித்த பத்திரிகையாளர் பாத்திரம்தான். குச்சி ஐஸ் சாப்பிடுகிற வயதில் இன்றைய செய்தி நாளைய வரலாறு என்று அவரால் மட்டுமே எழுத முடியும். அதிகாலையில் அவர் எழுந்து கொள்வதன் அவசியம் பற்றி எனக்கு வகுப்பு எடுத்தார் ஒருமுறை. இன்றளவும் நான் பின்பற்ற நினைக்கும் அறிவுரை அது. ஒரு பத்திரிகையாளனாக அவருடன் நிறைய அனுபவங்கள் இருக்கின்றன. அதில் ஒரு அனுபவம் எப்போதும் என் நினைவில் நிற்கும். அடிக்கடி இதைச் சொல்லவும் செய்கிறேன்.

''வீல் சேரில் போகிற கஷ்டம் உங்களுக்கு எல்லோரையும் விட நல்லாத் தெரியுமே?'' இந்தக் கேள்வியை அந்தப்பெண் அப்போது தமிழக முதலமைச்சராக இருந்த கலைஞரை நோக்கிக் கேட்டதும் அந்த அறையில் இருந்த அதிகாரிகள் உட்பட அத்தனை பேரும் அதிர்ந்து போனார்கள். ஒரு நிமிடம் அந்த அறையில் நிசப்தம் நிலவியது. அதைக் கண்டுகொள்ளாத கலைஞர் அந்தப் பெண்ணைப் பார்த்து உனக்கு என்ன வேண்டும்அம்மா என்று கேட்டதும் அந்தப் பெண் தனக்கு வசதியான வீல்சேர் ஒன்று வேண்டும் என்றதும் மெலிதாகச் சிரித்துக்கொண்டார்.

அந்தப் பெண்ணிற்கு என்னவெல்லாம் வேண்டுமோ அதையெல்லாம் செய்து தருமாறு உத்தரவிட்டார். 'மஸ்குலர் டிஸ்ரபி' என்னும் விநோத நோயால் பாதிக்கப்பட்ட அனுராதா என்கிற பெண்மணி இன்று நம்மிடையே இல்லை என்றாலும், அன்று 'கலைஞரைச் சந்தித்து நான் என் நிலைமையை விளக்கி என்னைப் போன்றவர்கள் வாழ்வில் மறுமலர்ச்சியைக் கொண்டுவர வேண்டும்' என ஆசைப் பட்டதும் கலைஞருடனான சந்திப்புக்கு ஏற்பாடுகளைச் செய்தோம்.

விஜய் டீ.வியில் ஒளிபரப்பான 'கதையல்ல நிஜம்' நிகழ்ச்சிக்காக இந்தச் சந்திப்பு நடந்தது. அப்போதுதான் கலைஞர் வீல்சேரில் உலவ ஆரம்பித்த காலம் என்பதால், அரசல் புரசலாக அப்போது விமர்சனங்கள் வந்து கொண்டிருந்தன. அந்தக் கட்டத்திலும் தன்னை

வீல்சேரில் பயணிப்பதாக அந்தப்பெண் சுட்டிக்காட்டியபோதும் கோபப்படாமல் அந்தப் பெண்ணைக் கலைஞர் எதிர்கொண்ட விதமும் அவருடைய மனிதாபிமானமும் அங்கு இருந்தவர்களை நெகிழ்ச்சியில் ஆழ்த்தியது. ஏதோ இந்த அனுபவத்தை இப்போது சொல்லத் தோன்றுகிறது.

எதற்காக இதைச் சொல்கிறேன் என்றால் ஒரு சாமானியரின் பிரச்சினைக்குக்கூட அவரது கதவைத் தட்ட முடிந்த தூரத்திலேயே அவர் தன்னை வைத்துக் கொண்டிருந்தார். ஒரு மிகப் பெரிய கட்டுரைக்கு இரண்டு வரிகள் மட்டுமே தேவைப்படும் கருத்திற்காகக் கூட அவரைத் தொலைபேசியில் அழைக்கமுடியும். அந்தத் தேதியில் அவர் பத்திரிகையாளர்கள் மீது நல்ல மனநிலையில் இருந்தால், ரெண்டு வரிக்கு கூப்டறது நியாயமாப்பா என்றெல்லாம் கேட்காமல், தயங்காமல் லைனுக்கு வந்து விடுவார் என்பதுதான் உண்மை. அவரிடம் என்ன கேள்விகள் வேண்டுமானாலும் கேட்டுவிட முடியும்.

'என் வீட்டு நாய்கூட அந்த வாசல மிதிக்காது' என அவர் சீறுவார். அது ஆஃப் தி ரெக்கார்டு என சண்முகநாதன் பின்னாடியே ஓடிவருவார் என்பது முன்னாடியே கலைஞருக்குத் தெரியும். ஆனாலும் எதிரே இருப்பவர்கள் ஒரு கணம் பயந்து போவோம். அடுத்த நிமிடமே 'அடுத்தத கேளு' என அசால்ட்டாகக் கையை ஆட்டுவார் பாருங்கள். அதற்கே நானெல்லாம் ரசிகன். அவர் பெயர் இல்லாத செய்தித்தாளை இத்தனை வருடத்தில் ஒருநாள் காட்டுங்கள் பார்ப்போம். அவர் உரக்கப் பேசுபவராக இருந்தார். பேசப்படுபவராக இருந்தார். இதுதான் பத்திரிகையாளன் என்பவனின் பொதுக் குணம். 'தூங்கறப்ப கூட கால ஆட்டிக்கிட்டே இருக்கணும். இல்லாட்டி முடிஞ்சிருச்சுன்னு தூக்கிப் போட்டுருவாங்க' என விளையாட்டாக இந்தக் குணத்தைப் பற்றிச் சொல்வார்கள். இந்த அடிப்படையிலும்கூட, இந்தச் சூழலின் போது கூட அவர் பேசப்படுபவராகவே இருக்கிறார். எங்களைவிட மூத்த பத்திரிகையாளர்கள் நிறைய விஷயங்களைச் சொல்வார்கள். ஒரு பத்துமுறை சந்தித்த எனக்கே பல்வேறு அனுபவங்கள் கிடைத்திருக்கின்றன என்கிறபோது, அவருடன் இருந்தவர்கள் இன்னமும் நிறைய அனுபவங்களைச் சொல்லமுடியும்.

எனக்குத் தெரிந்து ஒரே வரியில் சொல்ல வேண்டுமெனில் அவர் பத்திரிகையாளர்களிடம் குறுக்குக் கேள்வி கேட்கும் நிலையில் இருக்கும்போதெல்லாம் அவருக்கும் பத்திரிகையாளர்களுக்கும் சுமூகமான உறவு இருக்கும். அவரை நோக்கி பத்திரிகையாளர்கள் கேள்வி கேட்கும் நிலை வந்தபோது அவர் தன்னுடைய கடைசி காலச் செயல்பாடுகளின்போது வழக்கத்தை மீறி நிதானத்தைத்

தவறவிட்டிருக்கிறார். 'தீக்குளிக்கலாம் வர்றீய்யா' போன்ற வார்த்தைகளை அவரே கூட கற்பனை செய்திருக்கமாட்டார். பத்திரிகையாளர்கள் கொளுத்தப்பட்ட வழக்கில் அவர் கையறு நிலையில் நின்றதை அவர் யோசித்திருப்பாரா என்பது அவருடைய மனசாட்சிக்கு மட்டுமே தெரிந்த விஷயம். ஆனால் இன்றைக்குப் பத்திரிகையாளர்கள் பெற்றிருக்கிற அரசுசார் சிறு சலுகைகளுக்குக் கூட அவர்தான் காரணம் என்பதை மறுக்கவே முடியாது. அவர் தன்னை மட்டும் உற்சாகமாக இந்த விஷயத்தில் வைத்துக்கொள்ள வில்லை. ஒட்டுமொத்த பத்திரிகையாளர்களையும் அப்படி வைத்திருந்தார். இத்தனை வருடமும் அவரைச் சுற்றியே பத்திரிகைகளும் சுற்றின. பத்திரிகையாளர்களும் சுற்றினார்கள். அந்த வகையில் அவர் வகித்த பாத்திரங்களுள் பத்திரிகையாளர் என்கிற பாத்திரமே நெஞ்சில் இன்னமும் அழுத்தமாய்ப் பதிகிறது.

ஒரு முறை பேட்டியின்போது பழங்கால இலக்கியத்தில் இருந்து ஒருவரியை நினைவில் பிடிக்க முயன்று கொண்டிருந்தார். நான் தமிழிலக்கியம் படித்தவன் என்கிற முறையில் எனக்கு அவர் என்ன சொல்ல வருகிறார் என்பது பிடிபட்டுவிட்டது. அவர் சொல்ல வந்தது அருங்கலச்செப்பில் இருந்து ஒரு வரி. அந்த வரிகளை அவர் வேறொரு அர்த்தத்தில் சொன்னார் என்றாலும் இப்போது மறுபடி சொல்லத் தோன்றுகிறது. ''காட்சியுடையோன் இறைவன் மகனென உணரப்பாற்றே.''

84

காதல் கொலைகளும் கல்விப் புலங்களும்

கடந்த இரண்டு நாட்களில் ஒருதலைக் காதலால் நடந்த நான்கு சம்பவங்களை சாதாரணமாகக் கடந்து போய்விட முடியாது. கரூரில் சோனாலி என்கிற மாணவி கட்டையால் அடித்துக் கொல்லப் பட்டிருக்கிறார். தூத்துக்குடியைச் சேர்ந்த பிரான்சினா என்கிற ஆசிரியர் தொழில்புரிந்த பெண் கத்தியால் குத்திக் கொல்லப் பட்டிருக்கிறார். திருச்சியைச் சேர்ந்த மோனிகா என்கிற மாணவி கத்தியால் குத்தப்பட்டிருக்கிறார். புதுவை மாநிலத்தைச் சேர்ந்த வில்லியனூர் பகுதியைச் சேர்ந்த மாணவி ஒருத்தரும் கத்தியால் குத்தப்பட்டிருக்கிறார். இந்த நான்கு சம்பவங்களும் இன்னொரு ஆழமான உண்மையை நமக்கு உணர்த்துகின்றன. பத்தாண்டுகளுக்கு முன்பெல்லாம் காதல் தோல்வியில் வருபவர்கள் கழிவிரக்கத்தில் கசிந்து உருகுபவர்களாக இருந்தார்கள். உச்சகட்டமாக காதல் தோல்வியால் தற்கொலை செய்துகொள்பவர்களாக இருந்தார்கள்.

தான் காதலித்த பெண்ணொருத்தியைத் தன்னுடன் சேர்த்துவைக்க வேண்டுமென ஒரு பையன் பேச்சுவார்த்தைக்கு வந்தான். அந்தப் பெண் அவன் வேண்டவே வேண்டாம் என விடாப்பிடியாக மறுத்தாள். தற்செயலாக அந்தப் பையனைச் சோதித்தபோது, அவனது பாக்கெட்டிற்குள் கத்தியை மறைத்து வைத்து எடுத்து வந்திருந்தது தெரியவந்தது. ஏன் இப்படி என கேட்டபோது, ''எனக்குக் கிடைக்காதவள் யாருக்கும் கிடைக்கக்கூடாது. அவள் மறுத்தால், அவளைக் கொன்றுவிட வேண்டுமென்கிற திட்டத்தில் ஏற்கெனவே இருந்தேன். ஏதாவதொரு விதத்தில் அவளைப் பழிவாங்க வேண்டும் என தோன்றிக்கொண்டே இருக்கிறது'' என்றான்.

பேச்சுவார்த்தைக்கே கத்தியைக் கொண்டுவரும் திட்டத்தில் இருந்தவனிடம் மனநிலை எப்படிச் செயல்பட்டிருக்கும்?

அதேபோல் இன்னொரு பெண் தொடர்ந்து ஒரு பையனின் குடும்பத்தை வம்பு வழக்குகள் என்று இழுத்தடித்துக் கொண்டிருந்தார். என்ன காரணம் என்று விசாரித்தபோது, அந்தப் பெண் தனக்கு செட்டாக மாட்டாள் என்று கருதி, அந்தக் காதலைத் தவிர்த்திருக்கிறான் அந்தப் பையன். அந்தப் பையனை இன்னொரு திருமணமும் செய்யவிடாமல், தனக்கிருக்கிற சட்டப் பாதுகாப்பைப் பயன்படுத்தி அந்தப் பெண் சீரழித்துக் கொண்டிருந்தார். ஏன் என்று கேட்டபோது, ''அவன் என்னை மறுத்துவிட்டு இன்னொரு பெண்ணோடு வாழ்வதை என்னால் கற்பனை செய்துகூட பார்க்க முடியவில்லை. அவனைப் பழிவாங்க வேண்டும். அப்போதுதான் என்னால் நிம்மதியாக உறங்க முடியும்'' என்றார்.

காதல் தோல்வியில் எங்கிருந்தாலும் வாழ்கவென கழிவிரக்கம் கொண்டு தாடி வளர்த்த கூட்டமும், காதல் தோல்வியில் தன்னை மாய்த்துக் கொள்வேனே தவிர, அவன் நன்றாக வாழட்டும் என்று நம்பிய கூட்டமும் இப்போது எங்கே போனது? பழிவாங்க வேண்டும் என்கிற உணர்ச்சிகளுடன்கூடிய ஒரு தலைமுறை உருவாகிக் கொண்டிருக்கிறது என்பதை நம்பாமல் கடந்து போக விரும்புகிறோம். வெறும் மதிப்பெண்கள் பெறுவதை மட்டுமே கல்வியாகக் கருதும் பெற்றோர்களும் அதற்குத் தலையை ஒப்புக் கொடுத்து தன்னை அழித்துக் கொண்டிருக்கும் ஒரு தலைமுறைக் குழந்தைகளும் அடிப்படையான மனிதச் சகிப்புத்தன்மை என்பதையே இழந்தபடி இருக்கிறார்கள்.

தன்னுடைய பொருளைத் தெரியாமல் எடுத்துப் பயன்படுத்திய சகோதர சகோதரிகளுக்கிடையிலேயே பழிவாங்கும் உணர்ச்சி என்பது தலைதூக்குகிறது. நம்முடைய சகோதரிதானே, சகோதரன் தானே என்கிற புரிதல் இல்லாமல், சகிப்புத்தன்மையே இல்லாத தலைமுறையாக அது தன்னை வடிவமைத்துக் கொண்டிருக்கிறது. இது எல்லா வீட்டிலும் நடக்கக்கூடியது என்பதை உணர்ந்தவர்கள் அறிவார்கள். சின்னச் சின்னப் பிரச்சினைக்குக்கூட விவாகரத்திற்காக நீதிமன்றங்களை எத்தனை பேர் நாடுகிறார்கள் என்பதை அறிந்துகொள்ள அங்கே ஒருமுறை போய்ப் பாருங்கள், தெரியும். சகிப்புத் தன்மையுடன் கூட்டாக வாழத் திராணியற்ற ஒரு தலைமுறையை செல்லம் கொடுத்து உருவாக்கிக் கொண்டிருக்கிறோம். இது அடிப்படை யான பிரச்சினை. பள்ளிகள் மட்டத்திலிருந்து சரிசெய்ய வேண்டிய பிரச்சினை. மதிப்பெண்களுக்குக் கொடுக்கும் முக்கியத்துவத்தை

குணாதிசயங்களை வடிவமைக்கும் விஷயத்திற்கும் கொடுக்க வேண்டும்.

அதைப் பள்ளிகள் ஒருபோதும் செய்யப் போவதில்லை. அப்படியானால் வீட்டில் செய்யவேண்டுமே... ஆனால் செய்யும் நிலையில் இருக்கும் பெற்றோர்கள்கூட சகிப்புத்தன்மை இல்லாமல் ஒருவருக்கொருவர் அடித்துக் கொண்டிருக்கிறார்கள். அதைக் குழந்தைகள் பார்க்கவும் செய்கின்றனர். என்னுடைய அப்பாவை என்னுடைய அம்மா தினமும் அவமானப்படுத்துகிறார் என்று சொல்லி வந்த குழந்தைகளும் இருக்கிறார்கள். என் அம்மாவை என்னுடைய அப்பா தவறான தொடர்பு இருக்கிறது என்று சொல்லி தினமும் வார்த்தைகளால் பழிவாங்கிக் கொண்டிருக்கிறார் என்று சொல்லி வந்த குழந்தைகளும் இருக்கிறார்கள். ஆக, இது அடிப்படையான ஒரு தலைமுறைக்கான பிரச்சினை. பழிவாங்குவதில் தப்பில்லை என்று நம்பும் தலைமுறையாக அது இருப்பதுதான் பிரச்சினை. தன்னுடைய பொம்மையை எடுத்து விட்டான்/டாள் என்பதற்காக அவளைக் கீழே தள்ளிவிட்டு பழிவாங்கும்போது ரசித்துச் சிரிக்கிறோம். ஆனால் அதுதான் இன்னொரு சந்தர்ப்பத்தில் கத்தியாகவும் அரிவாளாகவும் வம்பு வழக்குகளாகவும் மாறுகிறது.

இந்த நான்கு சம்பவத்திலும் சம்பந்தப்பட்ட இளைஞர்களும் கொலைத் தொழிலில் பட்டம் பெற்ற இளைஞர்கள் இல்லை. அவர்களும் நமக்குத் தெரிந்த குடும்பத்துப் பையன்களே. ஏதாவதொரு சந்தர்ப்பத்தில் நம்முடைய குடும்பத்துப் பையன்களாகவும் அவர்கள் இருக்கக்கூடும். இது ஒரு எச்சரிக்கை என்பதைக் கல்விப் புலங்கள் உணர வேண்டும். அதைவிட பெற்றோர்கள் உணர வேண்டும். சகிப்புத்தன்மையற்ற நிலையும், பழிவாங்கும் உணர்ச்சியும் ஒரு தடாலென்ற கணத்தில் வானத்தில் இருந்து குதிப்பதல்ல. அது படிப்படியாக வளரும் தன்மை கொண்டது. அதை மறைமுகமாக குடும்பமும் இந்தச் சமூகமும்தான் வளர்த்தெடுக்கிறது. அந்த வகையில் இந்தக் கொலைகளுக்கு நாமும் ஒருவகையில் தார்மிகப் பொறுப்பேற்றுக் கொள்ளவேண்டும்.
